சமுதாய நீரோட்டம்

ஆர். நல்லகண்ணு

தொகுப்பாசிரியர்கள்:

இளசை மணியன்

வே. இசக்கியப்பன்

நியூ செஞ்சுரி புக் ஹவுஸ் (பி) லிட்

41–B, சிட்கோ இண்டஸ்டிரியல் எஸ்டேட்

அம்பத்தூர், சென்னை– 600 098.

☎: 26258410, 26251968

Title	: **Samuthaya Neerottam**
Complied by	: **Ilasai Manian**
	Ve. Isakkiyappan
Edition	: First - November, 2005
Copyright	: New Century Book House
Code No	: A 1400
ISBN	: 81 - 234 - 0973 - 7
No. of pages	: xii + 228

Price :Rs.75.00

Text Printed at

அச்சிட்டோர் : காஸ்மிக் பிரிண்டர்ஸ் சென்னை – 600 005. ℂ 28482020

பதிப்புரை

அண்மையில் தமிழகம் தோழர் **ஆர். நல்லகண்ணு** அவர்களுக்கு எண்பது ஆண்டு நிறைவு விழாக்கண்டு மகிழ்ந்தது. பொதுவுடைமை இயக்கத் தலைவர்களில் தமிழகத்தில் இத்தகைய மதிப்பையும் சிறப்பையும் பெற்றவர் இவரே எனலாம்.

எளிய வாழ்க்கை, தன்னலமற்ற அரசியல்பணி, மாற்றாரும் மதித்துப் போற்றும் குணநலம் கொள்கையில் உறுதிப்பாடு, அரசியல் நாணயம், நேர்மை இவற்றிற்கெல்லாம் தமிழகம் தந்த அங்கீகாரம் எனலாம்.

இளம் வயதில் மாணவராக இருக்கும்போதே விடுதலைப்போரில்-காங்கிரஸ் இயக்கத்திலும், பின்னர் சமத்துவம், சோஷலிஸம் என்னும் கருத்துகளால் ஈர்க்கப்பட்டுப் பொதுவுடைமை இயக்கத்திலும் ஈடுபட்டுப் பத்தாண்டுகளுக்கு மேலாகச் சிறைவாசம் செய்தவர் தோழர் நல்லகண்ணு. பொதுவுடைமைவாதிகள் வறட்டுத் தொழிற்சங்க, விவசாய சங்க ஊழியர்கள், மக்களின் மென்மையான உணர்வுகளை எடுத்துக்காட்டும் இலக்கியங்களில் ஈடுபாடு இல்லாதவர்கள் என்ற தவறான கருத்து தமிழ் அறிஞர்களிடையே இருந்ததுண்டு. ஆனால் தோழர் நல்லகண்ணு வாழ்க்கையை நன்கு அறிந்தவர்கள் அவர் ஒரு கவிஞர், இலக்கியப் படைப்பாளி, அரிய விமர்சகர், சிந்தனையாளர் என்று ஏற்பார்கள். மாணவப் பருவத்திலிருந்தே தோழர் ரகுநாதன், தோழர் வானமாமலை ஆகியோருடன் தொடர்பு இருந்த காரணத்தினால் தமிழ் மொழியிலும், தமிழ் இலக்கியத்திலும் தோழர் நல்லகண்ணு ஆழ்ந்த ஈடுபாடு உடையவரானார். தோழர் ரகுநாதன் ஆசிரியராக இருந்து நடத்தி வந்த “சாந்தி” இதழில் எழுதத் தொடங்கிச் சிறந்த எழுத்தாளராக இன்று வளர்ந்துள்ளது பாராட்டுக்குரியது.

இத்தொகுப்பில் அவர் கடந்த நூற்றாண்டின் அறுபதுகளில் தொடங்கித் தொடர்ந்து பல்வேறு இதழ்களில் தாமரை,

மல்லிகை, ஜனசக்தி, கல்பனா, தினமணி வேறு பல இதழ்களில் இன்றுவரை வரைந்த கட்டுரைகள் இத்தொகுப்பில் இடம்பெறுகின்றன.

1954-ம் ஆண்டு ஆயுள் தண்டனை பெற்றுச் சிறைச் சாலையில் இருந்தபோது ஆல்பர்ட் டென்னிசன் என்னும் ஆங்கிலக் கவிஞர் "Home They Brought her warrior dead" என்னும் சிறந்த பாடலை அருமையாகத் தமிழாக்கம் செய்துள்ளதிலிருந்து நல்லகண்ணுவின் கவித்திறன் புலப்படுகிறது. இதே கவித்திறன் அவரைப் பாரதி, பாரதிதாசன், தமிழ்ஒளி என்னும் கவிஞர்களை அறிவதற்கும் இனம் கண்டு பாராட்டுவதற்கும் இட்டுச் சென்றுள்ளது எனலாம்.

காசி சென்றபோது அங்குப் பாரதியார் வாழ்ந்த வாழ்க்கை பற்றிய குறிப்புகளைத் திரட்ட முயன்றது பாரதியார்பால் அவர் கொண்டிருந்த ஈடுபாட்டைக் காட்டுகிறது. பாரதிதாசனைப் பாராட்டிப் புகழ்வதும், தமிழ் ஒளியை பொதுவுடைமைக் கவிஞனாக முன்னிறுத்திக் காண்பதும் இடதுசாரி இலக்கியவாதிகளுக்கு வழிகாட்டியாகக் கொள்ளலாம்.

மகத்தான சோவியத் சோஷலிசப் புரட்சியினால் கவரப்பட்டுக் கம்யூனிஸ்ட் ஆனவர், விவசாய வர்க்க இயக்கத்தின் ஈட்டி முனையாக எழுச்சி பெற்றார். இயல்பாகவே அவர் விளிம்பு நிலை மக்கள்பால் பரிவும், இரக்கமும்கொண்டார். சாதி, மத எதிர்ப்பு, அவருடைய அரசியல் நிலைபாடுகளில் மிக முக்கியமானது. அம்பேத்கரைப் பற்றி இவர் எழுதியுள்ள கட்டுரை இதற்குச் சான்று பகரும். இராஜாஜி, அரசியலில் சாணக்கியன், தந்திரசாலி எனப் பெயர் பெற்றவர். அதற்காக அவரைப் பாராட்டுபவர்கள் பலர் உண்டு. ஆனால், அவருடைய குணநலன்களைப் பாராட்டுவதோடு, குணக்கேடுகளையும் சுட்டிக்காட்ட நல்லகண்ணு தயங்கவில்லை. அரசியல்வாதிகள் மட்டுமல்லாமல் முற்போக்கு எழுத்தாளர்களைக், குறிப்பாகப் பெண் எழுத்தாளர்களை அவர் இனம் கண்டு பாராட்டத் தயங்கவில்லை. பாராட்டுப் பெறுபவர்கள் கே.ஏ. அப்பாஸ்,

சு. சமுத்திரம், ராஜம்கிருஷ்ணன், சிவகாமி போன்றோர். இலக்கிய ஆர்வமும் ஈடுபாடும் மிகுந்தவர் நல்லகண்ணு.

அரசியல் தலைவர்களில் இவரைக் கவர்ந்தவர்களில் விபின சந்திரபாலர், ஹோசி-மின் முக்கியமானவர்கள்.

இக்கட்டுரைத் தொகுதி நல்லகண்ணுவின் பலநோக்குப் பார்வையை, புலமையை எடுத்துக்காட்டுகிறது. குறிப்பாக வருங்காலச் சந்ததியினருக்கு, உழைக்கும் வர்க்கங்களுக்குக் கட்டுரைகள் வழிகாட்டியாக இலங்கும் என்பதில் ஐயமில்லை.

இவருடைய "தமிழர்கள் தொழில் வளர்ச்சியில் கம்யூனிஸ்டுகள் பங்கு" "மொழிவழி மாநிலம் தமிழ்நாடு" என்னும் இரு நூல்களையும் என்.சி.பி.எச். ஏற்கனவே வெளியிட்டுள்ளது.

என்.சி.பி.எச். இக்கட்டுரைத் தொகுதியையும் தமிழ் மக்களுக்கு அளிப்பதில் பெருமிதம் கொள்ளுகிறது.

- ஆர். பார்த்தசாரதி
ஆசிரியர் குழுவுக்காக

முன்னுரை

தோழர் ஆர்.என்.கே. என அனைவராலும் அன்புடன் அழைக்கப்படும் ஆர். நல்லகண்ணு கம்யூனிஸ்ட் இயக்கப் போராளி. விடுதலைப் போராட்டத்தில் ஈர்க்கப்பட்டு கம்யூனிஸ்ட் இயக்கத்தில் இணைந்தவர். விவசாயிகள், தொழிலாளர்கள் போராட்டங்களில் தலைமைதாங்கி வழிநடத்திச் செல்பவர். சாதி அதிகாரம், ஆதிக்கம், சுரண்டல் இவற்றுக்கு எதிரான போர்க்குணம் கொண்டவர். மடங்கள் மற்றும் நிலச்சுவான்தார்களின் நிலங்களில் உழைக்கும் விவசாயத் தொழிலாளர்களின் உரிமைக்காக அல்லும் பகலும் பாடுபட்டுவரும் போராட்ட வீரர். சுருங்கச்சொன்னால் தோழர் நல்லகண்ணு வாழ்க்கையே ஒரு போராட்டம்தான். எளிமை, தோழமையுடன் பழக்கம், கொள்கைப் பிடிப்பு, லட்சியத்தில் நம்பிக்கை, ஆழமான கருத்துக்களையும், புன்முறுவலுடன் சொல்லும் பாங்கு இவருக்குரிய சிறப்பான குணங்கள்.

முழுக்க முழுக்க கம்யூனிஸ்ட் அரசியல் தளத்தில் செயல்படும் தோழர் நல்லகண்ணு இலக்கியத்தில் மிகுந்த ஈடுபாடுகொண்டவர். தமிழ் மீது அவருக்கு அளவற்ற பற்று, பாசம் உண்டு. பாரதி கவிதைகள் என்றால் அவருக்கு உயிர். கலைத்தொண்டர் கழகம் என்ற அமைப்பை உருவாக்கி அதன் செயலாளராகச் செயல்பட்டவர். எட்டயபுரம் பாரதி மணிமண்டபம் நிறுவ நிதி வசூலித்து அளித்ததுடன், அடிக்கல் நாட்டு விழாவிற்கு வந்துள்ளார். அதன்பின்பு, தமிழ்நாடு கலை, இலக்கியப் பெருமன்றத்தின் கிளையான பாரதி முற்போக்கு வாலிபர் சங்கம் எட்டயபுரத்தில் நடத்திவரும் பாரதி விழாவில் தொடர்ந்து கலந்துகொண்டுள்ளார்.

தீவிர அரசியல் பணிகளுக்கு இடையே தோழர் நல்லகண்ணு பல்வேறு சமயங்களில் கலை, இலக்கியம், தத்துவம், சமூகவியல் ஆகிய துறைகளில் எழுதிய கட்டுரைகள், உரைகள் மற்றும் பொதுவான சில கட்டுரைகள்

இத்தொகுப்பில் அடங்கியுள்ளன. இது தவிர, ஆர்.என். கண்ணன் என்ற புனைபெயரில் அவர் எழுதிய கவிதையும், கதையும் இத்தொகுப்பில் இணைக்கப்பட்டுள்ளன. ஜனசக்தி, தாமரை, சாந்தி, மல்லிகை, தினமணி ஆகிய இதழ்களில் தோழர் ஆர்.என்.கே. எழுதிய படைப்புகள் அடங்கியதே இந்த நூல்.

ஆங்கிலக் கவிஞன் டென்னிஸன் எழுதிய இளவரசி என்ற நூலின் ஒரு பகுதியைத் தழுவி எழுதியதுதான் ‘போர் வீரன் மனைவி’ என்ற கவிதையாகும். குழந்தையையும் மனைவியையும் கொஞ்சி முத்தங்கொடுத்துவிட்டு போருக்குச் சென்றான் வீரன். போரில் செத்து மடிந்திட்ட வீரன் - மணவாளன் சடலத்தைப் பார்த்து மனைவி,

மின்னொளி தாக்கிய பொன்னுடல் போன்று
துன்பு உருவாய் துடியிடையாள் நின்றிட்டாள்!

எனச் சோகம் ததும்ப, அவளின் பரிதாப நிலையை நம் கண் முன் நிறுத்துகிறார் தோழர் ஆர்.என்.கே. தேர்தல் களத்தை மையமாகக்கொண்டு, அன்றைய நாளில் பண்ணையாளர்களின் செயல்பாடுகளைத் தத்ரூபமாக சித்திரித்து எழுதப்பட்ட கதையே சூத்திரதாரி.

பாரதியைப் பற்றி தோழர் ஆர்.என்.கே. எழுதிய கட்டுரைகள் கருத்தாழமிக்கவை. தீவிரவாத தேசிய இயக்கத்தில் பாரதியின் பங்களிப்பு, பாரதியின் தொலைநோக்குப் பார்வை ஆகியவற்றை மிக நுணுக்கமாக ஆராய்ந்துள்ளார். இந்தியக் கம்யூனிஸ்ட் கட்சியின் மாநாட்டில் கலந்துகொள்ள காசி சென்ற தோழர் நல்லகண்ணு அங்குப் பாரதி வாழ்ந்த வீட்டைப் பார்த்து, பாரதி உறவினரிடம் பேசியதை தொகுத்து எழுதிய கட்டுரையில் பல புதிய செய்திகள் உள்ளன.

அதேபோல் விவேகானந்தர், அம்பேத்கர், ஹோசிமின் ஆகியோர் பற்றிய கட்டுரைகள் சிந்தனையைத் தூண்டும் வண்ணம் உள்ளன. “காம்ரேட் நா. வா” என்ற கட்டுரையில்

பேராசிரியர் நா. வானமாமலை வாழ்க்கைச் சரிதத்தை, அவரின் பன்முகத் தன்மைகளை வர்ணித்துள்ளார். 'அப்பாஸ் என்னும் அமரஜோதி' என்ற கட்டுரை அப்பாஸ் படைப்புகள் பற்றிய முழுமையான விமர்சனம். அதேபோல் கவிஞர் தமிழ் ஒளி 75-ம் ஆண்டு பிறந்த நாள் விழாவில் தோழர் ஆர்.என்.கே. ஆற்றிய உரை குறிப்பிடத்தக்க முக்கியத்துவம் உடையது. தமிழகத்தின் சமூக, அரசியல் போக்குகளைப் பற்றிக் கோடிட்டுக் காட்டி கவிஞர் தமிழ்ஒளி கவிதைகளின் சிறப்பினை, மகத்துவத்தை விவரித்துக் கூறியுள்ளார்.

தஞ்சாவூர் திருக்கண்ணபுரம் கோவில் தல வரலாற்றில் சொல்லப்படும் செய்திகளைத் தொகுத்து சுவைபட எழுதிய 'முனியோதனம்' என்ற கட்டுரை ஆய்வுக்குரியது. ரகுநாதனின் சமுதாய இலக்கியம் தோழர் ஆர்.என்.கே.க்கு பிடித்த நூல். இதைப்பற்றி அவர் பலரிடம் பேசியதுண்டு. 'சமுதாய இலக்கியம்' என்ற நூலில் அறிமுகப்படுத்தப்பட்டுள்ள தந்திவிடு தூது, பணவிடுதூது, பஞ்சலட்சணம் ஆகியன தூது, நாடகம் இலக்கியத்தில் புதிய பார்வை பற்றிய ஆராய்ச்சிக் கட்டுரைகளாகத் திகழ்கின்றன என்று நூல் மதிப்புரையில் குறிப்பிட்டுள்ளார். கலைஞரின் தாய் காவியத்திற்கு எழுதிய அணிந்துரையில், சோஷலிசம் என்பது தமிழ் இலக்கியத்தின் இலட்சிய நோக்குக்கும் இசைவானதே என்பதை 'தாய்' கவிதைக் காவியத்தின் மூலம் கலைஞர் தெளிவுபடுத்தி இருக்கிறார் என்று எழுதியுள்ளார்.

இந்நூலில் தொகுக்கப்பட்டுள்ள படைப்புகள் அனைத்தும் பற்றி இந்த முன்னுரையில் எழுத இயலாது. படைப்புகள் பற்றிய அறிமுகம்தான். பொதுவாகக் கலை இலக்கியம் குறித்து தோழர் ஆர்.என்.கே.க்கு ஒரு பார்வை உண்டு. இத்தொகுப்பில் அடங்கியுள்ள இலக்கியம், கலை சார்ந்த படைப்புகளை படிக்கும்பொழுது நாம் அதைப் புரிந்துகொள்ள முடியும். சமுதாய மாற்றத்தில் கலை, இலக்கியம் பெரும் பாத்திரம் வகிக்க வேண்டும். நாட்டில் நடைபெற்று வரும்

சீரழிவுகளையும், ஆதிக்கத்தை எதிர்த்து நடைபெறும் போராட்டங்களையும் எழுத்தாளர்கள் படைப்பதுடன், அவற்றின் உள்ளடக்கத்தையும் புரிந்து கலை அம்சத்துடன் வெளிக்கொண்டு வரவேண்டுமெனத் தோழர் ஆர்.என்.கே. வலியுறுத்திக் கூறியுள்ளார்.

இத்தொகுப்பில் அடங்கியுள்ள படைப்புகள் வெளியான இதழ்கள் எட்டயபுரத்தில் அமைந்துள்ள ரகுநாதன் நூலகத்தில் இருந்தன. அவற்றைத் தொகுத்து வெளியிட அனுமதி வழங்கிய ரகுநாதன் கல்வி அறக்கட்டளைத் தலைவர் பேராசிரியர் ஆ. சிவசுப்பிரமணியன் அவர்களுக்கும் ஏனைய அறங்காவலர்களுக்கும் எனது உளங்கனிந்த நன்றியைத் தெரிவித்துக்கொள்கிறேன். இத்தொகுப்பிலுள்ள கட்டுரைகளை ஒளி அச்சுப்படிகள் எடுக்க உதவிய தூத்துக்குடி தோழர் வே. இசக்கியப்பன் அவர்களுக்கும், இத்தொகுப்பு நூல் வெளிவர எனக்கு உறுதுணையாக விளங்கிய எனது இலக்கிய நண்பர் திரு.மு. சங்கரநாராயணன் அவர்களுக்கும் எனது நன்றியையும் பாராட்டுதலையும் தெரிவித்துக்கொள்கிறேன்.

குறுகிய காலத்தில் இந்நூலை அழகுற அச்சிட்டு வெளியிட்டுள்ள நியூ செஞ்சுரி புத்தக நிறுவனத்தாருக்கு, குறிப்பாக அதன் மேலாண்மை இயக்குநர் தோழர் ஆர். ராதாகிருஷ்ணமூர்த்தி அவர்களுக்கும் எனது மனமார்ந்த நன்றியையும், வாழ்த்துக்களையும் உரித்தாக்குகிறேன். தோழர் ஆர். நல்லகண்ணு அவர்களின் எண்பதாம் ஆண்டு நிறைவு விழாவினையொட்டி, அவரின் கலை, இலக்கியம் சார்ந்த படைப்புகளின் தொகுதியாக வெளிவரும் இந்நூலை தமிழ் அன்பர்கள் வரவேற்பார்கள் என்ற நம்பிக்கை எனக்குண்டு.

எட்டயபுரம் **இளசை மணியன்**

11-10-2005

பொருளடக்கம்

		பக்கம்
1	போர் வீரன் மனைவி (கவிதை)	1
2	சூத்திரதாரி (சிறுகதை)	3
3.	விபின் சந்திரபாலர்: பாரதி போற்றிய தேசியத் தலைவர்	11
4.	பாரதியின் தொலைநோக்குப் பார்வை	22
5.	பகீரதனுக்கு மறுப்பு	31
6.	காசியில் பாரதி தரிசனம்	35
7.	பாரதியும் விவசாயிகளும்	46
8.	விழாக்களுடன் நின்றுவிடுவதில்லை நமது பணிகள்	56
9.	சமுதாய நீரோட்டம்	61
10.	வில்லிசைப் பரம்பரை	66
11.	முனியோதனம்	75
12	அமரர் ஜீவா கண்ட ஐக்கிய தமிழகம்	81
13.	"இலக்கியம் மனிதனுக்கு ஊக்கம் அளிக்க வேண்டும்"	85
14.	காம்ரேட் நா.வா.	94
15.	அப்பாஸ் என்னும் அமரஜோதி	101
16	மாமனிதன் ஹோ-சி-மின்	111
17.	அம்பேத்கர் பிறப்பும் கல்வியும்	117

18.	தோழர் எஸ்.ஆர்.கே.	136
19.	அமரர் கவிஞர் தமிழ்ஒளி	140
20.	மக்களா? மதமா? விவேகானந்தரின் விளக்கம்	151
21.	வேதம் பரப்பிய பாதுஷா	159
22.	இராஜாஜியின் சதிராட்டங்கள்	163
23.	அமெரிக்கப் பொதுச்சட்டம் 480 (P.L. 480) பிறந்த கதை	168
24.	குற்றாலத்தைக் குதிரைப் பந்தயக் களமாக்க வேண்டாம்	174
25.	உரிமைகளைப் பெறவில்லை - பறித்தோம்!	180
26.	இரு உலகங்கள்	185
27.	கலைகளைக் காத்த செஞ்சேனை	191
28.	ரகுநாதனின் சமுதாய இலக்கியம்	198
29.	சிவகாமியின் 'பழையன கழிதலும்'	208
30.	சு. சமுத்திரத்தின் 'நிழல் முகங்கள்'	212
31.	கலைஞரின் 'தாய் காவியம்'	216
32.	தொ.மு.சி. அவர்கள் பல்லாண்டு வாழ்க	224

போர் வீரன் மனைவி

நிலவொடு தாரகை நிறைந்த வான்வெளியில்
சன்னங்கறுத்த கருமேகக் கூட்டம்
கும்பித்திரண்டு குவிந்திருளாவதைப் போல்
காதலர் வாழ்வு கரிந்து பொசுங்கிட
பேரிடி போன்றெழுந்தது போர்க்கூச்சல்!

காளை இளைஞர் - வாழ வழியற்றோர்!
சேர்கபடையில் - செல்க போர்முனைக்கென்றே
ஆணையிட்டது அரசாங்கம் என்றவுடன்
காதல் ஜோடியில் - கணவன் மனைவியிடம்,
கண்மணியே! காதலியே! கலங்காது வாழ்ந்திடுவாய்!
பிள்ளைக் கனியமுதைப் பேணி வளர்த்திடுவாய்!
போய் வாரேன் போர் முனைக்கென்று சொல்லிக்
குழந்தையையும் மனைவியையும் கொஞ்சி
முத்தங்கொடுத்து
பிரியா வேதனையில் பிரிந்து சென்றான் போர்வீரன்!

செறுமுகத்தில் வீரன் செத்து மடிந்திட்டான்!
மணவாளன் சடலத்தை மனையாள்
முன்கிடத்திட்டார்!
பார்த்தாள் - பார்த்தாள் - பார்த்துக்கொண்டே நின்றாள்!
கண்ணிமை ஆடவில்லை - கரும்புருவம் அசையவில்லை!
கண்ணுங்கலங்கவில்லை - கண்ணீரும்
விடவில்லை!
மீன்னொளிதாக்கிய பொன்னுடல் போன்று
துன்பு உருவாய் துடியிடையாள் நின்றிட்டாள்!
பார்த்தனர் தோழியர்! பரிதாபநிலை கண்டு

இரங்கினர்; கணவனை இழந்து கலங்கும்
மனையாட்டியின் மனந்திரும்ப எண்ணி
மாண்ட வீரனின் மாண்புகளைச் சொன்னார்கள்!
அசையாது நின்றிட்டாள் - அணங்கு!
பேசாமடைந்தையாய்ப் பேச்சற்று நின்றாள்
போர்வீரன் உடலருகே பெண்ணொருத்தி சென்று
போர்த்தியுள்ள முகத்துணியை நகர்த்தியுமே விட்டாள்

கார்முகில் சூழ்ந்த மதி உருவங்கண்டும்
கதறாது நின்றுவிட்டாள் காரிகையும் அவளே!
தொண்ணூறும் பத்தும் துவண்ட மாதொருத்தி
மாண்ட வீரனின் மணிக்குழந்தை தானெடுத்து
வண்ண உருக்குலைந்து வாழ்விழந்து நிற்கும்
பெண்ணின் காலடியில் கொண்டு சமர்ப்பித்தாள்!
கணவன் உயிருருவைக் காணாது கலங்குமவள்
காலடியில் கிடந்துழலும் கைக்குழந்தை தாமேந்தி
அன்பே! ஆரமுதே! என் குழந்தாய்! உனக்காக
உலகில் உயிர்சுமந்து வாழ்கின்றேனெனக் கதறி
வன்சூறைக் காற்றோடு கோடைமழை பெய்தது போல்,
கண்ணீரைக்குடம் குடமாய்க் கொட்டிவிட்டாள் பாவை அவள்!

ஆங்கிலக் கவி ஆல்பிரட் டென்னிஸன் (1809-92) எழுதிய இளவரசி (The Princess) என்ற நூலின் "மாண்ட வீரனை மனைக்குக் கொண்டு வந்தனர்" (Home they brought her warrior dead) என்ற பகுதியின் தழுவல் - ஆர் என். கண்ணன் (ஆர்.என். கே)

(1954 ல் ஆயுள் தண்டனை பெற்றுச் சிறையில் இருந்த போது கண்ணன் என்ற புனைபெயரில் தோழர் ஆர். நல்லகண்ணு அவர்கள் எழுதியதாகும்.)

(தாமரை, ஜூலை 1999)

சூத்திரதாரி

கைலாசபுரம் வளசல் பண்ணையார்களைப் பற்றிப் பத்துப் பதினைந்து மைல் சுற்றுவட்டாரத்தில் தெரியாதவர்களே கிடையாது. நஞ்சை. புஞ்சை காடு கரைகளில் பெரும்பகுதி அவர்களுக்கே சொந்தம். நெருங்கிப் பழகினவர்களுக்குக்கூட பண்ணையார்களின் பெயர்சொல்லிப் பழக்கமிராது. "கீழச்சேர்ப்பண்ணை" "மேலச் சேர்ப்பண்ணை" என்று திசை சொல்லித்தான் பழக்கம். வியாபாரிகள் கல்லாப் பெட்டியடியில் காவலிருப்பது போல, இப்பண்ணையார்கள் நெல் களஞ்சியத்திலேயே. இராப் பகலாகத் தங்கியிருப்பதால். பண்ணையார்களைக் குறிப்பிட வேண்டுமானால். களஞ்சியத்தின் திசைப்பெயர்தான் நினைவுக்கு வரும்.

காலையிலும், மாலையிலும் வேலைக்குப் போகும் பண்ணையாட்கள் கூட்டமிருக்கும். இடைவேளைகளில் கிராமத்தாட்கள் கூட்டங்கூட்டமாகக் களஞ்சியங்களின் முன்னால் நிற்பதைப் பார்க்கலாம். பள்ளர். பறையர். மறவர். கோனார் போன்ற தாழ்த்தப்பட்ட, பின்தங்கிய சாதிக்காரர்கள் தங்கள் குடும்பப் பிரச்சினைகளை தகராறுகளைப் பேச கைகட்டி சிறியாணங்கையைக் கண்ட சர்ப்பம் மாதிரி அடங்கி ஒடுங்கி பெட்டிப் பாம்பாக "நாயன் வாயிலே என்ன உதிக்கோ" வென்று காத்து நிற்பார்கள். போலீஸ் அதிகாரியின் முன்னால் கூட இவ்வளவு அமைதியைப் பார்க்க முடியாது.

விவகாரங்களைத் தீர்த்துவைப்பது பண்ணையாரின் அனுபவத்தையும் அறிவையும் பொறுத்ததல்ல; அரண்மனைக் கோழி முட்டை ஏழை வீட்டு அம்மியையும் உடைக்குமென்பதைக் கேட்டுப் பழக்கமாகிவிட்டதல்லவா!

பண்ணையார் மைனராக இருந்தாலும் தீர்ப்புச் சொன்னால் தீர்ப்புக்கு மேல் அப்பீல் கிடையாது. பண்ணையார்களின் போலீஸ், நீதி, நிர்வாகத்திற்கு அரசாங்கத்தின் 'குவாலிபிகேஷன்ஸ்' தேவையேயில்லை.

பண்ணையார் சண்முகம்பிள்ளை மதிய உணவு அருந்திவிட்டு விச்சிராந்தியாகச் சாய்வு நாற்காலியில் அமர்ந்தார். கோடைக் காலத்தில் பொதிகை மலையில் அழுது வடியும் அருவி நீர் போலப் பண்ணையாரின் பருத்த திரேகத்தில் உண்ட களைப்பின் வேர்வை சிந்தி சிற்றோடைகளாக ஓடியது. பண்ணைக்காரன் முழுக்குருத்தோலை விசிறியால் வீசி வேர்வை நீரை உலர வைத்தான்.

களைப்பாறியவுடன் பண்ணையார் வே! ஆண்டித் தேவா! உம்ம தெருக்காரனுக நேத்து கூட்டத்துக்கு வந்தானுகளா? நேத்து வந்தவரு ரொம்பப் பெரிய மனுஷன்! பெரிய அதிகாரியாக இருந்தவருவே! கட்சி ஆரம்பிச்சிருக்காரு! உங்க முத்துராமலிங்கத்தேவரு கூட அவரைத்தான் "சப்போட்டுப்' பண்ணுதாரு! நானும் அவரிட்ட பேசிக் கிட்டிருந்தேன்! மாலையும் போட்டேன். அவரு கட்சிக்கு ஆதரவு கொடுக்கணும்னு என்னை ஸ்பெஷலாக் கேட்டாருவே!

இந்தச் சாணான் மந்திரியாக இருக்காம் பாரும், அவனை ஒழிக்க இவருதான் சரி; பள்ளப்பய, பறப் பயல்லாம் தலகால் தெரியாம அலையுதானுக பாரும்! அவனுகளையும் ஒடுக்கதுக்கு இதுதான் சரி! என்று அரசியல் போதித்தார்.

ஒரு நாளுமில்லாமல் திடீரென்று பண்ணையார் இவ்வளவு அன்பாகப் பெயர் சொல்லி அழைத்தது பண்ணைக்காரருக்கு ஆச்சரியமாக இருந்தது. ஆமான்னு சொன்னாலும் ஆத்திரம் வரும். இல்லைன்னு சொன்னாலும் எரிச்சல் வரும், நமக்கெதுக்கு வம்புச் சனியனென்று நினைத்து "எனக்கென்ன தெரியும் எசமான்! பண்ணைக்கு விடிஞ்சால் வாரேன், அடஞ்சால் போரன்" என்று பௌவியமாகப் பதில் சொன்னார்.

"அதுக்கில்லவே! தேவரே! இருந்தாலும் காலம் வார வரத்தைப் பார்த்தால் நல்லா இல்ல பாரும்! நம்ம கிராமத்துப் பயல்களும் கட்சி கிட்சின்னு கிளம்புதானுகனில்லையா! முளையிலேயே கிள்ளி யெறியனுமில்லவே! அதுக்குத்தான் சொல்லுதேன்!! என்று பேசி முடித்தார்.

நாடெங்கும் பொதுத் தேர்தல் நெருங்கியது. கைலாசபுரம் தொகுதியிலும் காங்கிரஸ், சுதந்திரா, கம்யூனிஸ்ட் கட்சி அபேட்சகர்கள் போட்டியிட்டனர். காங்கிரஸ் கட்சியின் சார்பில் திருவாளர் குமாரசாமியாபிள்ளை அவர்கள் மூன்றாவது தடவையாகவும் சட்ட மன்றத்திற்குப் போட்டியிடுகிறார்.

பருவ வேலை ஆரம்பமாகும்பொழுது தரகர்களோடு மாடு பிடிக்கக் கிளம்பும் விவசாயிகளைப்போல. அபேட்சகர்கள், வோட்டர் மகாஜனங்களை நோட்டம் பார்க்க சில பெரிய மனுஷாட்களைக் கூட்டிச் சென்றனர். மன்னர்கள் 'ரதகஜ துரகபதாதி'களைத் தயாரிப்பார்களல்லவா! காங்கிரஸ் அபேட்சகர் குமாரசாமியா பிள்ளையைக் கேட்கவா வேண்டும். அவருக்குச் சொந்தக்காரர்களே ஏராளம். வெளியில் இருக்கும் வெயில் உள்ளே தெரியாமலிருக்கும் கார்கள் 'பியட்' 'பிளைமவுத்' இன்னும் புதுப்புது ரகங்கள். அழகிய அன்னங்கள் வருவது போல ரோட்டில் கார்கள் மிதந்து வரும். ஒவ்வொன்றும் ஒவ்வொரு ராக தாளத்தோடு ஹார்ன் அடித்து வருவதைப் பார்த்தால். வைராக்கியமுள்ள எதிரிகள் கூடப் பிரமித்துவிடுவார்கள். மேற்கண்ட தோரணைகளோடு. திரு. குமாரசாமியாபிள்ளை அவர்கள். அபேட்சாபத்திரம் தாக்கல் செய்தவுடன் கைலாசபுரம் வளசல் பண்ணையார்களைப் பார்க்க வந்தார். பண்ணையார் களெல்லாம் கூடிவிட்டனர்.

"இந்தத் தடவையும். நம்மைத்தான் இந்தத் தொகுதியில் அபேட்சகராக நிறுத்தியிருக்கிறார்கள். உங்க தயவில்தான் ஜெயிக்கணும்! வேண்டிய ஆதரவு கொடுக்கணும்! என்றார் குமாரசாமியாபிள்ளை.

அதற்கென்ன! நீங்க நிற்கும்போது வேறு யாருக்கு உதவி செய்ய முடியும். ஆனால் காங்கிரஸ் கட்சி செய்திட்டு வர்ரது ஒன்னும் சரியாகத் தெரியலை' என்று பண்ணையார் சண்முகம்பிள்ளை வெறுப்பைக் காட்டினார்.

பண்ணையார் இப்படிச் சொல்லுவாரென்று குமாரசாமியாபிள்ளை எதிர்பார்க்கவே இல்லை. பண்ணையார் வகையறாக்களுக்குத் தான் செய்த உபகாரத்திற்குத் துரோகம் செய்ய மாட்டார்களென்பதில் நம்பிக்கையுண்டு. தான் செய்ததை மறந்துவிடாமல் நினைவூட்ட விரும்பினார்.

"பண்ணையார்வாள்! காங்கிரஸ் கட்சி என்ன செய்திரும்ன்னு நினைக்கேள்; நம்மைப் போலுள்ளவர்களைப் பகைச்சு எப்படி ஆட்சி நடத்த முடியும். வெளிப்பகட்டுக்கு அப்படி இப்படின்னு சட்டம் கொண்டுவர்ரதுதான். அமுல் நடத்துவது யாரு! எல்லாம் நாமதானே! சட்டம் வருதுன்னு தெரிஞ்சதும் உங்களிடம் பட்டாப் பிரிச்சு எழுதிடுங்கன்னு சொல்லலையா! எல்லாம் இந்த மாதிரித்தான், ஒன்னும் கவலைப்படாதீங்க! காலம் போற போக்கில எதுவும் பச்சையாகப் பகைச்சிடக்கூடாது, ஸ்ரீமான் சிஆர். ஒரு போக்காப் போறாரு! அப்படியும் எதிர்ப்பிருக்க வேண்டியதுதான். காரியத்திலே வரும்பொழுது மூன்றாவது கட்சிக்கு இடம் கொடுத்திடக்கூடாது பாருங்க! என்று வினயமாகக் கூறினார்.

"நீங்க சொல்வதுஞ் சரிதான்; இந்தத் தடவை ஒருத்தருக்கும் இறங்கக்கூடாதுன்னு இருந்தோம். நீங்களும் எங்களைத் தேடிவந்திட்டேள்! போன தேர்தல் மாதிரி இருக்காது! ஊருக்கு ஊரு படிச்சிட்டானுக. ஊருக்கு இரண்டு கட்சிகள் வச்சிருக்கானுக. ரோடு போடணும், ரேடியோ வைக்கணும், அந்தச் சட்டம் வேணும், இந்தச் சட்டம் வேணுமின்னு பேசுதானுக! இப்போ ஆள் பிடிமானமும், பணச்செலவும் அதிகமாகும் போலத்தெரியுது" என்றார் பண்ணையார் சண்முகம் பிள்ளை.

கைலாசபுரம் தொகுதி வாக்காளர்களில் கணிசமான எண்ணிக்கையுள்ளவர்கள் மறவர் சாதியினர். அந்த

சாதிக்காரர்களின் உதவி பண்ணையார்களுக்கு வேண்டுமல்லவா! அதே நினைப்பில் சுதந்திராக்கட்சியும் மறவர் சமூகத்தைச் சேர்ந்த ராமையாப் பாண்டியன் என்பவரை அபேட்சகராக நிறுத்தியது. சந்நியாசிக்கே சாதிப்பித்து வந்துவிடுகிறதே! படித்தவனும் அரசியல் அறிவாளிகளுமே சாதியைக் கருத்தில்கொண்டு செயல்படும்போது, கிராமத்திலுள்ள பின்தங்கிய மக்களைப் பற்றிக் கேட்கவா வேண்டும்! மறவர் சாதிக்காரர்களிடம் சாதிப் பற்று என்றுமில்லாதவாறு கிளம்பிட்டது. இம்முறை எப்படியாவது நம்ம சாதிக்காரனை ஜெயிக்க வச்சிர வேண்டியதுதானென்று ஊரூராக வரிஞ்சுகட்டிப் புறப்பட்டார்கள். பாவம்! அவர்களுக்கு இதிலுள்ள உள் சூது என்ன தெரியும்! கைக்காடையைக் கொண்டு காட்டுக் காடையைப் பிடிப்பது போல. கட்சிக்கு ஆள் சேர்ப்பதற்காகத்தான் திரு. ராமையாப் பாண்டியனைப் போட்டிருப்பது அவர்களுக்குத் தெரியாது.

ஊருக்கு இரண்டு தலைமைக்காரத் தேவர்களைக் கூட்டிக்கொண்டு அபேட்சகர் ராமையாப் பாண்டியனும் கைலாசபுரம், வளசல் பண்ணையார்களைப் பார்த்து தேர்தல் களத்தில் நிற்பதைச் சொல்லி ஆசிர்வாதம் பெறச்சென்றார்.

கீழச்சேரி பெரிய பண்ணையிடம் போனார்கள். எல்லாப் பண்ணைகளும் இருந்தனர். பண்ணையார்களை பார்த்தவுடன் போனவர்களுக்கு வழக்கமான மரியாதை கலந்த அச்சம் அறியாமலே வந்துவிட்டது. மேல் துண்டை இறக்கி பௌவியமாக நின்றார்கள்.

“என்ன ராமையா! ஒரு நாளும் வராத ஆளு! வந்திருக்கயா என்ன? என்று குத்தலாகக் கேட்டார் பண்ணை சண்முகம் பிள்ளை.

“எல்லாம் பண்ணையைப் பார்க்கத்தான் வந்திருக்கம்! தம்பி ராமையாவைத்தான் ஓட்டுக்கு நிறுத்திருக்காங்களாம். பண்ணையில. . . உதவணும்னு கேட்கத்தான் வந்திருக்கம்” என்று வந்தவர்களில் முதியவரான பெரிய பாண்டித்தேவர் அடக்கமாகப் பதிலளித்தார்.

"அதுக்கென்ன! பேஷா நிக்கவேண்டியதுதான்! இப்பத்தான் யாரும் நிக்கலாம்னு சட்டமிருக்க! ராமையா நம்ம மனுஷந்தான்! கட்சியும் நம்ம கட்சிதான். ஆனா வந்திருக்கேளவே! கடைசிவரை ஒத்துமையா நிப்பேளா" என்றார் பண்ணையார்.

"அதென்ன! அப்படிச் சொல்லிட்டியே. . பண்ணையில சொன்னா மாறுவமா! ஒத்துமையா நிக்கணும்னுதான் பண்ணைலே கேட்க வந்திருக்கம்" என்று சொன்னார் பாண்டித்தேவர்.

"வே! அதெல்லாம் சரிதான்! ராமையா, முன்னாலேயே நம்ம குமாரசாமியாபிள்ளைவாளும் வந்து கேட்டிட்டாரு! அவரும் பெரிய மனுஷன்! படிச்சவன். சொத்துக்காரன். நம்ம தயவு வேணும்னு சேருதேடி வந்திட்டாரு! நாங்களும். சரியின்னு சொல்லிட்டோம்! வாக்கு மாறுதது சரியில்லை பாரும்! நீங்களும் ஓட்டுக் கேளுங்க! வம்பு கிம்பு பண்ணீராதிங்க! நாங்க போற இடத்திலே அவருக்குள்ள மரியாதையை குறைத்திராதீங்கவே! பண்ணையில இப்படிச் சொல்லுதாகளேன்னு நினைக்கக்கூடாது. நீங்களும் நாமும் என்னைக்கும் தோண்டியும் கயிறுமாகத்தான் இதுவரை இருந்து வந்திருக்கோம்! காலத்தை அனுசரிச்சுப் போங்கவே! என்று புத்திமதிகளைக் கூறி ஆசீர்வதித்து அனுப்பி வைத்தார்.

ராமையாப் பாண்டியனும். இனத்தார்களும் பண்ணையார்கள் சொன்னதை ஒவ்வொருவரும் ஒவ்வொரு விதமாகப் புரிந்துகொண்டு. தலைகுனிந்து துண்டு மேல ஏறவும். இறங்கவுமாகத் திரும்பினர்.

தேர்தல் நெருங்க. நெருங்க கட்சிகள் பிரச்சார வேகத்தில் இறங்கின. ஓட்டர்களை விலைக்கு வாங்க பணப்பையுடன் ஊருக்குள் இறங்கினர் ஒரு சாரார். தங்களுக்கு நிச்சயமாக ஓட்டுப் போட மாட்டார்களென்றுத் தெரிந்தவர்களைப் பணம் கொடுத்தும், பயமுறுத்தியும் ஓட்டுச் சாவடிக்கு வரக்கூடாதென்று தடுத்து நிறுத்தினர் ஒரு

சாரார். ஊர்க்கோவிலுக்கு வசூல் செய்து கொடை கொடுப்பதுபோல, கம்யூனிஸ்ட் கட்சி தன் அபேட்சகருக்காக அங்கங்கே ஏழை எளியவர்களிடம் பணம் வசூலித்துப் பிரச்சாரம் செய்து வந்தது. கம்யூனிஸ்டு அபேட்சகரை ஆதரித்து பிரம்மாண்டமான சைக்கிள் ஊர்வலம் நடந்தது. ஊர்வலத்தில் பெரும்பகுதி தாழ்த்தப்பட்ட வாலிபர்கள். வேதனைப்படும் காலத்தில் ஆதரவு கொடுத்து ஆறுதலளிப்பது கம்யூனிஸ்ட கட்சிதானென்று தெளிந்த முடிவுக்கு வந்தவர்கள், ஊர்வலத்தினர் உள்ளத்திலிருந்து கோசமெழுப்பினர். வெயிலையும் பாராமல். காற்றையும் எதிர்த்து 'விர் விர்'ரென்று சைக்கிளை மிதித்து முன்னேறிச் சென்றது. எதிரிப்படைகளைப் போருக்கு அழைக்க 'வாங்கா' போன்ற போர்க்கருவிகளை உபயோகித்ததுபோல, மெகபோனைக் கையிலேந்தி, உரிமைக் குரலெழுப்பிச் சென்றனர். கைலாசபுரம், வளசல் பண்ணையார்களின் களஞ்சியங்களின் முன்பும் சைக்கிள் ஊர்வலம் போனது.

ஊர்வலத்தைப் பார்த்ததும் பண்ணையார்கள் வெடவெடத்துப் போயினர். ஆத்திரத்தில் தொண்டை கம்மியது. காற்றோட்டத்திற்காக வெளியிலிருந்தவர்கள் சிறுமிக்கொண்டு திரும்பித் திரும்பிப் பார்த்து கதவு ஓரத்தில் நின்று ஊர்வலத்தின் மீது பார்வையைச் செலுத்தினர். இவ்வளவு வேதனையும் ஊர்வலத்தைப் பார்த்தது மாத்திரமல்ல. ஊர்வலத்தில் சென்றவர்களின் மெகபோன் வைச்சு பேசிக்கிட்டு பண்ணைக் களஞ்சியத்துக்கு முன்பே. எதிர்க்கட்சியில் சேர்ந்து கும்மாளமடித்தால் யாருக்குத்தான் மனசுகேட்கும்.

ஏலே! ஆண்டித்தேவா! பாக்க சகிக்குதா! நீயெல்லாம் மறவன்னு திரியலாமா! மனசு கேட்கலியே! நம்ம அடியான் பறப்பய முனியன் மகனில்லா குழாய் வைத்து ஊதிக்கிட்டுப் போறான் பாத்தியா! எவ்வளவு திமுரு! அந்தப் பயல வீட்டை விட்டு விரட்டி, பூட்டிச் சாவியைக் கொண்டுவா. நெல்லைச் கசக்கினாம்னு முனியன் மகனை புறங்கையைக் கட்டிக்

கொண்டு வா! போலீஸில் ஒப்படைச்சு கழுதையை ஜெயிலுக்குப் அனுப்புவம்! என்று ஆக்ஞையிட்டார்.

ஆளரவமில்லாத நேரம் அதிகாலை மூன்று மணிக்கு முனியன் வீடு தீப்பற்றி எரிந்தது. தீ வைத்தது யாரென்னு ஊருக்குத் தெரியாது. தெரிந்தவர்களுக்கும் வெளியில் சொல்லப் பயம். நெல்லுச் சாக்குடன் முனியன் மகன் மாடசாமி புறங்கை கட்டப்பட்டு போலீஸ் ஸ்டேஷனில் நின்றான்.

"திமிரு புடிச்ச பய! இவன் கசக்குவான் ஐயா! பூடந்தெரியாம சாமி ஆடியிருக்கான்! இப்ப ஆப்புட்டுக் கிட்டானா!" என்று பார்த்தவர்களில் சிலர் பேசிப் போனார்கள்.

ஆர்.என். கண்ணன் என்ற புனைபெயரில் (சாந்தி 1–4–1962) எழுதிய சிறுகதை.

விபின் சந்திரபாலர்: பாரதி போற்றிய தேசியத் தலைவர்

பாரதி பிறந்த மண்ணாம் எட்டயபுரத்தில் 1977 செப்டம்பர் 13,14 தேதிகளில் எட்டயபுரம் பாரதி முற்போக்கு இளைஞர் மன்றம் நடத்திய பாரதி விழா கருத்தரங்கில் வாசித்த கட்டுரை இது. பாரதியை நினைவுகூரும் இந்நாளில் அதை இங்கு பிரசுரம் செய்கிறோம்.

மகாகவி பாரதி அவர் வாழ்ந்த காலத்தில் குரலை கவிதையாகப் பொழிந்தார். புதிய சமுதாயம் உதயமாவதைத் தலைக்கோழியாகக் கூவித் துயில் எழுப்பினார். இந்திய நாட்டைக் கவ்வியிருந்த ஆங்கிலேயர் ஆட்சியை விரட்ட மக்களைத் தட்டியெழுப்பி கவிதைகளால் சங்க நாதம் முழங்கினார்.

பாரதி வாழ்ந்த காலத்தில் உலக நாடுகளில் நடைபெற்ற முற்போக்கான புதிய மாற்றங்களையெல்லாம் வரவேற்று வாழ்த்துக் கூறினார். இந்நிகழ்ச்சிகளுக்குத் தலைமை தாங்கும் தலைவர்களையெல்லாம் இனம் கண்டு பாராட்டிப் பனுவல் பாடினார்.

புதிய சமுதாயம் காணப் போராடும் தலைவர்களைப் பாராட்டத் தயங்காத புரட்சிக்கவி பாரதி அதன் எதிராளிகளைச் சாடுவதிலும் அஞ்சவில்லை.

திலகரைப் பாராட்டிய பாரதி, கோகலேயின் வழியை இகழ்ந்துரைக்க அஞ்சவில்லை; தீவிர தேசியவாதிகளைப் புகழ்ந்த நேரத்தில். நடிப்புச் சுதேசிகளைக் கிண்டலும் செய்தார்.

1904ல் சென்னை சுதேசமித்திரன் பத்திரிகை துணை ஆசிரியராகப் பொறுப்பெடுத்த காலத்திலிருந்து-1921 செப்டம்பர் 11 முடிய பதினேழு ஆண்டுகளில் தீவிர தேசிய வாதியாகவும் உலகைப் பற்றிய சிந்தனையாளராகவும், நாட்டின் விடுதலைக்காகவும், சமுதாய மாற்றத்துக்காகவும் பாடிய புரட்சிக் கவியாகவும் வாழ்ந்து காட்டியவர் பாரதி.

பாரதி வாழ்ந்த காலம் - 39 ஆண்டுகள்தான் - குறுகியதாக இருந்தாலும் தனது முத்திரையைப் பதிப்பித்துவிட்டார். பாரதி பணியின் சிறப்பையும் தமிழகத்தில் ஏற்படுத்திய தாக்கத்தையும் விளக்கிக் கூறிய தமிழ்த் தென்றல். திரு.வி.க. அவர்கள் இது. "பாரதியுகம்" என்று சரியாகக் கணித்துக் கூறினார்.

உலக நிலைமை

முதலாளித்துவம் வளர்ந்து ஏகாதிபத்தியமாக முதிர்ச்சி யடைந்திருந்த காலம், ஐரோப்பிய வல்லரசுகள் உலக நாடுகளை அடிமைப்படுத்தி தங்கள் நாடுகளின் உற்பத்திப் பொருட்களை விற்கும் சந்தைகளாக்கிவிட்டன. ஆசிய, ஆப்பிரிக்கா கண்டங்களெல்லாம் பங்குபோடப் பட்டுவிட்டன. புதிய சந்தைகளுக்காக ஏகாதிபத்திய நாடுகளுக்குள் போட்டிகள் தோன்றின. யுத்தங்களாக வெடித்தன. 1904-1905 ல் மேற்கத்திய நாடுகளில் ஒன்றான ருஷ்யாவை ஆண்டு வந்த மன்னன் சீனாவை ஆக்கிரமித்தான்; ஜப்பானுடன் மோதினான். கீழை நாடான ஜப்பானிடம் ருஷ்ய ஜார் மன்னன் தோற்றான். இந்நிகழ்ச்சி ஆசிய நாடுகளிடையே விழிப்பை ஏற்படுத்தியது. உலகெங்கும் விடுதலை வேட்கையை மூட்டியது. ஜார் மன்னன் ஜப்பானிடம் தோற்றதை வரவேற்ற பாரதி "கீழ்த் திசைக்கெல்லாம் ஓர் மாணிக்கம் போன்றதாகிய அற்புதமான மாறுபாடுகளை அடைந்து வருகின்றது" என்று "ஏஷியாவின் விழிப்பும் இந்தியாவின் கடமையும்", என்ற தலைப்பில் இந்தியா பத்திரிகையில் எழுதியிருக்கிறார்.

இதே காலத்தில் ஜார் மன்னனை எதிர்த்து தோழர் லெனின் தலைமையில் சோஷியல் டெமாக்ரடிக் கட்சி

போராட்டத்தைத் தொடுத்தது. பாகூ, பீட்டர்ஸ்பர்க் நகரங்களிலும் ருஷிய நாடெங்கும் தொழிலாளர் வேலை நிறுத்தங்களும் விவசாயிகள் போராட்டங்களும் நடைபெற்றன

இந்திய நிலைமை

1905ம் வருடத்திய ருஷ்யப் புரட்சியின் கருத்துக்கள் காலனி நாடுகளின் விடுதலை வீரர்களின் கவனத்தை ஈர்த்தன.

"சுயாதீனத்தின் பொருட்டும், கொடுங்கோன்மை நாசத்தின் பொருட்டும் நமது ருஷ்யத் தோழர்கள் செய்துவரும் உத்தமமான முயற்சிகள் மீது ஈசன் பேரருள் செலுத்துவாராக" என்று பாரதி வரவேற்கிறார்.

1905ல் வங்கத்தைப் பிரித்துத் துண்டாடச் செய்த பிரிட்டிஷ் ஆட்சியின் சதியை எதிர்த்து வங்கமே கொதித்தெழுந்தது. பாரதத்தில் தேசிய உணர்வை வேகமாகக் கிளப்பியது. காங்கிரஸ் மகாசபையின் தீவிரவாதிகளாக விளங்கிய தலைவர்கள் அனைவரும் நாடெங்கும் பிரிட்டிஷ் ஏகாதிபத்தியத்தை எதிர்த்துக் கனல் தெறிக்கும் பிரச்சாரத்தைக் கிளப்பினார்கள்.

இருபதாம் நூற்றாண்டுத் துவக்கத்தில் இந்திய விடுதலை இயக்கத்தின் தீவிரவாதிகளாகத் திகழ்ந்தவர்கள் மூவர். பால கங்காதர திலகர், லாலா லஜபதிராய், விபின் சந்திரபாலர், இம்மூவரும் பிரிட்டிஷ் ஏகாதிபத்தியத்தின் வைரிகளாக வாழ்ந்துவந்தார்கள். அந்நிய ஆட்சியின் கடும் தண்டனைக் குள்ளானார்கள். காங்கிரஸ் கட்சிக்குள்ளேயே இம்மூவர்களும் தீவிர கருத்துள்ள புதிய தேசியக் கட்சியை உருவாக்கினார்கள்.

பாலரின் அடிமை

இம்மும்மூர்த்திகளும் - பாரதியின் உள்ளம் கவர்ந்த தலைவர்களாக விளங்கினார்கள்.

அன்னியர் தமக் கடிமை யல்லவே-நான்
அன்னியர் தமக்கடிமை யல்லவே!
மன்னிய புகழ்ப் பாரத தேவி
தன்னிருதாளிணைக் கடிமைக் காரன்!
இலகு பெருங்குணம் யாவைக்கும் எல்லையாம்.
திலக முனிக்கொத்த அடிமைக்காரன்!
வெய்ய சிறைக்குள்ளே புன்னகையோடுபோம்
ஐயன் பூபேந்திரனுக்கடிமைக் காரன்
காலர் முன்னிற்பினும் மெய் தவறா எங்கள்
பாலர் தமக்கொத்த அடிமைக்காரன்!

என்று தனது அசைக்கவொண்ணா அன்பை இத்தலைவர்கள் மீது வைத்திருந்தாரென்பதை 'பாரத தேவியின் அடிமை' என்ற பாடலில் தேசியத் திருத்தொண்டர் தொகையாகப் பாடியிருக்கிறார் பாரதி.

எமனே வந்து நின்றாலும் தான் நினைத்ததைச் செய்து முடிக்கும் திடமும் திறனுமுள்ள விபின் சந்திர பாலருக்கு தான் அடிமை என்று கூறுகிறார். விபின் சந்திர பாலரின் மீது பாரதிக்கு இருந்த அன்பை எடுத்துக்காட்டுகிறது இப்பாடல்.

விபின் சந்திர பாலருடன் பாரதிக்கு நேரடித் தொடர்பு இருந்திருக்கிறதென்பதற்குப் பல சான்றுகள் உள்ளன.

வங்கப் பிரிவினையை எதிர்த்து நாடெங்கும் பிரச்சாரம் செய்துவந்த விபின் சந்திரர். 1916ல் ஆந்திராவுக்கு வந்திருக்கிறார். பாரதி ஆந்திராவுக்குச் சென்று விபின் சந்திர பாலரை நேரில் சந்தித்து சென்னைக்கு அழைத்து வந்தாராம்.

இந்தச் சம்பவத்தைச் சென்னை மாநில தொழிற்சங்க காங்கிரஸ் தலைவராக இருந்த திரு.வி. சக்கரைச் செட்டியார். "பாரதியாரின் ராஜிய வாழ்வு" என்னும் கட்டுரையில் கீழ்க் கண்டவாறு குறிப்பிடுகிறார்.

"பாரதியார். பாலர் பெஜவாடாவில் பிரசங்கம் புரிந்து வருகையில் சென்னைக்கு யௌவன தேசியவாதிகளின்

பெயரால் வரக்கோர எங்களால் அனுப்பப்பட்டார். அவரது சென்னை விஜயம் இந்திய சரித்திரத்திலேயே ஓர் பெரிய சம்பவமெனலாம். இந்நாளைய தேசியவாதத்திற்கு அதுவே அடிகோலியதென்று கூறவேண்டும். அதனைப் பெயர் போன ரௌலட் கமிட்டியும் உணர்ந்துகொண்டு இம் மாகாணத்தில் கண்ட அராஜகச் செயல்களுக்கு ஸ்ரீபாலரின் விஷமஞ் செய்யத் தூண்டுவதெனப்பட்ட பிரசங்கங்களே என்று கூறியிருக்கிறது."

திரு. சக்கரைச் செட்டியார் குறிப்பிடுவதிலிருந்து பாரதி - விபின் சந்திரபாலரை அழைத்து வந்து சென்னையில் பல கூட்டங்களை நடத்தியிருக்கிறார் என்று தெளிவாகிறது.

தடையை மீறிய பாட்டு

வங்கத்தின் சிறந்த நாவலாசிரியர் பங்கிம் சந்திரரின் "வந்தே மாதரம்" பழைய தெய்வங்களை வியத்தகு முறையில் உருவகப்படுத்திய பாடல். நாடெங்கும் பெண்களிடையேயும் மக்கள் மத்தியிலும் புதிய தேசிய உணர்வைப் பரப்பியது. பங்கிம் சந்திரரின் வந்தே மாதரம் பாடலே பாரதியின் "இனிய நீர்ப் பெருங்கினை" என்று தொடங்கும் பாடல் என்று சொல்லலாம்.

பிரிட்டிஷ் ஏகாதிபத்தியம் வந்தே மாதரம் பாடலுக்குத் தடை விதித்தது. பாரதி தடையை மீறி வந்தே மாதரம் என்போம் என்ற பாடலையும் இயற்றினார்.

விபின் சந்திர பாலர் வந்தே மாதரம் என்ற பெயரில் ஒரு பத்திரிகையே ஆரம்பித்தார். இச்செய்தியைப் பாரதி கீழ்க்கண்டவாறு இந்தியா பத்திரிகையில் பிரசுரித்திருக்கிறார்.

"ஆதியிலே நமது பத்திரிகை தொடங்கும் காலத்தில் இதற்கு வந்தே மாதரம் என்று பெயர் வைத்து விடலாமென்று ஆலோசித்தோம். தேசமாதாவை வணங்குகிறோம் என்ற கருத்துடைய மேற்படி மந்திரத்தைப் பெயராக வைத்திருப்பதைக் காட்டிலும் மாதாவின் பெயரையே நமது பத்திரிகைக்குச்

சூட்டி விடுதல் பொருந்தும் என்று பிறகு ஒரு யோசனை உண்டாயிற்று. இதற்கிணங்கவே நமது பத்திரிகைக்கு இந்தியா என்ற பரிசுத்த நாமம் அளிக்கப்பெற்றது."

எனினும் இப்போது "வந்தே மாதரம்" என்ற புனிதப் பெயருடன் கல்கத்தாவிலேயே தினப்பத்திரிகையொன்று வெளிவந்திருப்பதை நோக்கி சந்தோஷமடைகிறோம். தேசபக்தி சிரோர்த்தராகிய ஸ்ரீமத் விபின் சந்திர பாலரால் நடத்தப்பெறுகின்றது. இவர் பழைய "காங்கிரஸ்" கட்சியைச் சேர்ந்தவரில்லை. ஸ்ரீதிலகர், ஸ்ரீலஜ்பத்ராய், ஸ்ரீநவுரோஜி முதலிய சீர்திருத்தக் கட்சியைச் சேர்ந்தவர் மகாதீரர். அநீதியும் அக்கிரமமும் யார் செய்த போதிலும் இவரது பத்திரிகையை "மாதா" நன்கு ஆசீர்வதித்து இது நெடுங்காலம் பெரும் புகழுடன் வாழுமாறு அருள்புரிவாராக."

விபின் சந்திரரின் பத்திரிகையை வாழ்த்தியதோடு மட்டுமல்ல. பாரதி அதைத் தொடர்ந்து தானும் "பால பாரத்" எனும் ஆங்கிலப் பத்திரிகையை வெளியிடத் துணிந்தார்.

"நமது ஆபிசிலிருந்து "பால பாரத்" என்ற ஆங்கிலேய வாராந்திர பத்திரிகை பிரசுரமாகப் போகின்றது. இதன் நோக்கங்களும் நடைமுறைகளும். "இந்தியா" பத்திரிகையின் மாதிரியை ஒட்டியேயிருக்கும். தேச பக்தி, ஜனசேவை, என்பவைகளே அப்பத்திரிகையின் தொழிலாகும். பம்பாய் மாகாணத்தில் ஸ்ரீ பாலகங்காரத் திலகராலும், கல்கத்தாவிலே ஸ்ரீவிபின் சந்திர பாலராலும் பரப்பப் பெற்ற புதிய கட்சிக் கோட்பாடுகளைப் பரப்புவதற்கு சென்னை மாகாணத்திலே ஒரு இங்கிலிஷ் பத்திரிகை இல்லாதிருப்பதால் அக்குறையைத் தவிர்க்கும்பொருட்டு நமது 'பால பாரத்' பத்திரிகை தொடங்கப்பட்டிருக்கிறது" என்றும் பாரதி எழுதியிருக்கிறார்.

புதிய கட்சியின்பால் தனக்குள்ள ஆர்வத்தையும் விபின் சந்திரபாலர் துவங்கிய பத்திரிகை பற்றித் தனக்குள்ள பிடிப்பையும் இச்செய்திகள் நன்கு வெளிப்படுத்துகின்றன.

காங்கிரஸ் மகாசபை 1906ல் கல்கத்தாவில் நடைபெற்றது. அந்த காங்கிரஸ் கூட்டுவதற்கு முன்பு புதிய கட்சியின் முக்கிய பிரமுகர்கள் கூடி விவாதித்து சில தீர்மானங்களை முன்வைப்பதாக இருந்தது. இக்கூட்டத்தில் கலந்து கொள்ளுமாறு பாரதிக்கு விபின் சந்திரபாலர் கடிதம் எழுதியிருந்ததாக பாரதியே குறிப்பிடுகிறார்.

"சென்னையில் புதிய கட்சிக்கு ஒரே பிரதிநிதியாய் இருக்கும் நமது தமிழ்ப் பத்திரிகையின் ஆசிரியர் மேற்படி சபைக்கு அவசியம் வந்து சேரவேண்டுமென்று ஸ்ரீவிபின் சந்திரபாலரும், ஸ்ரீதிலகரின் உயிர்த் துணையாகிய ஸ்ரீகாபர்தேயும் வற்புறுத்திக் கடிதம் எழுதியபடியால் இப்பத்திராதிபர் அங்கு செல்கிறார்" என்று இந்தியா பத்திரிக்கையில் குறிப்பிடப்பட்டுள்ளது.

கல்கத்தா காங்கிரசுக்குத் திலகரையே தலைமை தாங்கவேண்டுமென்று விபின் சந்திரபாலர் வற்புறுத்தியதாக பாரதி தெரிவிக்கிறார். ஆனால் மிதவாதிகள் முன்கூட்டியே திட்டமிட்டுத் திலகரும் மறுக்க முடியாதவாறு தாதாபாய் நவுரோஜியைத் தலைமை வகிக்கக் கேட்டுக்கொண்டதாக மிதவாதிகளின் தந்திரத்தைப் பாரதி அம்பலப்படுத்துகிறார்.

பிரிட்டிஷ் ஆட்சியின் ஆயுதச் சட்டத்தை எதிர்த்து விபின் சந்திரபாலர் தொடர்ந்து போராடி வந்திருக்கிறார்.

"ஆயுதச் சட்டமென்ற சட்டத்தின் தீங்குகளையே கண்டனை புரிந்து "நவீன இந்தியா" என்ற பத்திரிகையிலே ஸ்ரீ விபின் சந்திரபாலர் ஒரு குறிப்பெழுதி இருக்கிறார். அதில் அவர் இச்சட்டத்திற்கு ஜனங்கள் அடங்கி நடப்பது நியாயமா? என்பதைப் பற்றி விவகாரம் புரிகின்றார். பிரிட்டிஷ் சட்டத்திற்கு மேற்பட்டு தெய்வீகச் சட்டம் ஒன்றிருக்கிறது. பிரிட்டிஷ் நீதியும் தெய்வீக நீதியும் ஒன்றுக்கொன்று முரண்படும் காலத்தில் நாம் பிரிட்டிஷ் நீதியை உதாசீனம் செய்துவிடலாம். அது தவறாக மாட்டாதென்று விபின் பாலர் வற்புறுத்துகிறார்.

இந்தியர்கள் மட்டுமே லைசென்ஸ் இல்லாமல் ஆயுதங்கள் வைத்திருக்கக்கூடாதென்றும், லைசென்ஸ் கேட்டபோது கொடுபடாமலும் விதியிருக்கும் வரை இந்தியர் எந்த உபாயத்தாலேயேனும் ஆயுதங்கள் வைத்துக்கொண்டு அதை அதிகாரிகள் கேட்கும்போது கொடுக்க மறுப்பது குற்றமாகமாட்டாதென்று விபின் பாலர் அபிப்பிராயப் படுகின்றார். இவருடைய விவகாரங்களுக்கும் முடிவுகளுக்கும் எந்தவிதமான ஆட்சேபமும் கூறமுடியுமென்று நமக்குத் தோன்றவில்லை" இவ்வாறு விபின் சந்திர பாலரின் கருத்தை ஆதரித்து 'இந்தியா' பத்திரிகையில் எழுதினார் பாரதி.

பாலரின் சரிதை

மகாகவி பாரதியின் உள்ளத்தைக் கவர்ந்தவரும் அரசியலுக்கு ஆதர்ஷ புருஷனாகவும் இருந்த விபின் சந்திர பாலரின் வாழ்க்கைச் சுருக்கத்தை 'இந்தியா' பத்திரிகையில் பாரதி வெளியிட்டிருக்கிறார். "பெங்காள ஜனத் தலைவர் களுக்குள்ளே மிகவும் உயர்ந்த தகுதிக்கு வந்துவிட்டார். எனவே இவரது பூர்வ சரித்திரத்தைப் பற்றிச் சில விஷயங்கள் அறிய நேயர்கள் ஆவலுடன் இருக்கலாம்.

இவர் "ஸில் ஹெட்" நகரத்தில் மிகவும் மதிப்புக் கொண்ட "காயஸ்த" வம்சத்திலே தோன்றியவர். இவரது தந்தை நீதி இலாகாவிலே வேலை பார்த்து வந்தார். முன்ஸிப் வேலையை ராஜிநாமா செய்துவிட்டு ஸில் ஹெட்டிலேயே வக்கீல் தொழில் ஆரம்பித்து அவர் மிகுந்த கீர்த்தியுடன் விளங்கினார். பாபு விபின் சந்திரர் ஆரம்பத்தில் "கட்டாக்" நகரத்தில் ஓர் ஹைஸ்கூலில் ஹெட்மாஸ்டராக நியமனம் பெற்றார். பிறகு 'ஸில் ஹெட்டில்' நாஷனல் ஸ்கூல் "ஸ்தாபனம்" செய்தார்.

1886ம் வருஷத்தில் விபின் சந்திரபாலர் காங்கிரஸ் கூட்டத்திலே சேர்ந்துகொண்டார்.

1887ம் வருஷத்திலே சென்னையில் நடைபெற்ற காங்கிரஸில் இவர் ஆயுத ஆக்டை கண்டனைபுரிந்து செய்த

பிரசங்கம் மிகவும் வியக்கத் தக்கதாயிருந்தது. அது முதல் இவர் காங்கிரஸ் விஷயங்களிலே மிகுந்த சிரத்தை பாராட்டி வருகிறார்.

பிரம்ம சமாஜத்து முக்கிய மெம்பர்களிலே பாபு விபின் சந்திரர் ஒருவர்.

சிறிது காலம் "லாகோர் டிரைப்யூன்" பத்திரிகையின் ஆசிரியராக இருந்தார். பிறகு இங்கிலாந்து அமெரிக்கா போன்ற நாடுகளுக்குச் சென்று ராஜாங்க சீர்திருத்தங்களைப் பற்றியும் பிரம்ம சமாஜத்தின் நோக்கங்களைப் பற்றியும் அநேக உபந்நியாசங்கள் செய்துவந்தார். இந்தியாவிற்குத் திரும்பியதற்கு அப்பால். "நியூ இந்தியா" என்ற வாரப் பத்திரிக்கையைப் பிரசுரம் செய்யத்தொடங்கினார்.

"இப்பத்திரிக்கை மூலமாக நெடுங்காலம் தேசபக்தி உபதேசம் புரிந்துவந்த இவர்; இப்போது "வந்தே மாதரம்" என்ற தினப்பத்திரிகை தொடங்கியிருக்கிறார்."

இந்தியா பத்திரிகையில் விபின் சந்திரபாலரின் சரிதை இத்துடன் நிற்கிறது.

லாலா லஜபதிராய் வழக்கில் சாட்சியம் கூற மறுத்ததாலும் 'வந்தே மாதரம்' பத்திரிகையைத் தணிக்கைக்குக் கொடுக்க மறுத்ததாலும் 1907 ஆம் ஆண்டு இறுதியில் பிரிட்டிஷ் ஆட்சி விபின் சந்திரபாலரைக் கைது செய்து 6 மாத காலச் சிறைத் தண்டனை வழங்கியது.

1908 ஜூன் மாதத்தில் விபின் சந்திரபாலர் விடுதலையடைந்ததை வரவேற்று நெல்லை மாவட்டத்தில் பிரம்மாண்டமான பொதுக்கூட்டங்கள் நடத்தப்பெற்றன.

இக்கூட்டங்களில் வ.உ. சிதம்பரம்பிள்ளை, சுப்பிரமணிய சிவா ஆகியோர் அனல் கக்கும் பேச்சுக்களைப் பேசினர். இந்த ஆவேசப் பேச்சுகளுக்காக அந்நிய ஆட்சி வழக்குத் தொடுத்தது.

நெல்லை. தூத்துக்குடி நகரங்களில் கதவடைப்புகளும் துப்பாக்கிப் பிரயோகங்களும் நடைபெற்றன. வ.உ.சி.க்கு ஆயுள் தண்டனையும் சிவாவுக்கு 8 ஆண்டு தண்டனையும் விதிக்கப்பட்டது.

வ.உ.சி.யும் சிவாவும் கைது செய்யப்பட்டபோது, பம்பாயில் திலகரும் கைதுசெய்யப்பட்டார்.

இக்கைதுகளைக் கண்டித்து நாடெங்கும் கண்டனக் கூட்டங்கள் நடைபெற்றன. கல்கத்தாவில் நடைபெற்ற கண்டனக் கூட்டத்தில் விபின் சந்திரபாலர் பேசினார்.

"திலகரும் சிதம்பரமும் சிறையில் அடைக்கப் பட்டிருக்கிறார்கள். கல்கத்தா இதை என்றும் நெஞ்சில் பதிய வைத்துக்கொள்ள வேண்டும். அந்த மாவீரர்களுக்காக கல்கத்தா தன் கடமையைச் செய்ய வேண்டும்."

திலகர், வ.உ.சி., விபின் சந்திரபாலர், பாரதி ஆகிய அனைவரும் ஒரே அரசியல் நிலைப்பாட்டைக் கொண்டிருந்திருக்கின்றனர் என்பது தெளிவாகிறது.

அரசியல் வாழ்க்கையில் தீவிர உணர்வுகொண்டோர் பல்வேறு இன்னல்களுக்காளாவது இயல்பாகிவிட்டது. சிறையிலிருந்து விடுதலையடைந்த பின்னர் பல்வேறு நாடுகளுக்குச் சென்றார். இறுதியாக-பிரிட்டனிலேயே அடைக்கலம் புகுந்து வாழ்நாளைக் கழித்தாரென்று பேராசிரியர் தாராசந்த் குறிப்பிடுகிறார்.

இந்திய விடுதலை இயக்கத்தில் தீவிர தேசியவாதத்திற்கும். சுதேசிப் போராட்டத்துக்கும் வித்திட்ட மூலவர்களில் ஒருவரான விபின் சந்திரபாலருடைய இறுதி வாழ்க்கை எவ்வாறு இருந்தது என்ற வரலாறு தெளிவாகக் கிடைக்க வில்லை. பாரதியின் பாடல்களில் திலகர், லஜபதிராய், பூபேந்திரநாத் ஆகியோரைப் பற்றித் தனிப்பாடல்கள் இருக்கின்றன. ஆனால் விபின் சந்திரபாலரைப் பற்றி தனிப்பாடல்கள் காணக்கிடைக்கவில்லை. காரணங்கள் பற்றி ஆய்வாளர்கள் முயற்சிக்க வேண்டும்.

பாரதி பாராட்டிய விபின் சந்திரபாலரின் வாழ்க்கை-தேசிய வாழ்வின் தீவிரவாதிகளுக்கு இலக்கணமாக அமைந்தது. "ஒளிதரும் வேளையிலும் உருகிடும் மெழுகுத்திரி. உருகிடும் வேளையிலும் தியாக உணர்வினைத் தூண்டிவிடும்" தியாக வாழ்வாக அமைந்திருந்தது.

விடுதலைப் போராட்ட தியாகிகளின் வாழ்க்கை வரலாறு நாட்டின் விடுதலை வரலாற்றோடு இணைந்ததாக விளங்குகிறது. வருங்காலச் சந்ததியினருக்கு வரலாற்றுப் படிப்பினையாகும் முறையில் வீர காவியங்களாகப் போற்றப்படவேண்டும்.

நன்றி "சாந்தி"

(தாமரை செப்டம்பர், 1978)

பாரதியின்
தொலைநோக்குப் பார்வை

பாரதி நூற்றாண்டு விழா நாடெங்கும் நடந்து வருகிறது. இதே காலத்தில், பாரதியை மகாகவி என்று சொல்வதற்கு மனமின்றி, சுப்பிரமணியக் கவிஞன் என்றும் இருப்பதில் சில மாற்றங்களுக்காகப் பாடிய சாதாரண மறுமலர்ச்சிக் கவி என்று சொல்வதிலேயே சில தமிழ் அறிஞர்கள் நிம்மதி யடைகிறார்கள்.

நாட்டின் விடுதலை வேள்வியில் பாரதி தன்னையே ஆகுதியாக்கிக்கொண்டார். நாட்டுப்பற்றையும், மக்களின் முன்னேற்றத்தையும் தனது முழுமூச்சாகக்கொண்டு வாழ்ந்து வந்தவர் பாரதி. இலட்சியத்தில் இரண்டறக் கலந்துவிட்டதால்- அதன் குறிக்கோளில் பாரதியால் தொலைதூரப்பார்வையும் செலுத்த முடிந்தது.

பாரதியின் தேசியப்பாடல்களில் உள்ளடங்கிய கருத்துக்களை பாரதி பிறந்து வளர்ந்த காலத்தையும் இன்றைய நிலையையும் ஒப்பிட்டுச் சமூக அறிவியல் வழி ஆய்வுசெய்தால், பாரதி பாடல்களில் பொதிந்துள்ள கருத்துக்களின் வலுவும் வளமும் தெளிவாகும்.

நாடு அடிமைப்பட்டதும் ஆங்கிலேயர்கள் தங்கள் லாபத்துக்குத் தக்கபடி, இந்திய நாட்டின் நில உறவு முறைகளையும், நிர்வாகத்தையும் மாற்றியமைத்துக் கொண்டனர். இதன் விளைவாக வறுமையும், வறட்சியும், பஞ்சமும், பட்டினியும், தலைவிரித்தாடின; மக்களிடையே படிப்பின்மையும், அறியாமையும் அதிகரித்தன.

அந்நிய ஆட்சியை எதிர்த்துப் போரிட்ட விவசாயிகளும், மன்னர்களும், சிப்பாய்களும் ஒடுக்கப்பட்டனர். ஆட்சி

நிர்வாகத்தை நிலைநிறுத்த விக்டோரியா மகாராணி ஆதிக்க சக்திகளுக்குச் சில சலுகைகளை அறிவித்து சமரசம் செய்துகொண்டார்.

அந்நியக் கல்வி முறையில் தேர்வு பெற்ற நடுத்தர வர்க்க அறிவாளிகள் நிர்வாகத்தில் தங்களுக்கும் பதவிகள் கொடுக்க வேண்டுமென்று விண்ணப்பம் செய்தார்கள். 1885ல் காங்கிரஸ் மகாசபையும் தோற்றுவிக்கப்பட்டது. இக்காலத்தில்தான் பாரதியார் எட்டயபுரத்தில் பிறந்து வளர்ந்தார்.

அடிமைப்பட்ட இந்தியாவின் நிலையை மாமேதை மார்க்ஸ் அவர்கள் கீழ்க்கண்டவாறு குறிப்பிடுகிறார்.

பிரிட்டிஷ் ஆட்சியாளர்கள் இந்தியாவில் தனது ஆட்சியை நிலைநிறுத்த பாதுகாப்புத் துறையையும் மக்களை அடக்கி அமைதியையும் காக்க சட்டத்துறையையும் (Defence & Law and Order) வருமானத்துக்காக ரெவின்யூ துறையையும் (Revenue Department) கவனம் செலுத்தினார்களே தவிர மராமத்துத்துறையை (Public works) அறவே புறக்கணித்து விட்டார்கள். (இந்தியாவைப் பற்றி மார்க்ஸ்- Marx on India).

'இங்கிலாந்து இந்திய சமூகத்தின் அமைப்பு முழுவதையும் தூள்தூளாக்கிவிட்டது. புனர் நிர்மாணக் குறிகள் இன்னும் தோன்றவில்லை. இந்த விதத்தில் பழைய உலகத்தை இழந்து புதிய உலகம் பெறாது நிற்பதானது இந்தியாவின் துன்பத்துக்கு ஒரு விசேஷ வேதனை அளிக்கிறது. புராதன பரம்பரை யிலிருந்தும், அதன் இறந்தகாலச் சரித்திரம் முழுவதிலிருந்தும் துண்டித்துவிடப்பட்டிருக்கிறது' (இந்தியாவில் பிரிட்டிஷ் ஆட்சி மார்க்ஸ் 1853).

இந்திய நாட்டின் வேதனையை கார்ல்மார்க்ஸ் அப்படியே படம் பிடித்துக் காட்டியிருக்கிறார்.

இந்திய நாட்டின் விடுதலையும், வளர்ச்சியுமே தன் உயிர்மூச்சாகக்கொண்டு வாழ்ந்து வளர்ந்து வந்த மகாகவி

பாரதியின் பாடல்கள் அனைத்தையும் அன்றையப் பின்னணியில் ஆய்வு செய்தால் மிகப் பெரிய வரலாற்று உண்மைகள் துலங்கும்; வருங்காலத்துக்கும் வழிகாட்டியாக அமையும் என்பதில் ஐயமில்லை.

அந்நிய ஆட்சியில் பஞ்சத்துக்கும் பட்டினிக்கும் குறைவு கிடையாது. 1876ல் தமிழ்நாட்டிலும். கர்நாடகத்திலும் கோரப் பஞ்சம் நிலவியது. 50 லட்சம் பேர் செத்து மடிந்தனர். இதைத் தாதுவருட பஞ்சம் என்றும். தலைமுறை தலைமுறையாக இதன் கொடுமையை இன்றும் கிராமங்களில் சொல்லி வருவது பழக்கம். தவிட்டுப் பஞ்சம், தாலிவிற்ற பஞ்சம், காணப்பஞ்சம் இவ்வாறு பல பஞ்சங்கள் தமிழகத்தையே நிலைகுலையச் செய்துவந்தன. பாரதி காலத்தில் 1901, 1905, 1910 ஆகிய வருடங்களில் கொடூரமான பஞ்சங்கள் இந்திய மக்களை வாட்டி வதைத்தன. இந்நிலையிலும். மத்திய ஆட்சி தன் கொள்கைளைத் துரிதப்படுத்தியதே ஒழிய நிவாரண நடவடிக்கைகள் எடுக்கப்படவில்லை.

இந்த வேதனையில்தான் பாரதி பாடினார்!

என்று தணியுமிந்த சுதந்திர தாகம்
என்று மடியும் எங்கள் அடிமையின் மோகம்
என்றெம தன்னையின் கைவிலங்குகள் போகும்

பஞ்சமும் நோயுநின் மெய்யடி யார்க்கோ?
பாரினில் மேன்மைகள் வேறினியார்க்கோ

தாயும் தன்குழந்தையை தள்ளிடப் போமோ?

என்று கிருஷ்ணனை வேண்டிக் கதறினார். பாரதப் போரில் சாரதியாக இருந்ததால், அந்நியனை விரட்டும் விடுதலைப் போரிலும் கிருஷ்ணனின் ஆசியை அன்றைய தேச பக்தர்கள் வேண்டி நின்றனர்.

அடுத்த கட்டத்தில் நாட்டு மக்கள் படும் துயரைக் கண்டும் காணாது போலக் காலங்கழித்த நடிப்புச் சுதேசிகள் மீது வெறுப்படைகிறார்.

பஞ்சத்தும் நோய்களிலும்
பாரதர் புழுக்கள் போல
துஞ்சத்தம் கண்ணால் கண்டும்-கிளியே
சோம்பிக் கிடப்பாரடி

என்று பாடுகிறார்.

துன்பங்களையே பாடிய அழுகுணிச் சித்தரல்ல பாரதியார்; மக்களின் வேதனையில் அப்படியே ஐக்கியமாகி விடுகிறார். தானும் வெந்து பிழம்பாகிப் பொங்கித் துடிக்கிறார்.

மக்களின் துயரம் தீர நாடு விடுதலை அடைய வேண்டுமென்று பள்ளியெழுச்சி பாடுகிறார். நாட்டின் இயற்கை வளங்களையும் முந்தைய சிறப்புகளையும் எடுத்துக் கூறுவதன் மூலம் அடிமைத்தளையில் கட்டுண்டு கிடக்கும் மக்கள் மனத்தில் எழுச்சியை உருவாக்க நினைக்கிறார்.

"இனியபொழில்கள் நெடியவயல்கள்
எண்ணரும் பெருநாடு;
கனியும் கிழங்கும் தானியங்களும்
கணக்கின்றித் தரு நாடு-இது
கணக்கின்றித்தரு நாடு-நித்தநித்தம்
கணக்கின்றித்தரு நாடு - வாழ்க!

என்று நாட்டின் செழிப்பை உணர்த்துகிறார்.

"நாட்டு விடுதலை என்பது வாழ்க்கையில் வெறும் நம்பிக்கையூட்டும் கானல் நீராக மாறிவிடாமல் உறுதியான முன்னேற்றத்துக்கு வழிகாண வேண்டுமென்று தொடர்ந்து சிந்தித்தார்.

உலக நிகழ்ச்சிகளையெல்லாம் உன்னிப்பாகப் பார்த்து படித்துணர்ந்து நல்லவைகளைப் பாராட்டி-கொடுமைகளை எதிர்த்துக்குரல் கொடுத்தவர் பாரதி. தன் சிந்தனைக்கு வேலி போட்டுக்கொள்ளவில்லை. எத்திசையிலிருந்து நல்ல கருத்துக்கள் வந்தாலும் அதைத் தூரதிருஷ்டியுடன் தெரிந்து தனதாக்கிக்கொண்டவர்.

நாடு விடுதலை பெறுவது நிச்சயம்; சுதந்திர இந்தியாவில் என்னென்ன செய்ய வேண்டுமென்பதையெல்லாம் நினைத்து மகிழ்ச்சியடைந்தார். இதில் அசையாத நம்பிக்கையும் இருந்ததால்தான்-விடுதலை இயக்கத்தில் ஐக்கியமாக முடிந்தது.

"பாரத தேசம் என்ற பாட்டில் நாட்டுக்கான பல திட்டங்களைக் கற்பனையில் தீட்டியிருக்கிறார். வெறும் கற்பனையல்ல; நடத்தக் கூடியவைகளே! இத்திட்டங்களை யெல்லாம் நிறைவேற்றிவிட்டால்-மக்கள் எதிரிகளை எதிர்த்துத் துணிந்து வெற்றி பெறுவார்கள் என்று திடமாகக் கூறுகிறார்.

"பாரததேசமென்று பெயர் சொல்லுவார் - மிடி
பயங்கொல்லுவார் துயர்ப்பகை வெல்லுவார்!

இப்பாடல் 1910 ம் ஆண்டுகளில் பிரசுரமாகியது. 1919-ல் 'நாட்டுப் பாடல்' இரண்டாவது வெளியீடாகப் பரலி நெல்லையப்பர் பிரசுரித்திருக்கிறார்.

குடைகள் செய்வோம் உழுபடைகள் செய்வோம்
கோணிகள் செய்வோம் இரும்பாணிகள் செய்வோம்.
நடையும் பறப்புமுணர் வண்டிகள் செய்வோம்
ஞாலம் நடுங்கவரும் கப்பல்கள் செய்வோம்.

வானையளப்போம் கடல் மீனையளப்போம்
சந்திர மண்டலத்தியல் கண்டு தெளிவோம்.

உலகத் தொழிலனைத்து முவந்து செய்வோம்!

இந்திய நாடு தொழில் வளம்பெற்றுத் தன் சார்பு நிலையில் வளர வேண்டுமென்று பாரதி விரும்பினார். உலகத் தொழில்கள் அனைத்தையும் செய்துமுடிக்கும் திறனுள்ள நாடு என்ற நம்பிக்கையோடு திட்டங்களைக் கவிதையாகப் புனைந்து கொடுத்திருக்கிறார்.

தேசியப் போராட்ட காலத்தில் நேருஜி தலைமையில் தேசியத் திட்டக்குழு 1936ல்தான் அமைக்கப்பட்டது.

அதற்குக் கால் நூற்றாண்டுக்கு முன்பே பாரதி இந்தியாவுக்கான தொழில் திட்டங்களை வரிசைப்படுத்திக் கூறியிருக்கிறார்.

விடுதலை இந்தியா சிதறுண்டு போகாமல் ஒருமைப் பாட்டுடன் விளங்க வேண்டும். மொழி வழி மாநிலங்கள் அனைத்தும் தங்களுக்குள் உறுதுணையாக இருக்கும் வகையில் வர்த்தகம் பெருக வேண்டுமென்று நினைத்தார்.

எல்லாவற்றுக்கும் மேலாக-ஒரே நாட்டில் ஒரு பக்கம் வெள்ளத்தால் அழிவும், மறுபக்கம் வறட்சியால் அழிவும் ஏற்படாமல் தடுக்க நிரந்தரமான வழி காண விழைந்தார்.

வங்கத்தில் ஓடிவரும் நீரின் மிகையால்
மையத்து நாடுகளில் பயிர் செய்குவோம்!

இந்த இரண்டு அடிகளும் விடுதலை இந்தியாவுக்குப் பாரதி வலியுறுத்திய தொலைநோக்குத் திட்டமாகும். இத்திட்டத்துக்கு நீண்ட நெடிய வரலாறு உண்டு; இப்போதும் முடிவு பெறாமல் தொடர்கிறது.

கிழக்கு இந்தியக் கம்பெனியின் நிர்வாகப் பொறியாளராக இருந்த சர். ஆர்தர் காட்டன். தக்காணப் பஞ்ச நிலை பற்றிய அறிக்கைகளையெல்லாம் பார்த்த பின்னர் வீணாகக் கடலில் விழும் நதிகளில் நீர்த்தேக்கங்கள் கட்டத் திட்டம் தீட்டினார். கங்கை-காவிரியை இணைப்பதற்கான ஆலோசனையைத் தெரிவித்தார். இப்பெரிய திட்டத்தை அறிவித்த அறிஞனுக்கு-ஆங்கிலேய ஆட்சி கொடுத்த பரிசு-இங்கிலாந்துக்குத் திரும்ப அழைத்து நீதி விசாரணை நடத்தி அபராதமும் சிறைத்தண்டனையும் கொடுத்தது. சர். ஆர்தர் காட்டன் வாழ்ந்த காலம் 1802-1899.

ஆர்தர் காட்டனின் திட்டத்தையும் அதன் விளைவு களையும் பாரதி நிச்சயமாகத் தெரிந்திருப்பார்.

நாட்டுக்கான நல்ல திட்டம் என்று உறுதியாகப் புரிந்து கொண்டார்; இத்திட்டத்தைக் கூறியவருக்கே ஆட்சி தண்டனை கொடுப்பதாக இருந்தால், இத்திட்டம் இந்த

நாட்டில் நிறைவேற்றப்படுமானால் எவ்வளவு பெரிய சாதனையாக இருக்கும் என்று பாரதி பெருமிதம் அடைந்திருப்பார்.

சிலர் சொல்லக்கூடிய கருத்து அவர்கள் காலத்திலேயே மறைந்துவிடும். பாரதியின் கவிதைகள் மக்களின் நலனை அடிப்படையாகக்கொண்டு தொலைநோக்குப் பார்வையில் உருவாக்கியதால், நிலையான இடத்தைப் பெற்று வருகின்றன.

கங்கை-காவிரி இணைப்பை வலியுறுத்தும் 'பாரத தேசம்'எனும் இப்பாடலைத் தேசபக்தர்கள் பெருமிதத்தோடு பஜனையாகப் பாடிச் சிறை புகுந்த காலமும் உண்டு. பாரதியின் இத்திட்டத்தைத் தமிழ்நாட்டில் சிறந்த தேச பக்தரும் புகழ்பெற்ற வழக்கறிஞருமான திரு. எஸ். சீனிவாச அய்யங்கார் தொடர்ந்து பிரச்சாரம் செய்துவந்தார். 1928ல் சோவியத் யூனியனுக்குச் சென்று திரும்பிய திரு. எஸ். சீனிவாச அய்யங்கார் இந்தியாவில் கங்கை-காவிரி இணைப்பின் அவசியத்தை வலியுறுத்தினார். புதிய பகீரதர் பிறக்க வேண்டுமென்று நம்பிக்கையற்றுப் பேசியவர்களுக்கு. பல நதிகள் ஓடும் 1200 மைல் இடைவெளியில் இத்திட்டம் சாத்தியமே என்று வலியுறுத்தியதோடு, இத்தகைய திட்டத்தை நிறைவேற்றாமல், மேடைகளில் வெறும் தத்துவப் பிரச்சாரம் செய்து வாக்குகளை வாங்கி வெற்றி பெற்று என்ன செய்யப் போகிறோம் என்று பதிலுரைத்தார். (Builders of Modern India-S. Srinivasa Iyengar) இந்திய அரசு வெளியீடு) பக்கம்: 64

1970ல் மத்திய அரசில் நீர்ப்பாசன, மின் சக்தித்துறை அமைச்சராக இருந்த டாக்டர் கே. எல். ராவ் அவர்களும் கங்கை-காவிரி, தாமிரபரணி-நதிகளை இணைக்க வேண்டுமென்று திட்டத்தை வலியுறுத்தினார். தனது திட்டத்தை விளக்கிச் சிறந்த நூலையும் வெளியிட்டிருக்கிறார்.

தஸ்தூர் நிபுணர் குழுவும் ஆய்வுசெய்து கங்கை-காவிரி இணைப்புத் திட்டம் அமுல் நடத்தக் கூடியதே என்று அண்மையில் தெரிவித்துள்ளது. கங்கை நதியில் பாய்ந்து வரும் நீரில் முக்கால் பகுதி-அதாவது 30 கோடி ஏக்கர் அடி

தண்ணீர் கடலில் வீணாகப் போகிறது. இதைத் தடுத்து. வறண்ட பகுதிகளுக்கு - பல நதிகளில் கலக்கச் செய்தால் ஒரு கோடி ஏக்கருக்குமேல் பாசனவசதி பெறச் செய்யமுடியும் என்று அறிஞர்கள் தெரிவித்திருக்கிறார்கள், கங்கை-காவிரி இணைப்பு 1500 மைல்தான். ஆனால் இதைவிட இரு மடங்கு அதிக நீளமுள்ள வால்கா-டான் நதிகளை இணைத்து சைபீரியா பாலைவனத்தை சோலைவனமாக மாற்றியிருக்கிறார்கள்.

இந்தியாவில் ஏன் செய்ய முடியாது? ஆண்டுதோறும் வெள்ளத்தினால் ஏற்படும் சேதமும், தடுப்புச் செலவுமாக ஐயாயிரம் கோடி செலவழிக்கிறோம். வறட்சி நிவாரணம் வகையில் பல கோடி செலவாகிறது. கங்கை காவிரி இணைப்பினால் கிடைக்கும் பலனைக் கருதினால் செலவு அதிகமானதல்ல:

கங்கை-காவிரி-பொருநை நதிகள் இணைந்தால் 1600 மைல் கரை முழுதும் செழிப்பாக மாறும்; வறட்சி நீங்கும்; வெள்ளச் சேதம் குறையும். நாடெங்கும் பச்சைப் பசேலென்று காட்சியளிக்கும். தஞ்சைத் தரணியைப் போல. பாரதமெங்கும் வரப்பெடுத்து ஓடும் வாய்க்காலில் தண்ணீர் நிரம்பிச் சென்றால், அதன் நீரூற்றுகளால்-தொலைவிலுள்ள கிணறுகளும் வறண்டு போகாமல் நீர் சுரக்கும். என்ஜினீயர்களுக்கும் இளைஞர்களுக்கும் ஊர் மக்களுக்கும் எப்போதும் வேலையிருக்கும்.

மிகப் பெரிய மாற்றத்தை விளைவிக்கும் தன்மையுள்ள திட்டம் கங்கை-காவிரி இணைப்புத் திட்டம்.

"வங்கத்தில் ஓடிவரும் நீரின் மிகையால்
மையத்து நாடுகளில் பயிர் செய்குவோம்"

பாரதியின் தொலைநோக்குத் திட்டம் நாட்டில் நிறைவேற்றப்படவேண்டும்-இத்திட்டத்தை நிறைவேற்று வதற்கு-பாரதியின் பாடலைப் பட்டி தொட்டியெங்கும்

எடுத்துச்சென்று ஆட்சியாளர்களின் செவிகளில் உறைக்கக் குரல் எழுப்ப வேண்டும். திட்டம் நிறைவேறிய பின்னர் மகாகவி பாரதியின் புகழ் நாடெங்கும் கொடிகட்டிப் பறக்கும்!

"தமிழர் மறந்தாலும், தமிழ் மறவாத இப்புலவர் பெருமான் பாக்கள் என்றும் இறவாது நின்று நிலவும். இவர் மூட்டிய தேச நேச நெருப்பு அவியாது வளர்ந்து. தமிழகம் முழுதும் இருளகற்றி ஒளிரச் செய்து நிற்கும் ஜோதியாய் விட்டது."

-பாரதியார் சரித்திரச் சுருக்கம்
திரு. சோமசுந்தர பாரதியார்.

(தாமரை, பிப்ரவரி 1982)

பகீரதனுக்கு மறுப்பு

திரு. பகீரதன் அவர்கள் அறந்தை நாராயணனுக்கு பதில் சொல்வதில் ஆத்திரம் அடைந்து கம்யூனிஸ்ட் எதிர்ப்புச் சாக்கடையை அள்ளி வீசியிருக்கிறார்.

"பாரதியின் பெயரைச் சொல்லித் தங்கள் சர்வாதிகாரக் கட்சியை வளர்த்து வருகிறவர்கள் கம்யூனிஸ்ட்டுகள். பாரதியின் புகழைத் தங்களுக்குச் சாதகமாக்கிக்கொண்டு வாழ்ந்து வருகிறவர்கள் கம்யூனிஸ்ட்டுகள். இவர்களுக்குப் பாரதியைப் பற்றிப் பேச வாயே கிடையாது" என்று தனது வயிற்றெரிச்சலைக் கொட்டியிருக்கிறார்.

கம்யூனிஸ்ட்டுகள் மீதுள்ள வெறுப்பில் வரலாற்று உண்மைகளை மறைக்கப் பார்க்கிறார்.

பாரதி மணிமண்டபத்துக்கு கல்நாட்டுவிழா நடந்த போது நான் கல்லூரி மாணவனாக இருந்தேன். எனது சொந்த ஊரான ஸ்ரீவைகுண்டத்தில் கலைத்தொண்டர் கழகச் செயலாளராக இருந்தேன். நண்பர்களுடன் சேர்ந்து மணிமண்டப நிதி வசூல் செய்து அனுப்பியதால், எட்டயபுரம் விழாவில் பிரதிநிதியாகக் கலந்துகொண்டேன்.

ஆகையால் சில உண்மைகளைச் சொல்லக் கடமைப்பட்டிருக்கிறேன்.

பாரதிக்கு மணிமண்டபம் கட்டுவதில் பேராசிரியர் கல்கி அவர்கள் எடுத்துக்கொண்ட முயற்சியை இன்னும் தமிழ்நாடு பாராட்டுகிறது. விடுதலைப் போராட்ட காலத்தில் சிறந்த சிறுகதைகள், நாவல்கள் படைத்த 'கல்கி'யைக் குறைத்துக் கூறவில்லை.

ஆனால் பாரதியைக் கணித்துக் கூறுவதில் 'கல்கி' தவறியிருக்கிறார் என்பதை திரு. பகீரதனாலும் மறுக்க முடியவில்லை. வ. ரா. வின் முயற்சிக்கு ஆதரவு தருவதற்காகவே கல்கி அவர்கள் தமக்கே உரிய முறையில் ஒரு புதிய யுக்தியைக் கையாண்டார். எதிர்க்கட்சி ஒன்றை எடுத்து விட்டால், காரசாரமான விவாதம் தொடர்ந்து, எல்லோருடைய கவனமும் அந்த விஷயத்தில் திரும்பும் என்று நினைத்தார். 'பாரதி மகாகவி இல்லை" என்று புதிய வாதத்தை எடுத்துவிட்டார்.

திரு. பகீரதனின் விவாதம் 'கல்கி' அவர்களை வேடிக்கை மனிதராகக் காட்டுகிறது.

கல்கி அவர்கள் வெறும் விவாதத்தோடு நிற்கவில்லை. விடுதலை பெறுவதற்கு முந்திய 40ம் ஆண்டுகளில் பாரதி மகா கவியா? வெறும் தேசிய கவியா? பக்திப் பாடல்களைப் பாடிய வேதாந்தக் கவியா? என்ற விவாதம் காரசாரமாக நடைபெற்றது. இதெல்லாம் தமிழறிஞர் வ. ரா. அவர்களின் கருத்தைச் சாடிப் புறப்பட்டன.

ராஜாஜி அவர்கள் 1915ல் 'அச்சமில்லை' என்ற நூலை எழுதினார். பாரதி வேதாந்தக்கவி என்று குறிப்பிட்டிருந்தார்.

இந்த நேரத்தில்தான் தமிழறிஞர் வ.ரா. அவர்கள் 'மகாகவி பாரதி' என்ற சிறந்த வாழ்க்கை வரலாற்று நூலை வெளியிட்டார்; பாரதியை வேதாந்தச் சிமிழுக்குள் அடைக்க முயற்சிக்காதீர் என்று ராஜாஜிக்குப் பதில் கொடுத்திருந்தார். இது கல்கி குழுவினருக்கு ஆத்திரத்தை உண்டாக்கியது.

கல்கி அவர்கள் துவக்கிய பாரதி மணிமண்டபக் கல் நாட்டு விழாவுக்கு நாடெங்கும் இருந்து பாரதி அன்பர்கள் கலந்துகொண்டனர். கம்யூனிஸ்டு தலைவர்கள் ஜீவானந்தமும், ராமமூர்த்தியும் விழாவில் பேசினார்கள். பத்து நிமிடத்துக்கு மேலும் விடாமல் ஜீவா அவர்கள் பாரதியின் பெருமையை எடுத்துரைத்த பேச்சு, பாரதி அன்பர்களை மெய்சிலிர்க்க **வைத்தது.**

பாரதி விழாவில் இரண்டு அறிஞர்களை மட்டும் காணவில்லை. அதுவே அன்று கேள்விக் குறியாகவும் இருந்தது. பாரதியோடு வாழ்ந்து, பாரதியின் பெருமையை இனம் கண்டு, தமிழகத்தில் பாரதி புகழ் பரப்பிய இரு அறிஞர்கள் தமிழறிஞர் வ.ரா, புரட்சிக்கவி பாரதிதாசன் இவர்களைக் காணவில்லை. இவர்கள் இருவருக்கும் அழைப்பே அனுப்பப்படவில்லை வேண்டுமென்றே புறக்கணிக்கப்பட்டார்கள் என்ற வேதனைக்குரிய நிகழ்ச்சியை ஜனநாயகவாதியாகத் தம்பட்டம் அடிக்கும் பகீரதன் மறுக்க முடியாது.

மேலும் பகீரதன் 'இந்த வாதத்தில் அந்த நாளில் பங்கு கொண்டவர்களில் கம்யூனிஸ்ட்டுகளாகிய ஜீவானந்தமோ, பாலதண்டாயுதமோ, ரகுநாதனோ, ஜெயகாந்தனோ நிச்சயமாக இல்லை' என்று கூறுவதில் அசட்டுப் பெருமையடைகிறார்.

அந்த விவாதம் நடந்துவந்த நேரத்திலும் அதற்கு முன்பிருந்தே ஜீவாவும், பாலதண்டாயுதமும் 'பாரதி மகாகவி' என்று இனம் கண்டு வ.ரா. வழியில் தமிழ் மக்களுக்குப் பட்டிதொட்டி எங்கும் படித்தவர்கள் பாமரர்கள் மத்தியில் பாரதி பெருமையைப் பரப்பி வந்தார்கள் என்பதை திரு. ரகுநாதனும், எழுத்துத் துறையில் பாரதியும், ஷெல்லியும், கங்கையும் காவிரியும் என்ற அருமையான நூல்களையும் சிறந்த கட்டுரைகளையும் எழுதி பாரதியின் புகழைப் பரப்பி வருகிறார். திரு ஜெயகாந்தனும் தனது 'ஞானகுரு'வாகக்கொண்டு பாரதி பாடல்களை எடுத்துக்கூறி வருகிறாரென்பதை தமிழ்நாடு நன்கு அறியும்.

1929ல் புதுவையில் நடைபெற்ற முதல் பாரதி விழாவில் தமிழறிஞர் சோமசுந்தர பாரதி தலைமை வகித்தார். ஜீவா பாரதியின் கவிதைச் சிறப்புக்களை எடுத்துக் கூறியதைக் கேட்டு திரு. சோமசுந்தரபாரதியே மெய்சிலிர்த்துப் பாராட்டியதாகப் புதுவைத் தலைவர் வி. சுப்பையா அவர்கள் அண்மையில் கூறினார்.

மகாகவி பாரதியின் உலகப் பார்வையும், தொலை நோக்கும், மனித நேயமும், ஏகாதிபத்திய எதிர்ப்பும், முற்போக்குக் கருத்துக்களும்-கவிக்குயில் சரோஜினிதேவி சொல்லியிருப்பதைப்போல் உலகுக்கே சொந்தமானவை. பாரதியின் இப்பெருமைகளைக் கம்யூனிஸ்டுகளான நாங்கள் பாராட்டுகிறோம். உள்நோக்கம் கிடையாது. இதில் பெருமையும் அடைகிறோம். இதற்காக திரு. பகீரதன் ஆத்திரம் அடைய வேண்டாம்.

(மல்லிகை, மார்ச்–ஏப்ரல் 1982)

காசியில் பாரதி தரிசனம்

வாரணாசி என்னும் காசி நகரில் இந்திய கம்யூனிஸ்ட் கட்சியின் 12வது மாநாடு நடைபெற்றது. தமிழ்நாட்டிலிருந்து மாநாட்டுப் பிரதிநிதிகளாகத் தேர்ந்தெடுக்கப்பட்டோர் அனைவரும் ஒரே ரயிலில் புறப்பட்டோம்.

காசிக்குச் செல்வதற்கு முன்பே, அங்குப் பார்க்க வேண்டிய முக்கிய இடங்களைப் பற்றி நினைவுப்படுத்திக் கொண்டேன். எட்டயபுரம் நண்பர் தி. முத்துக்கிருஷ்ணன் அவர்கள், காசியில் பாரதியார் தங்கிப் படித்த சிவமடத்தைப் பார்த்துப் படமும் கிடைத்தால் கொண்டுவருமாறு கடிதமும் எழுதிவிட்டார்.

மாநாட்டில் பிரதான நிகழ்ச்சிகள் முடிந்ததும். இடைவேளைகளில் எப்படியும் பாரதி தங்கிய இடத்தைப் பார்த்துவிடவேண்டுமென்று நானும் தோழர் தியாகராஜனும் உறுதி செய்துகொண்டோம்.

புண்ணியத் தலங்களுக்கு வந்தவுடன் பக்தர்கள் தரையில் உருண்டு புரண்டு எழுந்திருந்தால், தாங்கள் செய்த பாவங்கள் தொலைந்து புனிதமடைவதற்கு வழி ஏற்படுமென்று நம்புகிறார்கள்.

வீரசாகசங்கள் நிகழ்ந்த இடங்களிலிருந்து மண்ணெடுத்து கோழிக்கூடுகள் கட்டினால், அக்கூட்டில் பொரிக்கப்படும் சேவல் சண்டைக்குப் பயன்படுத்தலாம் என்ற ஐதீகம் உண்டு. குழந்தைகளுக்கு கொடுப்பதினால் வீர உணர்வு வருமென்றும், நோய் நொடிகள் அண்டாதென்றும் நம்பிக்கை இருந்துவருகிறது. இதெல்லாம் வரலாற்றுப் பரம்பரைக்குள்ள வலுவான தாக்கத்தின் விளைவுகளாகும்.

எங்களுக்கு இத்தகைய நம்பிக்கை கிடையாது. ஆனால் கங்கைச் சமவெளி, தொன்மையான நாகரிகத்தின் பிறப்பிடமாகும். காசி மாநகரம் பழமையானது. லிங்கத்தையே - விசுவநாதராக வணங்குவது - மனிதனின் இயற்கை வழிபாட்டின் துவக்கத்தைக் காட்டுகிறது.

இருபதாம் நூற்றாண்டின் ஆரம்பத்தில், ஏகாதிபத்தியத்தை எதிர்க்கும் விடுதலை வீரர்களை உருவாக்கும் நாற்றங்காலாகத் திகழ்ந்து வந்த காசி நகரில்-இதே காலத்தில் பாரதியும் தங்கிப் படிக்க வாய்ப்புக் கிடைத்தது. அவரின் அறிவும், விடுதலை ஆர்வமும் வளர்வதற்கு ஒரு களமாக அமைந்த காசியில் - அவர் வாழ்ந்த இடத்தைப் பார்த்தால் பின்னணியையும் புரிந்து, அவரைத் தெரிந்துகொள்ளப் பயன்படும் என்ற பேரார்வம் எங்களைத் தூண்டியது. எங்களோடு பிரதிநிதியாக வந்திருந்த முதுபெரும் தோழரும். தமிழ்நாட்டில் இந்திய கம்யூனிஸ்ட் கட்சியைத் துவக்கியவர்களில் ஒருவரும், பாரதி பற்றி ஆய்வு செயது வருபவருமான தோழர். சி. சுப்பிரமணியம் அவர்களின் இடைவிடாத ஆய்வு அறிவுரைகளும் எங்களைத் துரிதப்படுத்தியது.

மகாகவி பாரதிக்கு, அவரது கவிதா வாழ்வோடும், அரசியல் வேள்வியோடும் இணைந்த ஊர்கள் பல உண்டு. அவர் பிறந்த எட்டயபுரம், படித்த திருநெல்வேலி, காசி, ஆசிரியராகப் பணியாற்றிய மதுரை, பத்திரிகை ஆசிரியராகவும், தீவிர அரசியல்வாதியாகவும் வாழ்ந்த சென்னை, புகலிடமாகத் திகழ்ந்த பாண்டிச்சேரி, திருமணம் செய்த கடையம்-இவைபோன்ற இன்னும் ஈரோடு, காரைக்குடி போன்ற ஊர்களில் பாரதி சில காலங்கள் வாழ்ந்ததால் இந்த ஊர்களுக்குப் பெருமை; அதே நேரத்தில் இந்த ஊர்களின் வாழ்வும், அரசியலும் அவர் வாழ்க்கையில் தவிர்க்க முடியாத பாதிப்புகளையும் ஏற்படுத்தின.

காசிக்குச் சென்ற மூன்று நாட்களில், சந்தித்த சிலரிடம் பாரதி வசித்த 'சிவமடம்' பற்றிக் கேட்டோம். அவர்களுக்குத்

தெரியவில்லை. 'மதாராசிகள் அனுமான் காட்' (அனுமான் படித்துறை) அருகில் உள்ள தெருவில்தான் அதிகமாக இருக்கிறார்கள். அங்குச் சென்று விசாரித்தால்தான் இடம் தெரியும் என்றார்கள்.

கங்கைக்கரை அனுமான் படித்துறைக்கு இரண்டு ரிக்ஷாக்களில் சென்றோம். தமிழ்நாட்டுக் கோவில் அமைப்பில் புதிதாகக் கட்டப்பட்ட சிவன் கோவில் இருந்தது.

மிதியடிகளைக் கழற்றிவிட்டு 'கோவிலுக்குள் முறையாகச் சென்றோம். கம்யூனிஸ்ட் கட்சி மாநாட்டுப் பிரதிநிதி அடையாள அட்டைகளை எடுக்காமல். அப்படியே சட்டையில் மாட்டிக்கொண்டோம்.

கொடிமரத்தின் அருகில் ஒரு பெரியவர் இருந்தார். பூசை செய்பவராகத் தோன்றவில்லை. அவரை வணங்கி. எங்களை அறிமுகப்படுத்திக்கொண்டோம். தமிழ்நாட்டில் ஓய்வுபெற்ற அதிகாரி என்றும், கோவில் மேற்பார்வைக்காக தானிருப்பதாகவும் தெரிவித்தார்.

பாரதி பற்றிக் கேட்டோம். அவர் அதிகமாகப் பேசவில்லை. சங்கரமடம் செல்லம் அய்யர் என்பவர் இருக்கிறார். அவரைக் கேட்டால் விபரம் தெரியும் என்றார்.

செல்லம் அய்யர் வீட்டைக் கேட்டுத் தெரிந்துகொண்டோம். அவரிடமும் அறிமுகப்படுத்திக்கொண்டோம். எல்லோருக்கும் தேநீர் கொடுத்தார். தனக்கு பூர்வீகம் நெல்லை மாவட்டம் சங்கரன் கோவில் அருகில் உள்ள 'வயலி' கிராமம் என்றும். அண்மையில் 'புதுப்பெரியவாளு'டன் நெல்லை மாவட்டம் சென்று வந்ததாகத் தெரிவித்தார்.

பாரதி பற்றிய விபரங்களெல்லாம் 'ஆஜ்'என்னும் இந்தி தினப் பத்திரிகை ஆசிரியராக இருக்கும் வித்தியா பாஸ்கருக்குத் தெரியும். அவரும் தன் ஊர் பக்கத்துக்காரர் என்பதையும் கூறினார். மாமா வித்தியா பாஸ்கர் வீட்டைக் காட்டும்படி தன் மகளை அனுப்பி வைத்தார்.

குமர குருபர சுவாமிகள் மடத்துக்குப் பக்கத்தில் ஒரு வீட்டில் திரு. வித்தியா பாஸ்கர் குடியிருக்கிறார். வயதானவர். தினப் பத்திரிகை ஆசிரியராக இருப்பதால், கட்சி மாநாடு பற்றிய விபரங்களை நாசுக்காகவும். குத்தலாகவும் கேட்டார். கம்யூனிஸ்ட் கட்சி மாநாட்டு முடிவு பற்றிக் கிண்டல் செய்து கேலிச் சித்திரம் போடப்பட்ட முந்திய நாள் 'ஆஜ்' பத்திரிகையை எங்களிடம் கொடுத்தார். நாங்களும் பொறுமை இழக்காமல் பதில் கொடுத்துக்கொண்டிருந்தோம்.

வந்த காரியம் கெட்டுவிடக்கூடாதென்ற நினைவில் நிதானமாகப் பேசினோம். பாரதி பற்றிய விபரங்களைக் கேட்டோம். பிரயாகையிலிருக்கும் தன் சகோதரியிடம் சில கைப்பிரதிகள் இருப்பதாகவும் தெரிவித்தார். முகவரியைக் கேட்டுக் குறித்துக்கொண்டோம்.

தோழர். தியாகராஜனுடன் தூத்துக்குடி பீர் இஸ்மாயில், முத்துமாணிக்கம் ஆகியோரும் வந்திருந்தனர். பீர் இஸ்மாயில் தனது காமிரா மூலம் புகைப்படம் எடுத்துக் கொண்டார். நால்வருக்கும் வித்யா பாஸ்கர் 'காபி' கொடுத்தார்.

அவரே எங்களை அழைத்துக்கொண்டு பாரதியார் அத்தை வீடான சிவமடத்துக்குச் சென்றார். அங்கிருந்த கே.வி. கிருஷ்ணன் அவர்களிடம் சொல்லிவிட்டுத்தான் அலுவலகம் போக வேண்டுமென்று கிளம்பிவிட்டார்.

குறிப்பிட்ட விபரங்களைச் சேகரிப்பதில் எவ்வளவு சிரமங்கள் உள்ளன என்பதற்கே இதையெல்லாம் எழுத வேண்டியுள்ளது. நமக்கு ஆர்வம் இருப்பதில் சிலருக்கு அக்கறை இருப்பதில்லை.

திரு. கே.வி கிருஷ்ணனும் சைக்கிளில் புறப்படத் தயாராக இருந்தார். நாங்கள் எங்களை அறிமுகப்படுத்தி பாரதி தங்கிய வீட்டைப் பார்க்க வந்துள்ளதாகச் சொன்னவுடன் அவருக்கு அளவு கடந்த உற்சாகம். சைக்கிளை வைத்து விட்டார். ஆர்வத்தோடு பேசத் தொடங்கிவிட்டார். மாமா பாரதி பற்றி நினைக்கும் போதெல்லாம், தன்னை

அறியாமலேயே-அவரோடு பேசுவதுபோல் உணர்வு ஏற்படுவதாகக் கூறினார். குடும்பத்திலுள்ளவர்களை அறிமுகப்படுத்தினார். எங்களுக்கு 'காபி' கொடுத்து உபசரித்தார்.

அவர் வணிக இயலில் எம்.காம். எம்.பி.ஏ. படித்தவர். கல்லூரிப் பேராசிரியராக வேலை பார்த்து ஓய்வு பெற்றவர். இப்போது காசி வித்யா பீடத்தில் நிர்வாகப் பணி அலுவலகத்தில் சங்கீதப் பயிற்சி ஆசிரியராகப் பணியாற்றி வருவதாகத் தெரிவித்தார்.

அவரிடம் பாரதி பற்றி விபரங்களைக் கேட்டோம். தெரிந்தவைகளைத் தெளிவாகக் கூறினார்.

தன் தாயார் லட்சுமி அம்மாள் பாரதியின் சகோதரி. அதாவது பாரதியின் தந்தைக்கு இரண்டாவது தாரத்தின் மகள். மானாமதுரை திரு. விசுவநாத அய்யரின் உடன்பிறந்த சகோதரி. பாரதியாருடன் பாண்டிச்சேரியில் லட்சுமி அம்மாளும் தங்கியிருந்தாராம். காசியிலும் பாரதி வந்திருந்தபோது எப்படியெல்லாம் பாரதி வாழ்ந்தார் என்பதைத் தன் தாயார் பெருமையோடு தன்னிடம் சொல்லி வருவது பழக்கம்'என்று தெரிவித்தார்.

திருமதி. லட்சுமிக்கு நல்ல சங்கீத ஞானமும், குரலும் உண்டாம். பாரதி பாடும் அதே பாணியில் பாடிக் காட்டுவார்களாம்.

பாண்டிச்சேரியில் இருக்கும்போது. வீட்டில், 'அது இல்லை; இது இல்லை' என்று பெண்களெல்லாம் சேர்ந்து பேசிக்கொண்டிருப்பதைக் கேட்டுவிட்டால் பாரதிக்குக் கோபம் வருமாம். அதிலும் தன் சகோதரியும் அக்கூட்டத்தில் சேர்ந்து விட்டதைக் கண்டால் வருத்தப்படுவாராம்.

'லட்சுமி நீயுமா இதைப் பேசுகிறாய்; இங்கே வா! உன் சரித்திரத்தை எடு'என்று கம்பீரமான குரலில் கட்டளை இடுவாராம்.

'சரித்திரத்தை எடு, என்றால். பாரதியின் ஏட்டில் உன்னுடைய சங்கீதத் திறமையைக் காட்டு' என்பது பொருளாம்.

அண்ணன் கட்டளையைத் திருமதி. லட்சுமி தட்ட மாட்டாராம். அவ்வளவுதூரம் அண்ணன் தங்கை பற்றுதல் இருந்தது.

உடனே தங்கை பாடத் துவங்கியதும், பாரதியார் தாளம் போட்டு லயித்துவிடுவாராம்.

பாரதி பாடல்கள் தன் தாயார் லட்சுமிக்குத் தளபாடமாகத் தெரியும் என்று சொல்லிப் பெருமிதம் கொண்டார் திரு. கிருஷ்ணன்.

பாரதியாரின் அப்பா சின்னசாமி அய்யர். சின்னச்சாமி அய்யரின் சகோதரி ருக்மணி அம்மாள் என்ற குப்பம்மாள். தூத்துக்குடி செல்லும் வழியில் உள்ள வாகைக்குளம் அக்காலத்தில் செழிப்பான கிராமமாக இருந்திருக்கிறது. அங்கே செல்வந்தர் குடும்பத்திலுள்ள திரு. கிருஷ்ணசிவம் என்பவருக்கும் பாரதியின் அத்தை-குப்பம்மாளுக்கும் திருமணம் ஆகியது. திரு கிருஷ்ணசிவம் கல்வி அறிவிலும் வேதங்களிலும் நன்கு பயிற்சி பெற்றவராம். அவருடைய 26வது வயதில் காசி விசுவநாதர் கனவில் தோன்றினாராம். இதனால் எப்படியும் குடும்பத்தோடு காசி செல்வது என்று தீர்மானித்துவிட்டாராம். அக்காலத்தில் மிகச் சிரமப்பட்டு. குடும்பத்துடன் காசி வந்து சேர்ந்தாராம்.

காசியில் நிரந்தரமாகத் தங்கிவிட முடிவு செய்தார். காசி மகாராஜாவிடம் திரு. கிருஷ்ண சிவத்துக்கு நட்பு ஏற்பட்டது. அரசருக்கு ஆலோசகராகவும் துணையாகவும் இருந்ததால், அரசருடைய உதவியினால் கங்கைக் கரையில் 'அனுமான் காட்' அருகிலுள்ள இந்த இடத்தில் இவ்வளவு பெரிய கட்டடத்தைக் கட்டினார். அப்போது ராஜாவின் தயவிருந்ததால் சேவகத்துக்கு ஆட்களும் பாதுகாப்புக்குக் காவலர்களும் இருப்பார்களாம்.

டெல்லிக்கு வரும்போது. எட்டயபுரம் மகாராஜா (ஜமீன்தார்) காசிக்குச் சென்றால், தங்கள் வீட்டில்தான் தங்குவது வழக்கம். சாசனப்படி எங்கள் குடும்பத்துக்கு எட்டயாபுரம் மகாராஜா வருஷா வருஷம் பணம் கொடுத்து வருவதும் வழக்கம். இப்போதெல்லாம் நின்றுவிட்டது எனத் தெரிவித்தார்.

காசியிலுள்ள இக்கட்டடம் மிகப் பெரியது. சுற்றிலும் அறைகளும், அதே அளவில் அறைகளுள்ள மேல் மாடியும் இருக்கிறது. 1940ல் கட்டடம் புதுப்பிக்கப்பட்டதாம். அதற்கும் மேலுள்ள சிறிய அறையில்தான் பாரதியார் தங்கியிருப்பாராம். அந்த இடத்திலிருந்து பார்த்தால். கரை புரண்டு ஓடும் கங்கையின் சிறப்பைக் காணலாம்.

கட்டடத்துக்கு நடுவே, சிவன். பார்வதி கற்கோவில்கள் உள்ளன. தென்னாட்டு அமைப்பில் சிலைகளுடன் கட்டப்பட்டுள்ளன.

இக்கோவில் பூசைக்கு குமர குருபர சுவாமிகள் மடத்திலிருந்து ஓதுவார் வருவது பழக்கம். எப்போதாவது ஓதுவார் வரத் தாமதமாகிவிட்டால் திரு. கிருஷ்ண சிவம் பூசை செய்வாராம். அப்போது 'சுப்பையாவைக் கூப்பிடு' என்பாராம். உடனே பாரதியின் அத்தை திருமதி. குப்பம்மாள் மாடிக்குச் சென்று பாரதியை அழைத்து வருவாராம். பூசை நேரத்தில் இருக்க வேண்டிய ஆச்சார முறையில் பாரதியார் தயாராக இருக்கமாட்டாராம். மாமாவைக் காண்பதற்கும் பயமாம். அத்தை குப்பம்மாள் பாரதியின் முகத்தைக் கழுவி. நெற்றிக்கு விபூதியை அணிவிப்பாராம். பாரதியார் பாட ஆரம்பித்தால் பக்கத்துத் தெருவுக்கெல்லாம் கேட்குமாம். அவ்வளவு ஆவேசமாகப் பாடுவாராம்.

திருவாதிரை அன்று பாரதியார் 'வெள்ளைத் தாமரைப் பூவில் இருப்பாள்' என்ற பாட்டைச் சிறப்பாகப் பாடினாராம்.

பாரதியின் அத்தை குப்பம்மாள் வசதியாக இருந்ததால். பாரதிக்கும், தன் மகன் விசுவநாதனுக்கும் அவ்வப்போது காசியில் செலவுக்குப் பணம் கொடுப்பாராம்.

கிருஷ்ணசிவனின் மகன் விசுவநாதனுக்கும் பாரதியின் சகோதரி லட்சுமிக்கும் திருமணம் ஆகியது. (புதுச்சேரியில் துப்பறியும் இலாகாவின் குறிப்பில் 'சாலை விஸ்வநாத அய்யர் பண்ட குமாஸ்தா, அனுமந்தக்காடு காடு' என்று எழுதப்பட்டுள்ளது. கட்டுரையில்)

காசிக்குப் பாரதி நான்கு முறைகள் வந்திருக்கிறார். சிறு வயதில் வந்ததோடு, நெல்லையில் படித்துவிட்டுக் காசி வந்துவிட்டார்.

காசியில் பாரதியும், அவர் மைத்துனர் விசுவநாதனும் இணைபிரியாத் தோழர்கள். இருவரும் சேர்ந்து நகரெங்கும் சுற்றுவார்களாம். 'அனுமான் காட்' மக்களோடு மட்டுமல்லாமல் இனம் தெரியாத பல நண்பர்களோடு அடிக்கடி சுற்றிக்கொண்டிருப்பார்களாம்.

பாரதியார் இங்குதான் வடமொழியான சமஸ்கிருதம் பயின்றார். மகாமகோபாத்தியாயா சீதாராம சாஸ்திரி என்பவரிடம் சமஸ்கிருதம் கற்றார்.

பாரதி அலகாபாத் பல்கலைக் கழகத்தில் படித்ததாகச் சிலரும், கல்கத்தா பல்கலைக்கழகத்தில் படித்ததாகச் சிலரும் எழுதியிருப்பதாக தோழர் சி.எஸ். அவர்கள் குறிப்பிட்டு, இதில் உண்மையைத் தெரியவேண்டுமென்று ஆர்வத்தோடிருந்தார். அதை நினைவு வைத்து. திரு. கிருஷ்ணனிடம் கேட்டோம்.

காசி விஸ்வ வித்யா பீடம் 1922ல் நிறுவப்பட்டது. காசி இந்துப் பல்கலைக் கழகம் 1916ல் நிறுவப்பட்டது.

பண்டித மதன்மோகன் மாளவியாவுக்கும் பாரதிக்கும் நெருங்கிய தொடர்பு இருந்ததாகக் கூறினார்.

பாரதி காசியில் இருக்கும்போது பல்கலைக் கழகம் கிடையாது. காசியில் ஜெயநாராயண் உயர்நிலைப்பள்ளியில் (Jeya Narayan High School) மெட்ரிக்குலேசன் தேர்வு எழுதி முதல். மாணவராகத் தேர்வு பெற்றார். உயர்நிலைப் பள்ளியாக இருந்தாலும் மெட்ரிகுலேசன் தேர்வை அலகாபாத்

பல்கலைக் கழகம் நடத்துவது பழக்கமாம். இப்போதும் அதே ஜெயநாராயண் உயர்நிலைப் பள்ளியில் அலகாபாத் பல்கலைக் கழகம் மெட்ரிகுலேசன் தேர்வை நடத்தி வருகிறது.

பாரதியார் காசியில் தங்கியிருக்கும்போதே பல மொழிகளைக் கற்றாராம். சமஸ்கிருதம், இந்தி, உருது, ஆங்கிலம், வங்காளம் இன்னும் பல மொழிகளில் நன்கு பேசுவாராம்.

காசியில் தனது மைத்துனர் விசுவநாதனுடன் சேர்ந்தே சுற்றுவார். தலைப்பாகையும், கைக்கம்பும் ஏந்தித் திரிவாராம். மக்களுக்கு நிவாரண வேலைகளில் அதிக ஆர்வத்தோடு ஈடுபடுவார்கள். தேசபக்தியுள்ள இளைஞர்கள் பலர் அடிக்கடிக் கூடிப் பேசுவார்களாம். எனது தந்தை விசுவநாதன் அவர்கள் கடைசி வரை-மக்களுக்குச் சேவை செய்வதில் ஆர்வத்தோடு ஈடுபட்டார்.

பாரதியின் அத்தை திருமதி குப்பம்மாளின் திருஉருவப்படம் பெரிதாகப் போடப்பட்டுள்ளதைக் காட்டினார். விசுவநாதன் தாடியுடன் கம்பீரமாக இருக்கும் படத்தை 'இதுதான்.' எனது தந்தை என்று உணர்ச்சி பொங்கக் காட்டினார்.

பாரதியின் மீது பற்றுதலுள்ள சிலர் வித்யா பீடத்தில் இருப்பதாகத் திரு. கிருஷ்ணன் தெரிவித்தார்.

பாரதி தென்னிந்தியாவின் தாகூர் என்று ஓய்வு பெற்ற பிரபல நீதிபதி எஸ். கே. முகர்ஜி அடிக்கடி கூறுவார். திரு. முகர்ஜி பாரதி பற்றிப் பல கட்டுரைகள் எழுதியிருப்பதாகத் தெரிவித்தார்.

'வித்யா பீடத்தில் - குமர குருபர சுவாமிகள், மடத்திலிருந்து நிதி ஒதுக்கீடு செய்திருப்பதால் சைவ சித்தாந்த ஆராய்ச்சி பிரிவு உள்ளது. இதுபோல். பாரதி நூற்றாண்டு விழாவையொட்டி தமிழ்நாடு அரசு ரூபாய் 5 லட்சம் ஒதுக்கியிருப்பதாகத் தெரிகிறது. இப்பணத்தை உடனே கொடுத்தால், இங்குப் பாரதி பற்றிய ஆராய்ச்சிக்கும்,

பிற மொழிகளில் கொண்டுவருவதற்கும், காசியில் வாழும் தமிழர்களுக்கு மேலும் ஊக்கமளிப்பதற்கும் உதவும் என்று வேண்டுகோள் விடுத்தார். இயன்ற மட்டும் முயற்சி செய்வதாகக் கூறினோம். மறுநாள் கோவில்பட்டி சட்டமன்ற உறுப்பினர் தோழர் அழகர்சாமியையும் அழைத்துச்சென்று பேசினோம்.

திரு. கிருஷ்ணன் அவர்கள் தனது தாய் மாமனான பாரதி மீது தணியாத பற்றும், தமிழார்வமும் நிறைந்து காணப்பட்டார். அதிலும் எட்டயபுரத்திலிருந்தும், பக்கத்து ஊர்களிலிருந்தும் வந்திருக்கும் எங்களைச் சந்தித்துப் பேசிய ஆர்வத்தில் தன் குடும்பத்தில் உள்ள எல்லோரையும் எங்களுக்கு அறிமுகப்படுத்தினார். எங்களுக்கு அவருடைய மகளும் வடமொழி பயின்று பேராசிரியராக இருப்பதாக அறிமுகப்படுத்தினார். பாரதியார் பாடல்களைப் படிப்பதன் மூலம் தமிழை மறக்காமல் படித்து வருவதாகத் தெரிவித்தார்.

பாரதியின் குடும்பப் பரம்பரையினரைச் சந்தித்ததில் மகிழ்ச்சி; பாரதி வடமொழி பயின்று, இந்திய தேசிய விடுதலைப் பிரவாகத்தில் மூழ்கித் திளைக்கத் துணைபுரிந்த கங்கைக்கரை இல்லத்தில் காலடி வைத்ததில் ஒரு பெருமிதம். காசியில் பாரதி எப்படி இருந்திருப்பார் என்று நிர்ணயிக்கத் துணைசெய்யும் வாய்ப்புக் கிடைத்தது.

கங்கைக்கரை முழுவதும் கோதுமை விளைந்து அறுவடை நடந்துகொண்டிருந்தது; நெல்லுக்கு வரப்புகள் போட்டு, நீரைத் தேக்கிப் பாதுகாக்கும் அவ்வளவு சிரமம் கோதுமைக்கு இல்லை. எங்கு திரும்பினாலும் கோதுமைக் கதிர்கள் குலுங்குகின்றன.

காசி நகர்வாழ் ஆண்களும், பெண்களும் - எல்லா வயதினரும் வெற்றிலைப் பாக்குப் போடும் பழக்கமுள்ளவர்களாக இருக்கிறார்கள். பரம்பரை பழக்கம் போலும்! இதையெல்லாம் **உன்னிப்பாகப் பார்த்துத்தான்-**

"கங்கை நதிப்புறத்துப் கோதுமைப் பண்டம்
காவிரி வெற்றிலைக்கு மாறு கொள்வோம்"

என்று பாரதி பாடியிருக்க வேண்டும்.

திரு. கிருஷ்ணன் அவர்களிடம் சில விபரங்களைத் தெரிந்துகொள்ள முடிந்தது. காசி வாழ்க்கை பாரதியிடம் பல மாற்றங்களைத் தோற்றுவித்திருக்கும். பாரதியின் வாழ்க்கையை முழுதும் புரிந்துகொண்டு மகாகவியின் புகழைப் பரப்புவது தமிழ் வளர்ச்சிக்குப் பெரிதும் பயன்படும். தமிழ் ஆராய்ச்சியில் ஈடுபடும் பாரதி அன்பர்கள் இக்கடமையைச் செய்வார்களென்று நம்புகிறோம்.

(தாமரை, ஜூலை 1982)

பாரதியும் விவசாயிகளும்

தமிழ்நாட்டில் சங்கப்புலவர்கள் முதல் பாரதிக்கு முந்திய பல புலவர்கள் உழவுத் தொழிலையும், உழவர் பெருங்குடி மக்களையும் பாராட்டிப் பாடல்கள் புனைந்துள்ளனர்.

பகடு புறந்தருநர் பாரமோம்பிக்
குடி புறந் தருகுவை யாயின்
அடி புறந் தருகுவர் அடங்காதோரே

என்று வெள்ளைக்குடி நாகனார், சோழ மன்னனை நோக்கிப் பாடுகிறார்.

மாடுகளைப் பூட்டி, ஏரோட்டிச் செல்லும் உழவனுக்குத் தொல்லையில்லாமல் பாதுகாத்து வந்தால், உனக்கு அடங்காது எதிர்த்து நிற்கும் எதிரிகளையும் பணிய வைக்கும் வல்லமை படைத்தவர்கள் விவசாயிகள் என்று அரசனுக்கு அறிவுரை கூறுகிறார்.

உழுதுண்டு வாழ்வாரே வாழ்வார் மற்று எல்லாம்
தொழுதுண்டு பின்செல்பவர்

என்று திருவள்ளுவர் விவசாயிகளைப் பெருமைப்படுத்திக் கூறுகிறார்.

வரப்பு உயர நீர் உயரும்
நீர் உயர நெல் உயரும்
நெல் உயரக் குடி உயரும்
குடி உயரக் கோல் உயரும்

என்று ஔவையார் புகழ்கிறார்.

"உழுங்குலத்தில் பிறந்தோரே உலகுய்யப் பிறந்தாரே"

என்று கம்பன் இயற்றியதாகக் கூறப்படும் 'ஏரெழுபது' சொல்கிறது.

தமிழ்க் கவிஞர்களின் மரபுவழி நின்று, தான் வாழ்ந்த காலத்தின் நிலையை நன்கு உணர்ந்து. புதிய கருத்தைத் தனது பாடலில் கொண்டுவந்த பெருமை பாரதிக்கு உண்டு. அதனால்தான் 'புதிய அறம் பாட வந்த அறிஞன்' என்று பாரதியைப் பாரதிதாசன் மனதாரப் புகழ்கிறார்.

'உழவுக்கும் தொழிலுக்கும் வந்தனை செய்வோம்' என்று மட்டும் வணக்கம் செலுத்திவிட்டு நிறுத்தியிருந்தால். பாரதிக்கு இவ்வளவு பெருமை சேர்ந்திருக்காது. அதற்கு மேலும் சென்றான். அதுவரை யாரும் சொல்லாத புதிய கருத்தை, புரட்சிக் கருத்தை காலத்தின் கட்டளையாகக் கட்டியங் கூறினான் பாரதி.

உழவுக்கும் தொழிலுக்கும் வந்தனை செய்வோம்- வீணில்
உண்டு களித்திருப்போரை நிந்தனை செய்வோம்
விழலுக்கு நீர்ப்பாய்ச்சி மாயமாட்டோம்-
வீணருக்கு உழைத்துடலம் ஓயமாட்டோம்

என்று சுதந்திரப்பள்ளுப் பாடுகிறார் பாரதி.

நிலப்பிரபுத்துவ முறையை நிந்திக்கிறார். உடல் உழைக்காத மிராசுதார்களை பயிர்களிடையே முளைத்த 'களைகள்' என்று குறிப்பிடுகிறார். சமுதாயப் பதர்களான 'வீணர்கள்' என்றும், அவர்கள் வாழ நாம் உழைக்க வேண்டியதில்லையென்றும் நேரடியாக உற்பத்தியில் ஈடுபடும் உழவர்களின் உரிமைக் குரலாக ஆனந்தப்பள்ளுப் பாடுகிறார்.

மறைந்த பேராசிரியர் நா. வானமாமலை அவர்கள். 'பாரதியின் ஆனந்தப்பள்ளுப் பாட்டின், பெருமையை, 'பாரதியும் தொழிலாளர்களும்' என்ற சிறுநூலில் பின்வருமாறு வரையறுத்துக் கூறியிருக்கிறார்.

"இந்த உறுதிதான் பாரதியின் பாட்டிலுள்ள புதுமை. இந்த உறுதிக்கு அடிப்படையான உணர்வுதான் பாரதி காலத்தில் புதிதாகத் தோன்றியது. புதிதாகத் தோன்றிய புதிய உணர்வு வீணருக்கு உழைக்க மாட்டோம்' என்ற உறுதி. அப்பொழுதுதான் நமது நாட்டில் முளைவிட்டது. பாரதி முளையிலே செடியையும், மரத்தையும், கனியையும் காணும் தொலைநோக்குடைய கவிஞர். ஆகவே முளைக்கு நீரூட்டி வளர்த்தார்."

(பக்கம் 10. பாரதியும் தொழிலாளர்களும்)

பாரதி விவசாயத்தின் சிறப்பையும், அதில் ஈடுபட்டிருக்கும் கிராம மக்களின் வாழ்க்கையையும் ஊன்றிக் கவனித்துப் புரிந்துகொண்டார்.

மக்கள் மீது பற்றுக்கொண்ட கவிஞனாகவும், விடுதலை இயக்கத்தில் தீவிரவாதக் கண்ணோட்டம் கொண்டவராகவும். உலக நிகழ்ச்சிகளையெல்லாம் கூர்ந்து நோக்கும் பத்திரிக்கை ஆசிரியராகவும் பாரதி திகழ்ந்தார்.

ஜமீன் எதிர்ப்பு

எட்டயபுரம் ஜமீன் குடியரசு வாழ்ந்ததால். ஜமீன்தாரின் நிர்வாகச் சீரழிவையும், வீண் பெருமைகளையும் ஆடம்பரங் களையும் நேரடியாகப் பார்த்துப் பரிகசித்தார்.

பாரதியின் 'சின்னச்சங்கரன்' கதையில் ஜமீன்தார்களையும் அவர்களின் ஜம்பங்களைப்பற்றியும் கிண்டல் செய்கிறார்.

'ஜமீன்தாரிடம் வில்வபதிச் செட்டி நிலத்துக்காக மனுச் செய்தார். தாசில்தார் "குமரப்பிள்ளையின் அதிகாரத்துக்குட்பட்ட பூமியில் மேற்படி செட்டிக்கு ஜீவனாம்சத்துக்கு நிலம் விடவேண்டுமென்று கவுண்டரவர்களுடைய திருவுள்ளம் ஏற்பட்டிருப்பதைத் தெரிந்துகொண்டார். ஆனால் எவ்வளவு நிலம், எந்தவிதமான நிலம், என்ன நிபந்தனைகள் முதலிய விபரங்களொன்றும் தெரியவில்லை. உத்தரவை

அடித்துவிட்டுத் திவான் வேறு மாதிரி எழுதிக்கொண்டு வந்து ரகசியமாகக் கவுண்டரின் கையெழுத்து வாங்கிக்கொண்டு போய்விட்டார். கடைசியில் வில்வபதிச் செட்டிக்கு ஒன்றும் கிடைக்கவில்லை.'

(சின்னச்சங்கரன் கதை பக்கம் 29)

ஜமீன்தாரின் கண்மூடித்தனமான 'சிகப்பு நாடா' மோசடி நிர்வாகத்தை பாரதி அம்பலப்படுத்துகிறார். எவ்வளவு உன்னிப்பாகக் கவனித்திருக்கிறார்!

மேலும் ஜமீன்தார்கள், மற்றும் நிலப்பிரபுக்களின் போலித்தனமான பகட்டு வாழ்க்கை முறைகளை இதே நூலில் ஏளனம் செய்கிறார்.

"தேசமோ உலகத்துக்குள்ளே ஏழைத் தேசமாச்சுதா! பதினாயிரம் ரூபாயிருந்தால் அவன் தமிழ் நாட்டிலே கோடீசுவரன். பத்துவேலி நிலமிருந்தால் அவன் ராஜாதி ராஜ ராஜ மார்த்தாண்டன்! ஒரு ஜமீனிருந்து விட்டால் அவன் 'சந்திரவம்சம்' 'சூர்யவம்சம்' 'சனீசுவரவம்சம்' 'மஹாவிஷ்ணுவின் அவதாரம்'- 'பழைய பன்றி' அவதாரத்துக்குப் பக்கத்திலே சேர்க்க வேண்டியது. இந்த தேசத்தில் முப்பத்து முக்கோடி தேவர்களென்று கணக்குச் சொல்லுகிறார்கள். நான் நாலைந்து பேரைக்கூட பார்த்தது கிடையாது. அது எப்படி வேண்டுமென்றாலும் போகட்டும். ஆனால் இந்த முப்பத்து முக்கோடி தேவர்களிலே எனக்குத் தெரிந்தவரை நம்முடைய மகாவிஷ்ணுவின் அவதாரம், ஆமை விஷ்ணுவின் அவதாரம், கவுண்டனூர் ஜமீந்தார் விஷ்ணு அவதாரம்."

பாரதி மதப்பற்றுள்ளவர்; கடவுள் நம்பிக்கை உள்ளவர். இருப்பினும் ஜமீந்தார்களின் மீதுள்ள ஆத்திரத்தை முழுதும் கிண்டலாகக் குறிப்பிடுகிறார்; தசாவதாரத்தில்-பத்து அவதாரம் படைத்த விஷ்ணுவின் பரம்பரை என்று

சொல்லித் திரிந்த ஜமீந்தார்களை-குறுநில மன்னர்களை- 'பன்றிப் பிறவிகள்' என்று அருவருப்புடன் எழுதுகிறார்.

'கவிதாதேவியின் அருள் வேண்டல்'என்ற கவிதையில்

திமிங்கலவுடலும் சிறிய (புன்மதியும்)
ஓரேழ் பெண்டிருமுடையதோர் (வேந்தன்)
தன்பணிக் கிசைந்தென் தருக்கலாமழிந்து
வாழ்ந்தனன் கதையின் முனிபோல் வாழ்க்கை

என்று எட்டயபுரம் ஜமீந்தாரைப் பற்றி மன எரிச்சலோடு பாரதி குறிப்பிட்டிருக்கிறார். மிகச் பெரிய துணிச்சல் உள்ளவராக இருந்தால்தான் அக்காலத்தில் இவ்வாறு எழுதியிருக்க முடியும்!

ஆறில் ஒரு பங்கு

ஜமீன்தார்களை வெறுத்ததைப் போலவே, நிலப்பிரபுத்துவ முறையைக் கட்டிக்காக்கும் மடாதிபதி களையும் பாரதி வெறுத்தார்.

'ஆறில் ஒரு பங்கு' என்னும் நூலில்

'மடாதிபதிகளும், ஸந்நிதானங்களும் தமது தொந்தி வளர்வதை ஞானம் வளர்வதாகக்கொண்டு ஆனந்த மடைந்து வருகின்றனர்'. . . . 'முற்பகல் செய்யிற் பிற்பகல் விளையும்' நாம் பள்ளர் பறையருக்குச் செய்ததையெல்லாம், நமக்கு அன்னிய நாடுகளில் பிறர் செய்கிறார்கள். நமது சிருங்ககிரி சங்கராச்சாரியாரும். வானமாமலை ஜீயர் ஸ்வாமிகளும், நெட்டால் திரான்ஸ்வான் தேசங்களுக்குப் போவார்களானால், ஊருக்கு வெளியே சேரிகளில் வாசம் செய்யவேண்டும். சாதாரண மனிதர்கள் நடக்கும் ரஸ்தாக்களில் நடக்கக்கூடாது பிரத்தியேகமாக விலகி நடக்க வேண்டும். பல்லக்குகள், வண்டிகள் இவற்றைப் பற்றி யோசனையே வேண்டியதில்லை'.

. . . .

நாட்டில் நிலவும் சாதிக் கொடுமைகளைக் கண்டு வெதும்பினார். சாதிக் கொடுமைக்குரிய பொருளாதாரம் பின்னணியைப் பார்த்திருக்கிறார்.

'மிகவும் கொடிய பஞ்சம் இந்த க்ஷணத்தில் நடைபெற்று வருகிறது. . . . . இத்தனை கஷ்டத்துக்குக்கிடையே ஜாதிக்கொடுமை ஒரு புறத்தே தொல்லைப்படுத்துகிறது.

"பெரும்பாலும் தாழ்ந்த ஜாதியார்களே அதிக ஏழைகளாக இருக்கிறார்களென்பது மறுக்கமுடியாத விஷயம். உழைப்பும் அவர்களுக்குத்தான் அதிகம். அதிக உழைப்பு நடத்திவரும் வகுப்பினருக்கு அதிக வலு தேவைப்படும். அநீதி உலகம் முழுவதிலுமிருக்கிறது. ஏனினும் நம்முடைய தேசத்தைப்போல் இத்துணை மோசமான நிலைமை வேறெங்குமில்லை" என்று குறிப்பிடுகிறார்.

நான்கு வருணமுள்ள அமைப்புள்ளதாகக் கூறப்படும் நாட்டை ஐந்து வருணம் என்று குறிப்பிடுகிறார். தாழ்த்தப்பட்ட மக்கள் எனும் பஞ்சமர்கள் வாழும்- ஒரு பக்கம் தாழ்ந்ததும் பள்ளமுமாக இருக்கிறது. அதுவே நாட்டுக்கு இடையூறாகப் பயன்படுத்தப்படும். ஆகவே ஐந்து பக்கமும சமமான அளவுள்ளதாகவும், சமபலமுள்ளதாகவும் கட்டப்பட வேண்டும் என்ற கருத்தில் 'பஞ்சவர்ணக் கோட்டை' என்ற கட்டுரையில் எச்சரித்திருக்கிறார்.

ஏகாதிபத்திய ஆட்சியின் கொடுமை

ஜமீந்தார்கள், மடாதிபதிகள், சாதிக்கொடுமைகள் பற்றியெல்லாம் கூறும் பாரதி, அந்நியர் ஆட்சியில் விவசாயிகளுடைய நிலைமைகளையும் தெளிவாகக் குறிப்பிடுகிறார்.

"குனிந்தால் வரி, நிமிர்ந்தால் வரி, நின்றால் வரி, உட்கார்ந்தால் வரி, நிலவரி, நீர்வரி, பாசிவரி, ரோட்டு வரி, காட்டுவரி, மோட்டுவரி, கொடுக்கல்வரி, வாங்கல்வரி, வருமானவரி, தொழில்வரி, தோல் கேட்டுவரி, ரயில்வரி, சாக்கடைவரி, சாராயக் கடைவரி, மாட்டுவரி, ஆட்டுவரி, நாய்வரி, பூனைவரி, இறக்குமதிவரி, ஏற்றுமதிவரி இன்னும் எண்ண முடியாத வரிகளைப் போட்டு வீடு, வாசல், நிலம், கரை, ஆடு, மாடு, சட்டி, பொட்டி இவைகளை ஜப்தி செய்து ஏலங்கூறி கொள்ளையடித்துப் போகும் சர்க்கார் பணத்தை நாம் ஏன் திரும்பக் கொள்ளையடிக்கப்படாது' என்ற கேள்வியும் அவனுக்கு உண்டாகிறது.

'ஒருவன் கொடுங்கோல் அரசில் குடித்தனம் செய்தால் வயிற்றுக்குச் சோறில்லாமலும் சர்க்கார் அதிகாரிகளின் ஹிம்சையால் மானமிழந்தும் துன்பமடைய வேண்டியிருக்கிறது. குடியானவனாயிருந்து பயிர்த்தொழில் செய்யவோ, அநேக தடங்கல்கள் இருக்கின்றன. பட்டத்தில் மழை பெய்யவில்லை; அப்படி மழை பெய்தாலும், உழ எருதுகள் இல்லை; உழுதாலும் விதைக்க வித்துக்களில்லை; விதை விதைத்தாலும் களைகளைச் சரியான காலத்தில் எடுத்துப் பயிர் அடித்துக் காவல் காத்து மகசூலை அறுவடை செய்து வீடு கொண்டுவந்து சேர்த்து ஸுகிக்க ஐவேஜ் இல்லை. அப்படி வீடு கொண்டுவந்து சேர்த்துப் பலனை அனுபவிக்க இடமில்லை. ஏனென்றால் சர்க்கார் தீர்வைக்கே தானிய தவசங்களை களத்தில் விற்றுவிட வேண்டியிருக்கிறது. . .'

இந்திய நாட்டின் விவசாயிகளின் வாழ்க்கையை சித்திரிக்கிறது 'ஆறில் ஒரு பங்கு'. இந்நூலை பிரிட்டிஷ் ஏகாதிபத்தியம் 1911 டிசம்பரில் தடைசெய்தது. நாடு விடுதலையடைகிறவரை இத்தடை நீக்கப்படவில்லை.

எழுபது ஆண்டுகளுக்கு முன்பு எழுதிய வாசகங்கள் இன்னும் அட்சரம் தவறாமல் அப்படியே விவசாயிகளுடைய

வாழ்க்கை நிலை நீடிக்கிறது. நாடு விடுதலையடைந்தும். ஐந்தாண்டுத் திட்டங்கள் நிறைவேற்றப்பட்டும்-விவசாயிகளுக்கும்-அரசு நிர்வாகத்துக்கும் உள்ள உறவும், அணுகு முறைகளும், அந்நிய ஆட்சி வகுத்துக் கொடுத்த சட்டத் திட்டங்கள் எனும் தண்டவாளத்திலேயே ஓடிக்கொண்டிருக்கிறது. இந்நிலை நீண்ட நாளுக்கு ஓடாது, நீடிக்க முடியாது; நீடிக்க அனுமதிக்கக்கூடாது.

பாரத மாதாவின் கட்டளை

நாட்டு மக்களின் நாடி நரம்புகளையும் அங்க அசைவுகளையும் அவ்வப்போது பாரதி உன்னிப்பாகப் பார்த்து வந்தார்.

1909 பிப்ரவரி 6-ந்தேதி 'இந்தியா' பத்திரிகையில் 'மாதாவின் கட்டளை' என்ற தலையங்கத்தை பாரதி எழுதியிருக்கிறார். இக்கட்டுரையைத் தேடிக் கண்டுபிடித்து, முதுபெரும் அறிஞர் தோழர். சி.எஸ். சுப்பிரமணியம் அவர்கள் 1982 செப்டம்பர் மாதத் தாமரையில் வெளியிட்டிருக்கிறார்.

'.... நாற்பது வயதுடைய ஒரு ஸ்திரி வரி வரியாகப் பாடுகிறாள். மற்றவர்கள் அதைத் திரும்பச் சொல்லுகிறார்கள்.

'நாடு செழிக்க வேணும்' என்று மறுபடியும் தொனி பிறந்தது.

நாமும் எம்முடன் இருந்த பிறரும் இந்து மாதாவின் ஆக்கினையென்பதை அறிந்துகொண்டோம். தொழிலாளிகளுக்கும், விவசாயிகளுக்குமே பூமி சொந்தமானது. மனித சமூகத்தில் இவர்களே தேனீக்கள். மற்ற நம் போன்றோரெல்லாம் பிறர் சேகரித்து வைத்த தேனை உண்டு திரியும் வண்டுகள்.

"விவசாயிகளையும், தொழிலாளிகளையுமே நாம் 'வந்தே மாதரம்' என்ற மந்திரத்தால் வணங்குகிறோம். இவர்களுடைய எண்ணங்களும், ஆசைகளும்

பிரார்த்தனைகளும் மற்றோர்களால் கட்டளைகளாகப் பாராட்டிப் போற்றத் தக்கனவாகும்.

மாதாவின் கட்டளையைக் கேளுங்கள்.

நா. . .டு செழிக்க வேணும்
நல்ல மழை பெய்ய வேணும்
நெல்....லு....விளையவேணும்
ரெண்டுபடி. . . . விற்கவேணும்"

இந்தக் கட்டளையை நாமனைவரும் பின்பற்றக் கடமைப்பட்டிருக்கிறோம். நெல் விளைய வேண்டும் என்று ஆக்கினை பிறக்கிறது. மணிலாக்கொட்டையும் (நிலக்கடலை) பருத்தியும், அவுரியும் ஆகாரமாக மாட்டாது.

"...அவுரி விற்ற காசு அவலம். அதை வைத்துக் கொண்டிருப்பவன். கிருஹஸ்தனாக மாட்டான். மேலும் இந்தச் சமயத்தில் மணிலாக்கொட்டை, அவுரி இவற்றிற்குக் கிடைக்கும் விலை எப்போதும் கிடைக்குமென்றென்றெண்ணுவது பிழை.."

நெல்லு. . . விளையவேணும் என்று மாதாவின் கட்டளையை முடிக்கிறார்.

பாரதியின் 'மாதாவின் கட்டளை' நிறைவேற்றப் படாமலேயே-வேண்டுகோளாகவே ஒலித்துக்கொண்டிருக்கிறது.

நெல் விளைய வேண்டுமானால் அதற்குப் போதுமான நீர்ப்பாசன உத்தரவாதம் தேவை. அதையும் பாரதி புரிந்திருந்தார். தமிழகத்தின் தொல்லைகள் அனைத்தையும் உணர்ந்திருந்த பாரதி. . . .

வங்கத்திலோடி வரும் நீரின் மிகையால்
மையத்து நாடுகளில் பயிர் செய்குவோம்

என்று கங்கை. . . காவிரி இணைப்பில் இந்திய ஒற்றுமையைக் கண்டார்.

மகாகவி பாரதி - இந்திய விடுதலைக்குப் போராடிய காலத்திலேயே நாட்டின் வளர்ச்சிக்கான திட்டங்களையும் தனது கவிதைகளிலும், கட்டுரைகளிலும் வடித்துக் கொடுத்திருக்கிறார்.

"சமுதாய மறுமலர்ச்சி காண விரும்பிய வீரர்களின் தனித்தன்மை-அநேகமாக அனைவரும் தாங்கள் வாழ்ந்த காலத்தில் நிகழ்ந்த இயக்கங்களில் ஈடுபாடு கொண்டார்கள்; இயக்கங்களை ஊக்குவித்தார்கள். நேரடிப் போராட்டங்களிலும் பங்குகொண்டார்கள். சார்பு நிலை எழுத்துப் போராட்டங்களில் கலந்து கொண்டனர். எழுத்து, பேச்சாற்றல் மூலம் சிலரும், மற்றவர்கள் ஆயுதம் தாங்கியும், பலர் இரண்டு முறைகளிலும் பங்குகொண்டனர். இவர்களின் முழுமையான ஈடுபாடும் செயலூக்கமும் இவர்களை பூர்ணத்துவம் பெற்ற மனிதர்களாக்கியது" (Hence the fullness and force of character that makes them complete men) (ஏங்கெல்ஸ்- இயற்கையின் இயங்கு இயல்! கலை இலக்கியம் பற்றி மார்க்ஸ்-ஏங்கெல்ஸ்).

மாமேதை ஏங்கெல்ஸ் அவர்களின் வரையறை மகாகவி பாரதிக்கும் பொருந்தும்

ஆங்கிலேய ஏகாதிபத்தியத்தை எதிர்த்து நடந்த போராட்டத்தோடு இந்திய மறுமலர்ச்சியும் நிலப்பிரபுத்துவ எதிர்ப்பும் இணைந்திருந்தன. விடுதலைப் போராட்டத்தின் உள்ளடக்கத்தை உணர்ந்து தெளிந்து முழுதும் ஈடுபட்டவர் பாரதி

தமிழர் வாழ்விலும்-வளர்ச்சியலும் நின்று நிலைத்து புதுநெறி காட்டும் மகாகவி!

(ஜனசக்தி-மகாகவி பாரதி நூற்றாண்டு விழா மலர், 1982)

விழாக்களுடன் நின்றுவிடுவதில்லை நமது பணிகள்

பாரதி முற்போக்கு வாலிபர் சங்கம் கடந்த 29 ஆண்டுகளாகப் பாரதி விழாவைத் தொடர்ந்து நடத்தி வருகிறது. இச்சங்கத்தினர்களுக்கு ஆண்டுதோறும் பாரதிக்கு விழா கொண்டாடுவது மட்டும்தான் வேலையா? என்று கேட்டால் இல்லை என்றுதான் கூறமுடியும். பாரதியின் கருத்துக்களைத் தொடர்ந்து மக்களுக்குச் சொல்லிவர வேண்டும். அவைகள் காலத்திற்கும் நாட்டிற்கும் மக்களுக்கும் அவசியம். மக்களிடம் அவ்வப்போது பாரதியின் கருத்துக்களை நினைவுபடுத்துவது காலத்தின் கட்டாயமாகும் என்பதை நன்கு உணர்ந்த இந்த வாலிபர் சங்கத்தினர் அந்தக் கண்ணோட்டத்தில் விழா எடுத்து வருகிறார்கள்.

பாரதிக்கு நிரந்தரமான நினைவுச் சின்னம் எது? மணி மண்டபம் எழுப்புவதா? ஆண்டுதோறும் கோலாகலமாக விழா எடுப்பதா? சிறப்புச் சொற்பொழிவுகளா? இவைகள் ஒருவகையில் தேவை என்றாலும் பாரம்பரியம் பாரம்பரியமாக நிலைத்து நிற்கக் கூடிய வகையில் பாரதியைப் பல்வேறு வகைகளில் மக்களிடம் கொண்டுசெல்வது அவசியம். மனிதர்களிலே, கவிஞர்களிலே மாபெரும் மனிதராக, கவிஞராக வாழ்ந்தார் என்பதையும், தான் வாழ்ந்த குறுகிய காலத்திற்குள் எவ்வளவு உயர்ந்த கருத்துக்களைச் சொல்லிச் சென்றார் என்பதைக் கலை இலக்கியப் பெரு மன்றமும், இந்தச் சங்கமும் தமிழகத்தில் தொடர்ந்து தாங்கள் நடத்தும் விழாக்கள் மூலம் சொல்லிவருகின்றன.

அது மட்டுமல்ல இச்சங்கத்தின் பணி.

நமது பேராசிரியர் நா. வானமாமலை அவர்கள் பாரதியின் கருத்துக்களை அடிக்கடி தொடர்ந்து நினைவுபடுத்தி வந்துள்ளார். பாரதியின் கருத்துக்கள் தொடர்ந்து மக்களிடம் என்றும் நிலைத்துநிற்கும் வகையில் புதிய புதிய ஆராய்ச்சிகளோடு கூடிய புதிய கருத்துக்கள் கொண்ட பல நூல்கள் வெளிக்கொண்டு வரவேண்டும் என்பதை அழுத்தமாக வலியுறுத்தி வந்தார்.

இதே கோணத்தில் பேராசிரியர் "நா. வா. அவர்கள் பாரதியும் - தொழிலாளர்களும்" என்ற நூலைத் தானே எழுதி வெளிக்கொண்டுவந்தார்கள். அது மட்டுமல்ல பல்வேறு கருத்தரங்குகளை நடத்தி அறிஞர்கள், ஆராய்ச்சியாளர்கள் இளைஞர்கள் பலரை அதில் பங்கெடுக்கச் செய்து விஞ்ஞான பூர்வமாகப் பாரதியை அணுகவும் விமர்சிக்கவும் வழிகாட்டி வந்தார்.

விஞ்ஞான பூர்வமாகப் பாரதியை அணுகி ஆராய்ந்து பல்வேறு கோணங்களில் பல அறிஞர்களை விமர்சிக்கச் செய்ய அவர்கள் எடுத்துக்கொண்ட முயற்சி வெகுவாகப் பலன்களைத் தந்துள்ளது.

பேராசிரியர் நா. வா. அவர்களின் வழிகாட்டுதலுக்கு இணங்க இச்சங்கத்தின் செயலாளர் இளசை மணியன் தமிழ் நாட்டின் பாரதி ஆராய்ச்சியாளர்கள், கல்லூரியில் வரலாற்றுத் துறை மாணவர்களுக்குப் பயன்படும் வகையில் பாரதியின் 'இந்தியா' பத்திரிகையிலிருந்து தொகுத்து வெளியிட்ட 'பாரதி தரிசனம்' ஒரு நல்ல ரெபரன்ஸ் நூலாக மதிக்கப்படுகிறது.

பேராசிரியர் வானமாமலையின் பணி ஒருவகைப்பட்டது. பாரதியை வாழ்நாள் எல்லாம் பல கோணங்களில் ஆராய்ந்து பாரதியாருக்குத் தமிழ்நாட்டில் ஏராளமான எழுத்தாளர்கள் கவிஞர்கள். சொற்பொழிவாளர்களைச் சேர்த்துக்கொடுத்த தமிழ்நாடு கலைஇலக்கியப் பெருமன்றத் தலைவர் ரகுநாதன் எடுத்துக்கொண்ட முயற்சிகள் மிகப் பெரியதாகும்.

உலக மகாகவியான ஷெல்லியையும் பாரதியையும் ஒப்பிட்டு அவர் எழுதி இதே பாரதி விழாவில் வெளிக்கொண்டு வந்த நூல் ஒன்றுமட்டுமல்ல மகாகவி தாகூரையும் பாரதியையும் ஒப்பிட்ட 'கங்கையும் காவிரியும்' என்ற பெயரில் கொண்டுவந்ததால் இவைகள் பாரதியை உலக அரங்கில் தனிப்பெரும் உயர்வுக்குக் கொண்டுசென்றுள்ளது.

அது மட்டுமல்ல, சென்ற ஆண்டு அவர் வெளிக்கொண்டு வந்த "பாரதியின் காலமும் கருத்தும்" என்ற நூல் ஆராய்ச்சியாளர்களைத் திகைக்க வைத்த நூலாகும். பாரதியை வெறும் வேதாந்தக் கவி, ஒரு அரசியல்வாதி, எல்லோரையும் போலத்தான் அவர் கவி எழுதினார் என்றெல்லாம் நேற்றுவரை விமர்சித்து வந்த பலரை அந்த நூல் புதிய சிந்தனைக்குள் அழைத்து வந்தது. அது மட்டு மல்லாமல் பாரதியின் தொலைநோக்குப் பார்வைகளை அந்த நூல் வரலாற்றுச் சான்றுகளுடன் நிரூபித்தது. ஆரம்ப காலத்தில் பாரதி, சகோதரி நிவேதிதா தேவியைச் சந்தித்ததும் அவருடைய தொடர்பால் ஆயுதப் புரட்சியில் தனது மனதை ஈடுபடுத்திக்கொண்டதையும் ஏராளமான ஆதாரங்களுடன் ரகுநாதன் அந்த நூலில் நிரூபித்துள்ளார். இதை எழுதி முடிக்க, ஆதாரங்களைச் சேகரிக்க ரகுநாதன் 25 ஆண்டுகளைச் செலவு செய்துள்ளார்.

நமது அருமை நண்பர் பொன்னீலன் ஏராளமான சிறுகதைகளும். நாவல்களும் எழுதி உள்ளார். அதோடு நில்லாமல் பாரதியைப் பட்டி தொட்டிகளில் எல்லாம் தமது வீர முழக்கத்தால் கொண்டு சென்ற நமது ஆசான் 'ஜீவா'வின் வாழ்க்கைச் சரித்திரத்தை 'ஜீவா என்றொரு மானுடன்' என்ற அருமையான நூலை எழுதி வெளிக்கொண்டு வந்துள்ளார். அந்த நூலுக்குத் தமிழக அரசே பரிசும் பாராட்டுதலும் வழங்கி உள்ளது.

நமது புலவர் ஆ. சிவசுப்பிரமணியம் தமிழ் பேராசிரியர்தான். ஆனால் வரலாற்றில் பல கோணங்களில் மனித வாழ்க்கையை

அவர் ஆராய்ந்து அவைகளை நூல் வடிவில் வெளிக்கொண்டு வருவதில் தனக்கெனத் தனிப் பாணியை வகுத்துக்கொண்டவர் 'வ.உ.சி.யும் தொழிலாளர்களும்' 'வாஞ்சிநாதன்' போன்ற பல வரலாற்று நூல்களை எழுதி உள்ளார். வ.உ.சி.யின் வாழ்க்கைச் சரித்திரத்தை எழுதிக் கொண்டிருக்கிறார்.

இன்றைய தினம் பாரதியின் ஆய்வாளர்களுக்கு வெகுவாகப் பயன்படும் 'பாரதியின் வாழ்க்கைச் சித்திரம்' என்ற சிறந்த நூலை எழுதி உள்ள நண்பர் முத்துகிருஷ்ணனுக்கு இங்குப் பாராட்டு விழா நடைபெறுகிறது.

இதை நண்பர் வெறும் ஆவேசத்திலோ ஆசையிலோ எழுதிவிடவில்லை. இதுவரை ஒரு முழுமையான பாரதி வாழ்க்கை சரித்திரம் இல்லாத குறையைப் போக்கக் கடந்த 20 ஆண்டுகளுக்கு மேலாக அவர் பாடுபட்டு சேர்த்த விவரங்களை ஏராளமான ஆதாரங்களுடன் இந்நூலில் எழுதியுள்ளார். நாமே நமக்குள் நடத்திக்கொள்ளும் பாராட்டுவிழா அல்ல இது. வரலாற்று நூல்களில் சிறந்த நூல் என தமிழக அரசே இந்த நூலைத் தேர்வு செய்து பாராட்டிப் பரிசும் வழங்கி உள்ளது.

சங்கம் கடந்த 26 ஆண்டுகளில் பாரதி பற்றி பல ஆராய்ச்சி அறிஞர்களை, கவிஞர்களை, தலைவர்களை தமிழகத்திற்கு அறிமுகம் செய்து வைத்துள்ளது.

பாரதி பிறந்த இந்த மண்ணில் நாட்டிற்காக, மொழிக்காகப் பாடுபட்டுப் பல மேதைகளை பாராட்டி இதே மேடையில் பல விழாக்கள் எடுக்கப்பட்டுள்ளன. பலர் கௌரவிக்கப்பட்டுள்ளனர். அகில இந்திய அளவிலும். உலக அளவிலும் பாரதி மேல் அன்பு கொண்ட பலரை இங்கு அழைத்து வந்த பெருமையும் இந்த சங்கத்திற்கு உண்டு.

பல வழிகளில் பாரதியின் பணியே தனது பணி என ஏற்று அதைத்தொடர்ந்து செயல்படுத்திவரும் சங்க அமைப்பாளர்களுக்கு, எனது பாராட்டுகளும் வாழ்த்துக்களும்.

(1987-ஆம் ஆண்டு விழாவில் பாரதி வாழ்க்கைச் சரித்திர நூல் ஆசிரியருக்கு நடைபெற்ற பாராட்டுவிழாப் பேச்சு.)

(எட்டயபுரம் பாரதிவிழா 30ம் ஆண்டுமலர், 1992)

சமுதாய நீரோட்டம்

பழமையில் ஊறிப்போன இந்திய சமுதாயத்தில் புதிய மாற்றங்கள் ஏற்பட்டுவருகின்றன. புதிய சமுதாயம் பிறப்பதற்கான பிரசவ வேதனையில் உழன்றுவருகிறது. இவ்வேளையில் முற்போக்குக் கருத்துள்ள கவிஞர்களும், கலைஞர்களும், இலக்கியவாதிகளும், புதிய சமுதாயப் பிறப்பினை இலகுபடுத்தும் வகையில் தெளிவாகவும், லாவகமாகவும், தயக்கமின்றியும் கருத்து மருத்துவப் பணியைச் செய்யவேண்டும். இது காலம் இடும் கட்டளையாகும்.

நாடெங்கும் நாள் தவறாமல் புதுப்புது சம்பவங்கள் வெடிக்கின்றன. உழைக்கும் மக்களுக்கும் சுரண்டல் காரர்களுக்கும் ஏற்படும் மோதலாக இருக்கும். ஆதிக்கக் காரர்களுக்கும் ஒடுக்கப்பட்டவர்களுக்கும் நிகழ்ந்த சண்டையாக இருக்கும் இத்தகைய மோதல்களில் உழைக்கும் மக்களுக்கு ஆதரவான குரலை உரக்கக் கேட்க முடிகிறது. இதையே புதிய விடியலுக்கான சங்கொலி நாதமாக, நாட்டின் எட்டுத் திக்கும், பட்டி தொட்டி எங்கும் பரப்ப வேண்டியது கலைஞர்களின் கடமையாகும்.

"தாழ்த்தப்பட்டவர்களையும், தாய்க்குலத்தையும் சமுதாயத்தின் பலவீனமான பகுதியினர் (Weaker Sections) என்று இந்திய அரசியல் பொருளாதார அறிஞர்கள் வரையறுத்துக் கூறியிருக்கிறார்கள். இந்த இரு பிரிவினரும் நாட்டின் ஜீவநாடிகள். இவர்களின் உழைப்பால் உருவாக்கப்படும் உற்பத்தித்தான் நாட்டிலும், வீட்டிலும் உணவாகவும், அழகியல் வாழ்வாகவும் அமைந்துள்ளன.

தாழ்த்தப்பட்ட மக்களின் உழைப்பு இல்லையேல் கழனியெல்லாம் காடாகக் கிடந்திருக்கும். ஆனாலும் அவர்களின் உழைப்புக்குரிய ஊதியமும் மரியாதையும் மறுக்கப்பட்டு வருகிறது.

"நடவு செய்த தோழர் கூலி
நாலணாவை ஏற்பதும்
உடலுழைப்பில்லாத செல்வர்
உலகை ஆண்டுலாவலும்"

என்று புரட்சிக்கவி பாரதிதாசன் தாழ்த்தப்பட்ட உழவர் குடிமக்களின் அவல நிலையைப் பாடுகிறார்; சமுதாய ஏற்றத்தாழ்வைச் சித்திரிக்கிறார்.

தாழ்த்தப்பட்ட மக்களின் இழி நிலையை விடுதலை இந்தியாவில் ஒழிக்கவேண்டுமென்று கட்டியங் கூறியவர் மகாகவி பாரதி.

"விடுதலை! விடுதலை! விடுதலை!
பறையருக்கும் இங்கு தீயர்
புலையருக்கும் விடுதலை!"

என்று பாரதி முரசு கொட்டினார்.

பாரதியின் கனவுகளெல்லாம் விடுதலையடைந்த முப்பத்திரண்டு ஆண்டுகளாகியும் நனவாக்கப்படவில்லை.

வெண்மணியும், விழுப்புரமும், ஊஞ்சனையும் தமிழ் மண்ணில் தலைவிரித்தாடுகிறது. பெல்ச்சியும் பிப்ராவும் புத்தர் பிறந்த பீகாரில் பேயாட்டம் போடுகிறது!

"மதுரா' என்னும் மங்கையை மராட்டிய மாநிலக் காவல் நிலையத்தில் கற்பழித்தனர். இதுபோன்ற கொடுமைகள் எத்தனை எத்தனையோ.

இக்கொடுமைகளெல்லாம் இந்திய நாட்டில் தாய்க் குலத்தின் மீதும் தாழ்த்தப்பட்டோர் மீதும் இழைக்கப்பட்டு வரும், கோரத் தாக்குதல்களின் தொடர் சம்பவங்கள்தான்.

தமிழகத்தின் செழிப்பான தஞ்சைப்பகுதிகளில் நிலப்பிரபுக்கள் விவசாயத் தொழிலாளர்களை, சாட்டையால் அடித்து, சாணிப்பால் கொடுத்து தண்டிக்கும் 'நீதிமுறை' நிலவியிருந்தது.

மணமகள், தன்னைத் தாலி கட்டிய கணவனுடன் "முதல் இரவை" இன்பமாக அனுபவிக்க முடியாதிருந்த காலமும் உண்டு. மிராசுதாரின் கன்னி கழிப்பு, காமவெறி வைபவம் முடிந்த பின்னர்தான் ஏழை அபலைப்பெண் கணவனுடன் வாழ்வு துவங்க அனுமதிக்கப்படுவாள். இது போன்ற அக்கிரமங்களும் நிலப்பிரபுத்துவ அமைப்பின் நியதிகளாக அனுமதிக்கப்பட்டிருந்தன.

காலம் மாறுகிறது

சாட்டை அடிபடுவது, கன்னி கழிக்க அனுமதிப்பது என்பதெல்லாம் தலைவிதி என்று அவ்வப்போது எதிர்த்தும் முடியாமல் அனுபவித்துக்கொண்டிருந்தவர்களெல்லாம். தன்னுணர்வு பெற்று வர்க்க அணியாகத் திரண்டுவிட்டனர். பழைய காலத் தண்டனை முறைகளைக்கொண்டு அடக்கி ஆள முடியாது என்ற நிலைக்கு ஆதிக்கவாதிகள் தள்ளப்பட்டுள்ளனர்.

'மதுரா'வைக் கற்பழித்த காவல் துறையினரை இந்திய நாட்டின் உச்ச நீதிமன்றம் விடுதலை செய்தது! 'கற்பழிப்பல்ல; இரண்டு போலீஸ்களுக்கும் இசைவு தெரிவித்தாள்' என்று தீர்ப்பும் கூறப்பட்டது.

காவல்துறையும், நீதிமன்றமும் ஆதிக்க வர்க்கத்தின் இரு தூண்கள். இந்த இரு துறைகளையும் எதிர்த்து, மாதர் குலமே திரண்டு கண்டனம் தெரிவித்திருக்கிறது. இது வரலாறு காணாத நிகழ்ச்சியாகும்.

மேலும் கல்வி அறிவும், முற்போக்குக் கருத்துக்களும் வலுவடைந்துவருகின்றன. தாழ்த்தப்பட்டவர்களும் பறையர், பள்ளர் என்னும் சாதிப் பெயர்களை விரும்பவில்லை. "கடவுளின் பிள்ளைகள் என்றாலாவது மனம் மாறி

அங்கீகரிக்கப்படுவார்கள்" என்று கருதி 'அரிஜன்'என்று காந்திஜி பெயர் சூட்டினார். 'அரிஜன்' என்பதும் 'தாழ்த்தப் பட்டோர்'என்பதும் தங்களை இழிவுபடுத்துவதாக உணர்கிறார்கள். கொடுமைகளை எதிர்த்து வீரனாக மடிவது என்ற துணிவுடன் தங்களை 'வேங்கைப் புலி (Dalith Panther) என்று அழைத்துக்கொள்வதில் பெருமையடைகிறார்கள். பரம்பரையாக ஒடுக்கப்பட்டவர்களின் உள்ளத்தில் தோன்றும் இத்தகைய உணர்வுகளைப் புரிந்து மதிக்க வேண்டும்.

தாழ்த்தப்பட்ட விவசாயத் தொழிலாளர்கள் குடியிருப்பு மனை, உழுவதற்கு நிலம் போன்ற கோரிக்கைகளைப் பெற ஆர்வமுடன் இருக்கிறார்கள். சம உரிமையுடைய இந்தியக் குடிமகனாக வாழ வேண்டுமென்று அடி ஆழத்திலிருந்து உணர்ந்து உறுதியுடன் இருக்கிறார்கள்.

பரம்பரை ஆதிக்கக்காரர்கள் பத்தாம்பசலிக் கருத்துக்களில் வாழ்கிறார்கள். உரிமை கேட்கும் மக்களை அடக்கி ஒடுக்கிவிடலாமென்று கனவுகண்டு வருகிறார்கள். முன்பு, கிராமங்களில் நடக்கும் பல நிகழ்ச்சிகள் கிணற்றில் போட்ட கல்லாகக் கிடந்துவிடும். வெளிஉலகுக்குத் தெரியாது. இப்போது அப்படி அல்ல. எந்த குக்கிராமத்தில் என்ன நிகழ்ச்சி நடந்தாலும் நாட்டு மக்களுக்கெல்லாம் தெரிந்துவிடும் நிலைமை உருவாகிவிட்டது. ஆதிக்கக்காரர் களால் மறைத்து வைத்துவிடமுடியாது.

ஒடுக்கப்பட்டவர்கள், ஆதிக்கக்காரர்கள் இருசாராருக்கும் இடையே நடக்கும் மோதல்களில் ஒடுக்கப்பட்டவர்களிடம் உண்மையும் நியாயமும் இருந்தாலும் சாதி சமயப் பாகுபாடுகளையும் ஊர், மொழிப்பிரிவுகளையும். ஆதிக்கக் காரர்கள் பயன்படுத்தி ஆதரவு திரட்டிக்கொள்ளும் வாய்ப்புகள் உள்ளன. இந்நிலையை மாற்ற வேண்டும்.

சமுதாய மாற்றத்தில் இலக்கியத்தின் பாத்திரம்

கிராமங்களில் நடைபெற்று வரும் சீரழிவுகளையும். வர்க்கப் போராட்டங்களின் உள்ளடக்கத்தையும் கலை

அம்சத்துடன் பொதுமக்களிடையே கொண்டுசெல்ல வேண்டும்.

நத்தனார் கதையைக் 'கிந்தனார்' வில்லிசையாக மாற்றினார் கலைவாணர். என். எஸ். கிருஷ்ணன் வெண்மணிக் கொடுமையைக் 'குருதிப் புனலாக' வடித்துக் கொடுத்த இந்திரா பார்த்தசாரதி கோபாலகிருஷ்ண பாரதியின் நத்தன் நாடகத்தை புதிய கருப்பொருளில் நாடகமாகப் புனைந்திருக்கிறார். பொன்னீலனின் 'கரிசலும்' சமுத்திரத்தின் 'கோட்டுக்கு வெளியே' திருமதி ராஜம் கிருஷ்ணனின் 'அலைவாய்க்கரையில்' 'கரிப்புமணிகள்' அறந்தையின் 'கன்னி அம்மன் கோவில்' போன்ற நாவல்கள் புதிய திருப்பங்களாகும்.

கி. ராஜநாராயணன், சந்திரபோஸ், கொ.மா. கோதண்டம் ஆகியோர் தங்களது சிறுகதைகளில் மாறிவரும் கிராம வாழ்க்கையில் ஏற்படும் மோதல்களைச் சித்திரித்திருக் கிறார்கள். படிப்பவர்களுக்குப் புதிய பார்வைகளைக் கொடுத்து வருகின்றன.

நாட்டில் புதுப்புதுப் போராட்டங்கள் வெடிக்கின்றன. பழைய பழக்க வழக்கங்களும் நியதிகளும் மதிப்பீடுகளும் தவிடுபொடியாகி வருகின்றன.

இன்றைய சமுதாயத்தின் உள்கட்டமைப்புகளை மாற்ற நடக்கும் போராட்டங்களைத் துரிதப்படுத்த, அதற்கு இசைந்த கருத்துக்களையும் இணைந்தே உருவாக்க வேண்டியது அவசியமாகும்.

தமிழ்நாட்டின் கலை இலக்கியக் கர்த்தாக்கள் இப்பணியினைச் செய்து முடிப்பார்களென்று உழைக்கும் மக்கள் எதிர் பார்க்கிறார்கள்.

(தாமரை, மே,1980)

வில்லிசைப் பரம்பரை

தமிழ்நாட்டில் விவசாயப் பெருங்குடி மக்கள், தங்கள் வாழ்வில் ஏற்படும் உள்ளக் கிளர்ச்சிகளைப் பல்வேறு கலை உருவங்கள் மூலம் வெளிப்படுத்தி வந்திருக்கிறார்கள். இயலும், இசையும் இணைந்த கிராமியக் கலைகள் மக்களிடையே பரம்பரையாக வளர்ந்துவந்துள்ளன.

வில்லுப்பாட்டும், ஒயில் கும்மியும், லாவணிப்பாட்டும், தெருக்கூத்தும், பாவைக்கூத்தும் தமிழ்நாட்டில் தொன்று தொட்டுப் பழக்கத்திலிருந்து வருகின்றன.

லாவணிப் பாட்டு

சங்கம் வளர்த்த பாண்டிய நாட்டின் தலையகமான மதுரை மாவட்டத்தில் மன்னர்களின் படையெடுப்புகளுக்கு மத்தியிலும் பல்வேறு தத்துவ விவாதங்கள் நடந்து வந்திருக்கின்றன. தத்துவ விவகாரங்களையும் எழுத்தறி வில்லாத மக்கள் ரசித்துப் புரிந்துகொள்ளும் வகையில், இரண்டு கலைஞர்கள் ஒருவருக்கொருவர் மாற்றுக் கருத்துக்களைப் பாடி விவாதத் திறமையைக் காட்டுவர். காதல் கடவுளான மன்மதன் எரிந்துவிட்டானா? அல்லது எரிந்து சாம்பலாகிக் காதல் சக்தியாக மாறி, ஆண்-பெண் இருபால் பிரிவினரில் உடலிலே ஊடுருவி சிரஞ்ஜீவியாக ஜீவித்திருக்கிறானா? என்பதை வாழ்க்கையின் பிரச்சினைகளில் கடவுள்களைக் கதாநாயகர்களாக வைத்துப் பாடும் இசைக்கு 'லாவணிப் பாட்டு' என்று அழைக்கப்படுகிறது. இது, மதுரை, புதுக்கோட்டை, மேலத் தஞ்சை மாவட்டங்களில் பரவலாக இருக்கும் கலை அமைப்பாகும்.

ஒயிலாட்டம்

இராமநாதபுரம் மாவட்டத்தின் கீழ்ப்பகுதியிலும், நெல்லை மாவட்டத்தின் வட பகுதியிலும், 'ஒயில் கும்மியாட்டம்' இருக்கிறது. புஞ்சைப் பிரதேசத்தில் நிலையான வாழ்வு கிடையாது. இயற்கையையே நம்பி வாழவேண்டும். உழைப்பு அதிகம். அதோடு அடிக்கடி சண்டைகளும் நடைபெறும். போர்ப் பரணி கொட்டி ஊர் திரண்டு சண்டைக்குக் கிளம்பும் பழக்கத்தைப் பிரதிபலிக்கிறது. ஒயிலாட்டம், காலில் சதங்களைக் கட்டி கையில் வண்ணத் துண்டுகளை ஏந்தி, இரண்டு அணியினர் எதிர் எதிரே வரிசையாக நின்று, பாடிக்கொண்டே கால் அடியெடுத்து வைக்கும் பாணியே, போருக்கு அழைப்பது போலிருக்கும். "வா! வா! கஜமுகனே!" என்று துவங்கும் கடவுள் வணக்கமே போர்க்குரலாக ஒலிக்கும். 'ஒயிலாட்டம்' போன்ற ஆட்டமுறை பஞ்சாபிலும் உள்ளது.

தெருக்கூத்து

கீழ்த்தஞ்சை, தென்னாற்காடு, செங்கற்பட்டு மாவட்டங்களில் அறுவடை முடிந்ததும், கிராமங்களில் தெருக்கூத்து நாடகங்கள் விடிய விடிய நடைபெறுகின்றன. பஞ்சபாண்டவர் வனவாசமும், சீதை அசோகவனத்தில் வேதனைப்படுவதும், சீதை தீக்குளிப்பதும் உருக்கமான நிகழ்ச்சிகளாக ஆண்களாலேயே நடத்தப்படுகின்றன. ஒரே ஆண் தன் உருவத்தை, 'அர்த்தநாரீஸ்வாராக' மாற்றி வேடம் புனைந்து வருவது அனைவரையும் திகைக்க வைக்கும். இவ்வேடத்தைப் போட்டு யாசகம் வசூலிப்பது பழக்கத்தில் இருந்து வருகிறது. மாறுவேடம் போடும் கலைத்திறமை பரம்பரையாக வளர்க்கப்பட்டுள்ளது.

வில்லுப்பாட்டு

நெல்லை மாவட்டத்தில் நஞ்சைப் பிரதேசத்திலும் மலையடிவாரக் கிராமங்களிலும், மேற்கு முகவை மாவட்டத்திலும், நாஞ்சில் நாட்டிலும் வில்லுப்பாட்டு

பரம்பரையாகப் பழக்கத்தில் இருந்து வருகிறது. நஞ்சைப் பூமியில் நிலப்பிரபுக்களின் ஆதிக்கம் உண்டு. அவர்களின் சூழ்ச்சிகளையும், கொடுமைகளையும், கொடுமைகளுக் குள்ளாகி அவதிப்பட்ட மக்களின் வாழ்க்கையையும், எதிர்த்து நின்றவர்களின் அவலத்தையும் சித்திரிக்கும் கதைகள் வில்லுப்பாட்டுக்களாக வழங்கப்படுகின்றன.

சின்னத்தம்பி கதை, தடிவீரன் கதை, வன்னியன் கதை, முத்துப்பட்டன் கதை, வல்லரக்கன் கதை, சுடலை கதை, மாவிசக்கி கதை போன்ற கதைப்பாடல்களை கிராம மக்கள் மிகவும் ரசிப்பார்கள். அறுவடை முடிந்ததும் ஊர்களிலுள்ள ஒவ்வொரு சாதிக்கோயில்களிலும்-சிறு தெய்வ வழிபாடுகளுக்காக விழாக்கள் நடைபெறுகின்றன. 'கோயில் கொடை' என்று சொல்லப்படும், பங்குனி, தை, சித்திரை, வைகாசி, ஆனி, ஆடி மாதங்களில் திங்கட்கிழமை குடி அழைப்பு; இரவு நேர பூசை தொடங்கி, செவ்வாய்க் கிழமை மூன்று நேர பூசைகள் நடக்கும். இது அம்மன் கோயில்களிலும், இதேபோல, வியாழக்கிழமையும், வெள்ளிக்கிழமையும் ஆண் தெய்வங்களான சாமி கோயில்களிலும் பூசைகள் விழாக்கோலமாக நடக்கும். இந்த இரு தினங்களிலும் வில்லுப்பாட்டு நடைபெறும். மூன்றாவது நாளான, புதன், சனிக்கிழமைகளில் 'படி களைவது' என்று இறுதி பூசை நடக்கும். அன்று வில்லுப்பாட்டில் முழுக்கதையும் நிறைவேறும். அலுப்புத்தட்டாமல் விடிய விடிய விழித்திருந்து கேட்பார்கள். ஆண்களை விட. பெண்கள் கதை கேட்பதில் ஆர்வம் காட்டுவார்கள். சினிமா அதிகமாகப் பரவாதிருந்த காலத்தில் பொழுது போக்கிற்காகவும் வில்லுப்பாட்டுக்குத் திரண்டு வருவார்கள்.

வண்ணார்பேட்டை வடிவேலுச் செட்டியார்

இந்த நூற்றாண்டின் ஆரம்பத்தில் நெல்லை வண்ணார் பேட்டை வடிவேலுச் செட்டியார் என்பவர் 'வில்லுப்பாட்டில்' கியாதி பெற்றிருந்தார். கதை சொல்வதில் கெட்டிக்காரர்.

உழைத்துக் களைத்துப்போயிக்கும் மக்களுக்கு சுவாரஸ்யமாக 'வல்லரக்கன்' கதையைப் பாடுவாராம். இராமாயணக் கதையையும் பாடுவாராம். நெல்லை மாவட்டக் கிராமப் புறத்திலுள்ள உழைப்பாளி மக்களான நாடார் குல மக்கள் மத்தியில் இராமாயணக் கதையில் கண்ணிவிடாமல் பாராயணம் சொல்லும் பலரை இன்னும் காணலாம்.

ஒரு ஊரில் வண்ணார்பேட்டை வடிவேல் செட்டியார் இராமாயணக் கதை வில்லுப்பாட்டு நடத்தினாராம். கதைப் போக்கில் ரசித்து, மக்கள் அப்படியே அமர்ந்துவிட்டார்கள். விடிவெள்ளி உதயமாகிவிட்டது. எழுந்திருக்கவில்லை. கோழி கூவிவிட்டது. மேலும் கூட்டம் கலையவில்லை. வில்லுப் புலவருக்கும் களைப்புத் தட்டிவிட்டது.

புலவர் சமயோசிதமாக வில்லுப்பாட்டின் மூலம் பொழுது விடிந்துவிட்டதை உணர்த்தினாராம். அவ்வளவு தூரம் அவர்கள் வில்லுப்பாட்டின் கதைப்போக்கில் ரசித்திருக்கிறார்கள்.

நெல்லை மாவட்டத்தில் வில்லுப்பாட்டின் ரசனையைப் பற்றி 'வில்லடிச்சான் கோயிலிலே-விளக்குப் பொருத்த நேரமில்லை'என்ற பழமொழி உண்டு. வில்லுப்பாட்டின் கதையிலும், இசையிலும் சொக்கி இருந்து விடுவதால். பூசாரிகூட விளக்கைப் பொருத்த மறந்துவிடுவாராம். அவ்வளவு ஈடுபாடு.

தோவாளை சுந்தரம் பிள்ளை

வில்லுப்பாட்டுக் குழுவில் வில்லும், குடமும், வீசு கம்பும், உடுக்கும், சால்ராவும் உபயோகப்படுத்துவார்கள். "தமிழ் வில்லுப்பாட்டுகள்'எனும் ஆய்வு நூலில் ஆசிரியர் திரு. தி.ச. கோமதி நாயகம் வில்லுப்பாட்டுக் குழுவினர் பயன்படுத்தும் கருவிகளைப் பற்றிக் கீழ்க்கண்டவாறு குறிப்பிடுகிறார்.

"போர் வீரரின் முதற்கருவியாக வில்லே இக்கலையில் பயன்படும் முதன்மையான இசைக்கருவியாக அமைந்துள்ளது.

இதற்குத் துணையாகப் பயன்படும் உடுக்கு, குடம், தாளம், கட்டை ஆகிய கருவிகள் மிகப் பழங்கால முதல். தமிழ் மக்களிடையே வழங்கி வரும் எளிய. இனிய இசைக்கருவிகள், இவைகளின் கூட்டு ஒலியுடன் இந்த இசைக்குழுவின் முதல்வராக அமர்ந்து கதை பாடும் ‘புலவரின்’ பாட்டு ஒலியும் கேட்பவரைக் கிறுகிறுக்க வைக்கும் (பக்கம்.3)

வில்லிசையில் மேலே கூறப்பட்ட இக்கருவிகளோடு ஆர்மோனியத்தையும் சேர்த்தவர்-தோவாளை சுந்தரம் பிள்ளை என்பவர். இவர் தமிழ்ப் புலமையுடையவர். பரம்பரையாக வழங்கி வந்த கதைகளோடு தேச விடுதலைப் போராட்டங்களையும் கவிமணி தேசிக விநாயகம் பிள்ளை பாடல்களையும் இணைத்து வில்லுப்பாட்டில் கொண்டு வருவார். இரண்டாவது உலகப் போர் நடக்கும்போது வங்கப் பஞ்சம் ஏற்பட்டது. உணவுப் பொருள் விலை ஏற்றம் அதிகரித்தது. அப்பொழுது. “குசேலாபாக்யானத்தைப் பாடுவார். இருபத்தேழு பிள்ளைகளோடு குடும்பம் நடத்த முடியாமல் திணறும் குசேலரை முன்னிறுத்தி நாட்டின் நிலைகளை எடுத்துரைப்பார். அது உள்ளத்தை உருக்கும்.

கலைவாணர் என்.எஸ்.கிருஷ்ணன்

கலைவாணரும் நாஞ்சில் நாட்டில் பிறந்து வளர்ந்தவர். தோவாளை சுந்தரம் பிள்ளைக்குப் பின்னால் வில்லிசையில் சமூகக் கருத்துக்களை அதிகமாக அறிமுகப்படுத்தினார். காந்திமகான் கதை, ‘கிந்தனார்’ போன்ற கதைகளைப் பாடி. சாதி ஒழிப்பு, பகுத்தறிவு, மதுவிலக்குப் பிரச்சாரங்களையும். வில்லுப்பாட்டு மூலம் தமிழகத்தில் வில்லிசைப் புகழ் பரப்பி வந்தார்.

வில்லிசை வேந்தர் பிச்சைக்குட்டி

பழமையையும், புதுமையையும் சாஸ்திரிய ரீதியாகப் புரிந்து வில்லிசையில் புலமையறிவோடு நயமாகப் புகுத்தி. பாமர மக்களோடு படித்தவர்களும் ரசிக்கும் முறையில் வில்லிசையைப் பரப்பிய பெருமை தோழர் பிச்சைக்குட்டி அவர்களையே சாரும்.

வில்லுப்பாட்டுக்கு ஏற்ற ராகவழி 'சோகரசமே' என்றிருந்ததை மாற்றி, சோக ரசத்தோடு இன்ப உணர்வையும் (சிருங்காரம்) கோப உணர்ச்சியையும் (ரௌத்ராகாரம்) கலந்து பாட ஆரம்பித்தார்.

'சீதா கல்யாணம்' போன்ற புராணக் கதைகளோடு, பாரதியின் பாஞ்சாலி சபதம் இளங்கோவடிகளின் 'கண்ணகி சபதம்', 'கடவுள் முன் காந்தி' ஆகிய கதைகளைப் பல்வேறு அரசியல் சம்பவங்களோடு இணைத்து வில்லிசையில் பாடுவார். கேட்கும் மக்களைச் சிரிப்பூட்டியே சிந்திக்க வைப்பார். எட்டயபுரத்தில் பாரதி இளைஞர் பெருமன்றமும், கலை இலக்கியப் பெருமன்றமும் நடத்தும் பாரதி விழாவுக்கு வாடிக்கையான காணியாளன் என்ற முறையில் தனது வில்லிசை நிகழ்ச்சியை நடத்தி பாரதிக்குக் காணிக்கை செலுத்திச் செல்வார். விடிந்தாலும். பிச்சைக்குட்டி அவர்கள் கதை முடிந்தது என்று கூறினால்தான் மக்கள் எழுந்து செல்லும் பழக்கம் இருந்தது.

இலங்கை, மலேயா, சிங்கப்பூர் போன்ற தமிழர் வாழும் நாடுகளுக்குச் சென்று வில்லிசைப் பெருமையை நிலை நாட்டியவர் வில்லிசை வேந்தர் பிச்சைக்குட்டி அவர்கள்.

பிச்சைக்குட்டி அவர்களுக்கு வில்லிசையில் ஆர்வமூட்டியவர் புலவர் ஐயம்பிள்ளையாவார். பிச்சைக்குட்டியிடம் நடிகர் எஸ்.எஸ். ராஜேந்திரன் சில காலம் தங்கியிருந்து வில்லிசையில் பயிற்சி பெற்றார்.

கொத்தமங்கலம் சுப்பு, குலதெய்வம் ராஜகோபால் போன்றவர்களும் வில்லிசையில் ஆர்வம் காட்டி வந்தனர்.

தங்கையா என்பவர் பிச்சைக்குட்டி அவர்களின் பாணியைக் கையாண்டு வருகிறார்.

எஸ்.எம். கார்க்கி

வில்லிசை வேந்தர் பிச்சைக்குட்டி அவர்களின் கருத்துக்கிசைந்து அவருடைய ஆசியோடு தொடர்ந்து

வில்லிசை நிகழ்ச்சிகளை நடத்திவருபவர் தோழர் எஸ்.எம். கார்க்கியாவார்.

தமிழ்நாட்டில் குக்கிராமங்களிலும் உழவன் கதையைப் பாடி உணர்ச்சியூட்டினார்.

வெள்ளிக்கிழமை விரதச் சாப்பாடு முடித்துவிட்டு. களக்காட்டுப் பண்ணையார் ஊஞ்சலில் தலையணை வைத்துப் படுத்திருக்கிறார். வெள்ளியில் செய்யப்பட்ட 'வெற்றிலைச் செல்வ'த்திலிருந்து வெற்றிலையை எடுத்து சுண்ணாம்பு தடவி மடக்கிக் கொடுக்கிறாள் மனைவி.

பண்ணை உழவன் தொழிஉழவு (சேறு) உழுதுவிட்டு, மாட்டைக் குளிப்பாட்டி தொழுவில் கட்டி, வைக்கோல் பிடுங்கி வைத்து வேலைகளை முடித்துவிட்டான். விறகு உடைக்கச் சொல்லுகிறாள் எஜமானி. விறகும் உடைத்துப் போட்டுவிட்டு உழவன் கஞ்சி கேட்கிறான்.

"விரதநாள். பழையது பானையில் கைவிட முடியாது" என்று மிராசுதார் மனைவி சொல்லிவிடுகிறாள். இதை சோகக் குரலில் கார்க்கி-கதை சொல்லும்போது வேதனைச் சிரிப்பு சிரிக்காத உழைக்கும் விவசாய மக்கள் கிடையாதென்றே சொல்லலாம்.

தேர்தல் நேரத்தில் "கதிர் அரிவாள்" சின்னத்தைப் பற்றி கார்க்கி, தன்னுடைய வில்லுப்பாட்டில்

"வெள்ளிப்பிடி அருவாள்
விடலைப்பிள்ளை கையருவாள்
சொல்லி அடித்த அருவாள்
சுழட்டுதடி நெல்கதிரை"

என்ற தெம்மாங்குப் பாட்டைப் பாடி, கதிர் அரிவாள் சின்னம்-உழவர்களின் சின்னம், உழைப்பாளர்களின் சின்னம் என்பதை உணர்த்துவார். இச்சமயத்தில்தான் நாட்டார் பாடல்களின் மகிமை தெரியவரும்.

வில்லிசையைப் பாராட்டிய பேரறிஞர்கள்

கிராமியக் கலைகளில் ஒன்றான வில்லிசையை பாமர மக்கள் ரசித்துப் போற்றி வந்தார்கள். தமிழ் அறிஞர்களில் ஒருசிலரே இதன் சிறப்பை உணர்ந்து பாராட்டத் தலைப்பட்டனர். நெல்லை இந்துக்கல்லூரி தமிழ்ப் பேராசிரியராகத் திகழ்ந்த திரு. கு. அருணாசலக் கவுண்டர் அவர்கள் முதன் முதலாகப் பாராட்டினார்கள். தமிழ்ப் பேரறிஞர் கோவை சி.எம். ராமச்சந்திரன் செட்டியார் அவர்களை நெல்லைக்கு வரவழைத்து-வில்லிசை நிகழ்ச்சியை நடத்திக்காட்டினார். கொங்கு நாட்டுத் தமிழ்ச்செல்வரான திரு. செட்டியார் அவர்கள் வில்லிசையின் சிறப்புபைப் புகழ்ந்துரைத்தார்.

பேராசிரியர் நா. வானமாமலை

வில்லுப்பாட்டின் கலை உருவத்துக்கு இவ்வளவு வலுவான சக்திக்குள்ள காரணங்களை ஆய்ந்து தெளிவுரை கொடுத்தவர் பேராசிரியர் நா. வா. அவர்களே.

வில்லுப்பாட்டு-பெரும்பாலும் சோகமாகவே இருக்கும். சமுதாய அமைப்பின் கொடிய பழக்க வழக்கங்களை மீறியவர்கள், குறிப்பிடத்தக்க தீரச் செயல்களில் ஈடுபட்டவர்கள் பழிவாங்கப்பட்டார்கள். அவர்கள் வீரர்களாகவும், தெய்வங்களாகவும் கருதப்பட்டார்கள். அவர்களுக்கு வீர நினைவுக் கற்கள் நடப்பட்டன. இவர்களெல்லாம் சிறு தெய்வங்களாக வணங்கப்படுகிறார்கள். இத்தகைய கதைகள்தான்-சின்னத்தம்பி. கவுதலைமாடன், முத்துப்பட்டன் கதைகள் என்ற சமூகப் பின்னணிகளை உணர்த்தி சமூகப் பார்வையைக் கொடுத்து தெளிவுபடுத்தியவர் பேராசிரியர் வானமாமலை அவர்கள்.

"முத்துப்பட்டன் கதையின் உயிர்நாடியே கீழ்ச்சாதியில் பட்டன் மணம் செய்துகொண்டது. தாழ்த்தப்பட்ட மக்கள் வாழ்க்கையில் இணைந்து ஒன்றுபட்டது. அவர்களது நலனைப் பாதுகாக்க உயிர்விட்டது" என்று பேராசிரியர் குறிப்பிடுகிறார்.

"ஒவ்வொரு கட்டத்திலும் பழமையும் புதுமையும் ஒன்றையொன்று எதிர்க்கின்றன. கடைசிக் கட்டத்தில் பழமையின் செல்வாக்கு இருந்தபோதிலும் அதனை எதிர்த்துப் புதிய கருத்துக்கள் தோன்றுகின்றன. புதிய கருத்துக்களுக்காகப் போராடுகிறவர்களை. பழைய கருத்துடையவர்கள், சமுதாய அமைப்பில் மேல்நிலையில் உள்ளவர்கள் அந்நிலையைப் பாதுகாத்துக்கொள்ளச் சமுதாயச் சட்டங்களைப் பயன்படுத்தி அடக்குகிறார்கள். கருத்துப் போரில் பழைமை பலவீனமடைந்துவிட்டதையே இது காட்டுகிறது. கடைசிக் கால கட்டத்தில் கருத்துப் போரை விட்டுப் புதிய கருத்தை அழிக்க ஆளும் பிரிவினர் வன்முறையையும் சூழ்ச்சிகளையும் பயன்படுத்துகின்றனர். அவற்றிற்கு அடிபணியாத நமது புதிய கருத்திற்கும், புதிய வாழ்க்கையார்வத்திற்கும், மறுக்கப்பட்ட மனித உரிமைகளைப் பெறவும் போராடும் வீரர்களே நமது கதைப்பாடல்களில் வரும் சோக பாத்திரங்களான காத்தவராயன், முத்துப்பட்டன், மதுரைவீரன், சின்னத்தம்பி, கௌதலமாடன் முதலியோர்" என்று பேராசிரியர் வானமாமலை அவர்கள் வரையறுத்துக் கூறியுள்ளார். (ஆராய்ச்சி மலர் 2-இதழ். 2-1971)

அவர் வில்லுப்பாட்டுக் கதைப் பாடல்களைத் தொகுத்து ஆய்வு எழுதி. மதுரை காமராஜர் பல்கலைக்கழக வெளியீடாகக் கொண்டுவந்தார். இத்தொகுப்புகள் வருங்கால ஆய்வாளர்களுக்கு வழிகாட்டும் அறிவுக் கருவூலங்களாகத் திகழ்கின்றன.

மக்களில் சிறந்த வீரர்களின் வாழ்க்கையைக் காவியமாக வடித்து-அதை மக்களிடையே பரப்புவதற்கு நல்ல கலை வடிவமாக- 'வில்லிசை' பயன்பட்டு வந்துள்ளது. இத்தகைய சிறந்த கலை வடிவத்தை மேலும் மக்களுக்குப் பயன்படுத்த ஆக்கமும் ஊக்கமும் அளிக்கவேண்டும்.

(தாமரை உலகத் தமிழ் மாநாட்டுச் சிறப்பிதழ், ஜனவரி,1981)

முனியோதனம்

கா விரிக்கரை தொன்மையான கலை, கலாச்சாரப் பண்பாடுகளுக்கு பிறப்பிடமாக அமைந்துள்ளது. சோழ நாட்டுக் கிராமங்களில் கட்டப்பட்டுள்ள கோயில்களும், வாழ்க்கையும் பன்னெடுங்கால மக்கள் வரலாற்றை நினைவுபடுத்தும் சின்னங்களாக விளங்குகின்றன.

தஞ்சை மாவட்டக் கிராமங்களில் சில ஆண்டுகள் தங்கி ஆராய்ச்சி செய்த ஐரோப்பியர் 'கிராம வாழ்க்கை கவர்ச்சியுடையதாகவும், திகைப்படையும்படியதாகவும் உள்ளது' என்று தெரிவிக்கிறார்.

தஞ்சை மாவட்டம் திருக்கண்ணபுரம் செல்ல வாய்ப்புக் கிடைத்தது. விவசாயிகள் சங்கப் பொதுக் கூட்டத்துக்குச் சென்றேன். கூட்டம் முடிந்து, இரவில் 'முனியோதனம்' சாப்பாடு என்று திருவாரூர் தோழர்.வி. பாலகிருஷ்ணன் சொன்னார். 'முனியோதனம்' என்றால் என்ன? என்று கேட்டேன்.

திருக்கண்ணபுரம் கோயிலில் இரவு பதினோரு மணிக்கு பூசை முடிந்ததும் கொடுக்கக்கூடிய பொங்கலுக்குப் பெயர் "முனியோதனம்' என்று விளக்கினார். நான் சற்று யோசித்தேன். திருக்கண்ணபுரம் ஆழ்வார்களின் பாடல் பெற்ற பெருமாள் கோயிலில் 'முனி' என்ற சைவப் பெயர் வரமுடியாதே! அப்படியானால் இதுபற்றி விவரங்களைத் தெரிந்துகொள்ள முனைந்தேன்.

கோயில் திறந்திருந்தால் போய்ப் பார்க்க வேண்டுமென்றேன். முதலில் தேவஸ்தான அலுவலகத்திற்குச் சென்று, அலுவலக ஊழியரிடம் கேட்டேன். 'முனியோதனத்தைப்

பற்றி விளக்கினார் ஸ்தல புராணத்தை பத்து ரூபாய் கொடுத்து வாங்கிக்கொண்டேன்.

இரவில் முனியோதனமும் சாப்பிட்டோம். ஸ்தல புராணத்தை இரவே மேலோட்டமாகப் படித்து முடித்தேன். அதில் 'முனியோதன அத்தியாயம்'என்ற பகுதியைப் புரட்டினேன்.

நாராயணசாமி நாவலர் இசைத்த திருக்கண்ணபுரம் புராணம். சென்னை இந்து உயர்நிலைப் பள்ளி தலைமை ஆசிரியராக இருந்த திரு. டி.எஸ். ராஜகோபாலன் குறிப்புடன் பதிப்பித்திருக்கிறார்.

பொன்னிவள நாட்டின் சிறப்பு கவிதைகளாக வடிக்கப்பட்டுள்ளன. காவிரிக்கரைக்குத் தெற்கே அமைந்துள்ள திருக்கண்ணபுரம் கோயில் மூலவர் பெயர் சௌரிராஜப் பெருமாள். இந்த வட்டாரத்தில் வசதிபடைத்த குடும்பங்களில் பலருக்கு 'சௌரி'என்று பெயர் வழங்கப்படுவதைக் காணலாம்.

அழகான ஊர் அமைப்பு. நடுவே 'புஷ்கரணி' என்னும் அழகிய தெப்பக்குளம். நாலு பக்கமும் அகண்ட வீதியும், பெரியவீடுகளும் வலது புறத்தில் திருக்கோயில் அமைக்கப்பட்டுள்ளது.

'வீரசோழ பூபாலன்' என்னும் சோழ மன்னன் ஆண்டு வந்த காலத்தில் திருக்கண்ணபுரம் உள்ளிட்ட இருபது ஊர்களுக்குத் தண்டல் வசூலிக்கும் பொறுப்பை 'முனியன்' என்பவனுக்குக் கொடுத்திருக்கிறான்.

'முனியன்'-கோதிலன், குணம் உளான் என்று போற்றப்படும் வகையில் மன்னனுக்கு நம்பகமாகவும் மக்களிடையே நல்லவனாகவும் புகழ்பெற்று வாழ்ந்திருந்தான்.

திருக்கண்ணபுரத்திலேயே குடியேறினான். தினமும் துளசிமாலையும், பூமாலையும் பெருமாளுக்குச் சாத்தி

வணங்கி வந்தான். வைஷ்ணவ பக்தனாகவே மாறி விட்டான்.

பெயரும் புகழும் ஓங்கியது. கோயில் உள்ள ஊரில் மாடவீதிகள் உண்டல்லவா! கோயிலுக்கு என்று பணிபுரியும் 'தேவதாசிகள்' உருவாக்கப்பட்டார்கள் என்பது வரலாறு. பின்னால் பல முறைகளில் ஆதிக்கக்காரர்களின் ஆசைநாயகிகள் குடியிருப்புகளாக மாறிவிட்டதும் வரலாறுதான்.

முனியன் ஒரு கணிகையிடம் காதல் கொண்டான். இருப்பினும் மன்னனுக்கும், மக்களுக்கும் கடமை தவறாதவனாகச் செயல்பட்டதால் புகழ் பரவியது. மக்களிடையே செல்வாக்கு ஓங்கியது. அதே நேரத்தில் ஆதிக்க ஆசைகொண்ட மேல் வர்க்கத்தைச் சேர்ந்த சிலருக்கு முனியன் மீது பொறாமை ஏற்பட்டது.

வற்றாத காவிரியிலும் இப்போதும் வறட்சியும் வெள்ளமும் சீரழிக்கிறதல்லவா! அக்காலத்தில் இதைவிட மோசமாக அடிக்கடி இயற்கையின் சீற்றங்களால் விவசாயம் சீரழிந்துவந்தது.

திருக்கண்ணபுரம் வட்டாரத்திலும் கடுமையான பஞ்சம் நிலவியது; மக்கள் சோற்றுக்கில்லாமல் திண்டாடினார்கள்.

மன்னனின் பிரதிநிதியான முனியன் மக்கள்மீது இரக்கம் கொண்டான்; மன்னனுக்குச் செலுத்த வேண்டிய 'இறையினை' மக்களின் பசிப்பிணி போக்கச் செலவழித்தான். திருக்கண்ணபுரத்துப் பெருமாளுக்கும் காலம் தவறாமல் பூசைகளும் நடைபெறச்செய்தான். பஞ்ச காலத்தில் மக்களுக்குச் செய்யவேண்டிய கடமைகளைச் செய்த முனியன் மீது ஆதிக்கக்காரர்கள் பொறாமை கொண்டனர். மன்னனிடம் முனியனைப் பற்றிப் புகார் கூறினார்கள். மன்னனுக்குச் செலுத்த வேண்டிய பணத்தை திருக்கண்ணபுரம் கணிகையிடம் செலவழித்துவிட்டானென்று கோள் மூட்டினர்.

தனக்குக் கீழானவன்-புகழ் பெறுவதை மன்னன் விரும்பமாட்டான்; இது அவர்களின் பிறவிக்குணம். முனியனைப் பற்றிச் சொல்லப்பட்ட பொய்ப் புகார்களை நம்பினான்.

முனியனை விசாரணை செய்து, தண்டனையும் விதித்தான்.

மன்னனின் காவலர்கள் முனியனைக் கயிற்றால் இறுக்கி வீதியில் இருக்கும் முனையில் கட்டினார்கள். ஒரு காலை மடக்கிக்கட்டி, ஒற்றைக்காலால் வெயிலில் நிற்கச் செய்தனர். நெற்றியில் கல்லேற்றினார்கள். கிட்டியால் உடலை நெரித்தனர். துடைகளில் குறடுகளால் இறுக்கித் துன்புறுத்தினர்.

முனியன் அலறினான்; பஞ்சத்தில் வாடிய மக்களுக்குப் பொருளை அளித்தேன். இந்தப் புண்ணியமெல்லாம் மன்னனைச் சேரும்படி "உள்நிறை அன்பு பூண்டு உறுபொருள் அளித்தேன்'' 'கண்ணிறை மாலை வேந்தன் கருதியனாக என்னைப் புண்ணுறச் செய்தான். துன்பம் பொறுக்கிலேன் புனிதமாலே'என்று பெருமானை வேண்டிக் கதறினான். வீதியில் தண்டனை அனுபவித்த முனியனைச் சிறையில் அடைத்து சித்திரவதை செய்தனர்.

முனியனின் துயரநிலை கேட்ட காதலி துடித்தாள். ஊர் நடுவே உள்ள புஷ்கரணி தீர்த்தத்தில் நீராடி 'அன்றிலை நீங்கிய பேடைபோல்'குயிலாகக் கூவினாள்.

"சீதையையும், திரௌபதியையும் காத்தளித்த பெருமானே! கணிகையாகிய என்னையும் காப்பாற்ற வேண்டும். குற்றம் செய்யாத என் காதலனைச் சிறை மீட்பாய்! என் மனத்துயர் துடைப்பாய்! வேசி என்று என்னை இகழாமல் அருள வேண்டும்- "ஏதுமிலா என் அன்பனிட்ட சிறை நீங்கவுமென் கோதறவுஞ் செய்தாளக் கொள்வாயோ உள்ளமதில்' என்று ஆண்டவனைக் கெஞ்சினாள்.

என் அன்பனை ஐந்து தினங்களுக்குள் விடுதலை செய்யாவிட்டால் 'கொழுங்கனலில் விடுது முயிரை'-தீயில் விழுந்து உயிரை மாய்ப்பேன் என்று சூளுரைத்தாள்.

கணிகையின் சூளுரை, பெருமாளை இரக்கமுறச் செய்ததாகக் கதை கூறுகிறது. சௌரிராஜப் பெருமாளே பூபால சோழனிடம் கனவில் தோன்றி, முனியனின் பெருமையை எடுத்துக்கூறி விடுவிக்கக் கூறினாராம்.

மன்னனும் முனியனை விடுவித்து, கணிகை தீக்குளிப்பதற்கு முன்பு முன்னிருட்டு நேரத்தில் முனியனை அழைத்துச் சென்று அவளிடம் சேர்த்தனர். கணிகையின் சூளுரை வென்றது.

காவலர்கள் கூடினர். இரவில் உணவு அருந்து முன்னர் முனியன் சௌரிராஜப் பெருமானை நினைத்து வணங்கினானாம்

மறுநாள் மாலை அர்ச்சகர் மூலவரின் மேனி முழுதும் பொங்கல் சிதிறியிருப்பது கண்டு வியந்து, முனியனின் பெருமையை ஊருக்கெல்லாம் தெரிவித்ததாகக் கூறப்படுகிறது. இதுவே நடு இரவில் முனியன் பெயரால் 'முனியோதனம்' என்ற பொங்கல் படைக்கப்படுகிறது.

முனியனுக்கும் அவன் காதலிக்கும் சிலைகள் உள்ளன.

முனியனின் நற்செயல்களுக்கு மக்களின் ஆதரவு இருந்துள்ளது. அரசனைச் சூழ்ந்து பொய்கூறி அறங்கொன்று சதிகள் செய்து பிழைக்கும் சுமடர் கூட்டமும் அவர்களின் சூழ்ச்சிகளும் சேர்ந்து முனியன் தண்டனை அனுபவிக்க நேர்ந்தது; முனியனின் காதலி தீக்குளித்து தற்கொலை செய்யப்போவதாகச் சபதம் செய்கிறாள். அரசனின் கொடுந்தண்டனையும். அதை எதிர்த்து மக்கள் கொதிப்படைவதையும் கண்டு அரசன் வேறு வழியில்லாமல் பயந்து இறங்கிவருகிறான். மக்களின் ஆவேசத்தைக் கண்டு பயப்படும் அரசன் ஆண்டவன் பெயரால்தான் தனது கௌரவத்தை நிலைநிறுத்த முயல்கிறான். முனியன் விடுதலை செய்யப்படுகிறான்.

பக்தி இலக்கியங்களில் இது போன்ற மக்கள் இயக்கங்கள் சில இடங்களில் மறைமுகமாகக் குறிப்பிடப்படுகின்றன.

பண்டித த. மு. வெங்கடசாமி நாட்டார் அவர்கள் எழுதிய கள்ளர் சரித்திரம் எனும் நூலில் - (பக்கம் 83) 'முனையதரையன் என்பான் ஒருவன் - வீர சோழனுக்குத் தண்டத்தலைவன் என்றும், திருமால் பக்தியிற் சிறந்தவனென்றும் திருக்கண்ணபுர புராணம் கூறுகின்றது. முனையதரையன் பொங்கல் என்று இவன் பெயரால் வழங்கும் திருவமுதே இவனது பக்தியின் மேன்மையைப் புலப்படுத்தும்' என்று குறிப்பிடுகிறார்.

இக்கதைக்கு வரலாற்று ஆதாரங்கள் இருக்கலாம். ஆராய்ச்சியாளர்கள் முயன்றால் உண்மை வரலாற்றுச் சான்றுகள் கிடைக்கலாம்.

திருக்கண்ணபுரம் போல, தஞ்சை மாவட்டத்தில் ஒவ்வொரு ஊரிலும் மக்கள் இயக்கங்களும் தனி நபர்களின் வீர சாகசங்களும் நடந்த சான்றுகள் பல வகைகளில் வெளிப்படக் காணலாம்.

(தாமரை, செப்டம்பர்,1985)

அமரர் ஜீவா கண்ட ஐக்கிய தமிழகம்

இந்தியா பல்வேறு ஆட்சியாளர்களைக் கொண்ட துண்டு துக்காணிப் பிரிவுகளாகக் கிடந்ததைப் பயன்படுத்தி ஆங்கிலேயர்கள் உள்ளே நுழைந்தார்கள். உலகில் தொழில் புரட்சியில் வளரத் தொடங்கிய பிரிட்டன் பொருள்களை விற்பனை செய்ய சந்தை உரிமைகளுக்கு அனுமதி பெற்று படிப்படியாக இந்தியா முழுமையும் ஆட்சியைக் கைப்பற்றினார்கள்.

தங்கள் ஆட்சியைத் தக்கவைத்துக்கொள்ள "பிரித்தாளும் சூழ்ச்சி"யை மையக்கொள்கையாகக் கடைப்பிடித்து வந்தார்கள்.

மக்கள் தாய்மொழி மூலம் அறிவு பெற்று வளர்ந்துவிடக் கூடாது என்பதில் கண்ணும் கருத்துமாக இருந்தார்கள். ஆங்கிலமொழி தெரிந்தவர்களைப் (துபாஷி) பயன்படுத்தி இந்திய மக்களை நிர்வாகத்தின் மூலம் அடக்கி ஆண்டு வந்தார்கள்.

"இங்கிலீசு படிக்கப்போயி - உன்னை
என்ன சொல்லிக் கூப்பிடட்டும் மச்சானே"

என்று கிராமப்புறத் தெம்மாங்குப் பாட்டு உண்டு. ஆங்கிலம் படித்தோரை 'துரை' என்று போற்றும் காலம் இருந்தது.

பிரிட்டிஷ் ஆட்சியில் இந்தியா என்ற நாட்டமைப்பும் அரசும் உருவாக்கப்பட்டன. இருப்பினும் 'மாகாணம்' (பிரசிடென்சி) என்ற அமைப்பில் பல்வேறு மொழி பேசும் மக்களைப் பிணைத்து வைத்து ஆங்கிலத்தை ஆட்சி மொழியாகத் திணித்தார்கள்.

"சென்னை மாகாணத்தில் கஞ்சம் முதல் நெல்லூர் முடியவுள்ள தெலுங்குப் பகுதியும்; பாலக்காடு, திருச்சூர் கண்ணனூர் உள்ளிட்ட வடமலபார் மலையாளப் பகுதியும், குடகு என்னும் கன்னடப் பகுதியும் தமிழ்நாட்டிலுள்ள பெரும் பகுதி இடங்களும் உள்ளடக்கியது சென்னை மாநிலம்; குமரி மாவட்டமும், நெல்லை மாவட்டத்தில் இணைந்துள்ள செங்கோட்டையும், திருவிதாங்கூர் சமஸ்தானத்திடம் இருந்தது.

தெலுங்கு மக்கள் பல்வேறு பகுதிகளாகத் துண்டிடப் பட்டிருந்தனர். தெலிங்கானா, ஹைதராபாத் நிஜாமுக்குள் அடங்கியது.

"தமிழ், தெலுங்கு, மலையாளம், கன்னடம் பேசும் மக்கள் தங்கள் தாய்மொழியில் படித்து நிர்வாகம் நடத்த வாய்ப்பில்லாதிருந்தனர். இதனால் நிர்வாகத்துக்கும் மக்களுக்கும் எவ்விதத் தொடர்புமில்லாமல் 'அந்நியப்பட்டு' வாழ்ந்தனர். வாழ்க்கையில் 'ஜனநாயகம்' என்பதே கனவாகத்தானிருந்தது.

இந்நிலையில்தான் ஒரே மொழி பேசும் மக்கள் மத்தியில் அவர்கள் மொழியிலேயே அரசியல் பயிற்சி கொடுத்து விழிப்புணர்வு ஏற்படுத்த வேண்டுமென்று நிர்ப்பந்தம் ஏற்பட்டது. விடுதலை இயக்க காலத்தில் காங்கிரஸ் கட்சியே - மொழி அடிப்படையில் தமிழ்நாடு, ஆந்திரம், கேரளம் என்று பிரிக்கப்பட்டது. இதைத் தொடர்ந்தே இந்தியக் கம்யூனிஸ்ட் கட்சி அமைப்பிலும் உருவாக்கப்பட்டது. 'சென்னை மாநிலம்' என்ற அரசு நிர்வாக அமைப்பு இருந்தாலும், இந்தியக் கம்யூனிஸ்ட் கட்சி தமிழ் மாநிலக்குழு, கேரள மாநிலக்குழு, ஆந்திர மாநிலக் குழு என்று 1943-இல் அமைப்பு நிலைகள் உருவாக்கப்பட்டன.

தமிழ் பேசும் மக்கள் - திருவாங்கூர் மன்னர் ஆட்சியிலும், பெரும் பிரிட்டிஷ் ஆட்சியின் கீழும் பிரிந்து வாழ்ந்தார்கள். மொழி வளர்ச்சி பாதிக்கப்பட்டது; ஒன்றுபட்ட சீரான வளர்ச்சியும் தடைப்பட்டது.

தமிழ் மக்களுக்குள்ள இமாலயத் தடையைத் தகர்த்தெறிய இந்தியக் கம்யூனிஸ்ட் கட்சி 1946-இல் தீர்மானித்தது.

தமிழ் பேசும் மக்களை ஒரே நிர்வாகத்தின் கீழ்க் கொண்டுவரத் திட்டமிட்டது. அமரர் ப. ஜீவானந்தம் "ஐக்கிய தமிழகம்' எனும் நூலை எழுதினார். மன்னர் ஆட்சியில் அடிமையாக வாழ்ந்த குமரி, செங்கோட்டை பகுதிகளைத் தமிழகத்தோடு இணைக்க வேண்டுமென்று வலியுறுத்தப்பட்டது.

தெலிங்கானா பகுதியையும் சென்னை மாநிலத்திலுள்ள தெலுங்கு மாவட்டங்களையும் இணைத்து "விசால ஆந்திரா' என்ற கோரிக்கையை ஆந்திரா மாநிலக்குழு இந்தியக் கம்யூனிஸ்ட் கட்சியின் முன்வைத்தது. "விசால ஆந்திரா" எனும் நூலை அமரர் சுந்தரையா எழுதினார்.

சென்னை மாநிலத்திலுள்ள மலபார், கொச்சி போன்ற இடங்களை இணைத்து 'நவகேரளம்' உருவாக்க இந்தியக் கம்யூனிஸ்ட் கட்சியின் கேரள மாநிலக்குழு தீர்மானித்தது. தோழர் இ.எம்.எஸ். நம்பூதிரிபாத் 'நவகேரளம்' என்ற நூலை எழுதினார்.

வெளிப்பார்வைக்கு இக்கோரிக்கைகள் சாதாரணமாகத் தோன்றலாம். ஆனால் வெள்ளத்தைத் தடுத்து நிறுத்திய கருங்கல் பாறைகள் நொறுக்கப்பட்டதும், வெள்ளம் பீறிட்டுப் பொங்கிப் பாய்வதைப் போல், மொழிவழி மாநிலங்கள் உருவாவதற்கு இடதுசாரி இயக்கம் முரசு கொட்டியது. மக்கள் எழுச்சி பொங்கியது. மொழிவழி மக்களின் எழுச்சிக்கு முன்னால் பிரிட்டிஷ் ஆட்சியும், அதன் தூண்களாக நின்ற ஹைதராபாத் நிஜாமும், திருவிதாங்கூர் சமஸ்தானமும் (மன்னரும்) கொச்சி சமஸ்தானமும், புதுக்கோட்டை மன்னர் ஆட்சியும் தூள்தூளாக வீழ்ந்தன.

நாடு விடுதலை பெற்றதும் - மொழிவழி மாநிலங்கள் உருவாவதற்குப் போராட வேண்டியிருந்தது. பிரிந்த மாநிலத்துக்குத் தமிழ்நாடு என்று பெயர் வைப்பதற்கும் போராட வேண்டிய நிலை வந்தது. தியாகி சங்கரலிங்கனார்

64 நாட்கள் உண்ணாவிரதமிருந்து உயிர் நீத்தார். அவரது பூத உடலை இடதுசாரி இயக்கமான இந்தியக் கம்யூனிஸ்ட் கட்சியிடமே ஒப்படைக்குமாறு விருப்பம் தெரிவித்தார். தலைவர் கே.டி.கே. தங்கமணியும், அமரர் கே.பி. ஜானகி அம்மாளும், விருதுநகர் உலகநாதன் அவர்களும் முன்னின்று இறுதிச் சடங்கை நடத்தினார்கள்.

ஐக்கிய தமிழகத்துக்கு வித்திட்ட அமரர் ஜீவாவும் அவரைச் சார்ந்தவர்களும் 'தமிழ்நாடு' என்று பெயர் சூட்டுவதற்கு போராடினார்கள். குமரி மாவட்டம் 1956-இல் தமிழ்நாட்டுடன் இணைந்தது. தமிழ் பயிற்சி மொழி, ஆட்சி மொழி, நிர்வாக மொழி - தமிழகத்தில் தமிழே என்பதை வலியுறுத்தினார்கள்.

அமரர் ஜீவாவும், அமரர் சங்கரலிங்கனாரும் தங்களது உயிர் மூச்சாகக்கொண்ட 'தமிழால் முடியும்' என்ற கொள்கை இன்னும் கனவாகவே உள்ளது. "தாய்மொழிப் பயிற்சி" தமிழ்நாட்டில் தமிழ்மொழியே பயிற்சி மொழி, ஆட்சி மொழி, நிர்வாக மொழி என்ற கொள்கையை அமலாக்க உறுதி கொள்வோம்.

(தாமரை, எட்டாவது உலகத் தமிழ் மாநாட்டு மலர், ஜனவரி, 1995)

“இலக்கியம் மனிதனுக்கு ஊக்கம் அளிக்க வேண்டும்”

கோவை மாவட்டத்தில் சூலூரில் 1999, டிசம்பர் 24, 25, 26 தேதிகளில் நடந்த தமிழ்நாடு கலை இலக்கியப் பெருமன்ற மாநிலதத்துவார்த்த முகாமில் தோழர் ஆர். நல்லகண்ணு அவர்கள் ஆற்றிய உரை.

“இலக்கியத் துறையில் ஈடுபாடு கொண்டுள்ள அறிஞர்களே, எழுத்தாளர்களே, கலைஞர்களே, தோழர்களே, உங்கள் அனைவருக்கும் வணக்கத்தைத் தெரிவித்துக் கொள்கிறேன்.

தமிழகத்தின் பல்வேறு சமூக அரசியல் நிகழ்வுகளில் கடந்த அரை நூற்றாண்டாக நேரடியாக ஈடுபட்டவன் என்ற முறையில் சில கருத்துக்களை உங்களோடு பகிர்ந்து கொள்ளலாம் என்ற நிலையில்தான் உங்களிடையே பேச ஒத்துக்கொண்டேன். ஆனாலும் தொடர்ந்து இடைவிடாமல் படித்துக்கொண்டிருப்பவன், குறிப்பாக இலக்கியம், வரலாறு போன்ற நூல்களைத் தொடர்ந்து படித்து வருகிறவன் என்ற முறையில் உங்களோடு சில கருத்துக்களைப் பகிர்ந்து கொள்ள எனக்கு ஆசை உண்டு.

பல ஆண்டுகள் அரசியல் கைதியாகச் சிறையில் இருந்தவன் நான். சிறையில் நூலகப் பொறுப்பாளனாக இருந்தேன். ஒவ்வொருவருக்கும் தனி அறைதான். தனி அறையில் வாழும் சிறைக்கைதிகள் மல்லாக்கப் படுக்காதீர்; மேல்தளம் அப்படியே கவிழ்ந்து அமுக்கிவிடுவது போலிருக்குமே என்று துருக்கி புரட்சிக் கவிஞன் நாசிம் இக்மத் கவிதை புனைந்திருக்கிறார்.

ஆயுள் தண்டனைக் கைதிகள் இரவில் படிக்க புத்தகங்கள் கேட்பார்கள். சிறுகதைகள், நாவல்கள் கொடுக்கமாட்டேன். நம்பிக்கை ஊட்டும் உரைநடை நூல்களைத்தான் கொடுப்பேன். வாழ்க்கைக்காகப் போராடுகிறவனுக்கு - அதில் பல்வேறு சோதனைக்குள்ளாகி திணறுகிறவனுக்கு இலக்கியம் நம்பிக்கை ஊட்ட வேண்டும். ஊக்கம் கொடுக்க வேண்டும். தளர்ச்சியை ஏற்படுத்தக்கூடாது.

பாரதியையும், பாரதிதாசனையும் புரட்டினால் மனித வாழ்க்கையின் மீது பற்றும் பாசமும் ஏற்படுகிறது. எதிர்காலத்தின் மீது நம்பிக்கை ஏற்படுகிறது. இந்த நம்பிக்கைதான் என் போன்ற ஊழியர்களைச் சோதனைகளில் சுருண்டுவிடாமலும், தோல்விகளில் துவண்டு தடம்புரண்டு விடாமலும் தற்காத்துக்கொள்ள உதவுகிறது. இந்த உணர்வோடுதான் உங்கள் முன்னால் நிற்கிறேன்.

20-ம் நூற்றாண்டு முடிந்து 21-ம் நூற்றாண்டு தொடங்குகிறது. இன்னும் சரியாகச் சொன்னால் மூன்றாவது நல்லாயிரம் ஆண்டு தொடங்குகிறது. இந்தியக் கம்யூனிஸ்ட் கட்சியின் 75-வது ஆண்டு தொடங்குகிறது. உங்களுக்குப் புரட்சி வாழ்த்துக்களைத் தெரிவித்துக்கொள்கிறேன்.

ஒவ்வொரு ஆண்டும் தொடங்கும் நாளில் தேவாலயங்களில் மணி ஓசையுடன் பிரார்த்தனைகள் நடக்கின்றன. இந்துக் கோயில்களிலும் நடு இரவுப்பூசை நடப்பது பழக்கமாகிவிட்டது. மதக்கலவரங்கள் நடந்தபோதிலும், நடைமுறையில் மதங்களைக் கடந்து புத்தாண்டிலாவது எல்லாருக்கும் நல்வாழ்வு அமைய வேண்டும் என்றுதான் அவரவரும் தான் நம்பும் கடவுளை வணங்குகிறார்கள். அந்த நம்பிக்கை மெய்ப்பட வேண்டும்.

இந்த ஆண்டு ஜனவரி முதல் தேதியில் குமரி முனையில் 133 அடி உயரத் திருவள்ளுவர் சிலை திறக்கப்படுகிறது. வள்ளுவர் பிறந்தநாளில் சிலையைத் திறக்கலாம், கிறிஸ்து பிறந்தநாளில் சிலையைத் திறக்க வேண்டாம் என்று காஞ்சி

சங்கராச்சாரியார் வேண்டுகோள்விட்டார். முதல்வருக்கும் முதலில் சிறிது தயக்கம்தான். ஆனால் பின்னர் உறுதிப்பட்டுவிட்டார். தேசத்தில் மத அடிப்படை வாதம் தலை தூக்குகிறது. மக்களின் சமய சார்பற்ற நடவடிக்கைகளைத் தடைசெய்து திசை திருப்பி, வகுப்புவாத மோதல்களை ஏற்படுத்துவதில் அது கண்ணும் கருத்துமாக இருக்கிறது என்பதற்கு இது ஒரு சிறந்த எடுத்துக்காட்டு.

இது மட்டுமல்ல, ஜனவரி ஒன்றில் இந்துக்களின் ஆலயங்களில் பூஜை வேண்டாம் என்று அறிக்கை விடுகிறார்கள். சமீபக் காலங்களில் பண்பாட்டுத் துறையின் பல்வேறு அமைப்புகளில் சத்தமில்லாமல் பல்வேறு மாறுதல்களை இவர்கள் செய்துகொண்டு வருகிறார்கள். தேசியக் கல்வி ஆராய்ச்சி நிறுவனத்தின் தலைமையையும், புகழ்மிக்க இந்திய வரலாற்றுக் காங்கிரஸ் அமைப்பின் தலைமையையும், பிரச்சார பாரதியின் தலைமையையும் இந்துத்துவா ஆதரவாளர்களின் தலைமையின் கீழ் கொண்டு வந்திருக்கிறது. வருங்கால இளைஞர்களின் வரலாற்று மற்றும் பண்பாட்டுச் சிந்தனைப் போக்கை இந்துத்துவத் திசை வழியில் மாற்றி அமைக்கும் முயற்சியின் தொடக்கம், இது. இன்னும் எத்தனையோ காரியங்கள் சத்தமில்லாமல் நடந்துகொண்டிருக்கின்றன.

மத சகிப்புத்தன்மையும் மதசார்பற்ற நடைமுறையுமே இந்திய மக்களின் வாழ்க்கையாகப் பல ஆயிரம் ஆண்டுகள் இருந்து வந்துள்ளன. இந்திய அரசின் இலச்சினையாக அசோகச் சக்கரவர்த்தி தன் தூணில் எழுப்பியிருந்த நான்கு சிங்கங்கள் எடுத்துக்கொள்ளப்பட்டிருக்கிறது. அது ஏன் அவ்வாறு எடுத்துக்கொள்ளப்பட்டது? அந்த இலச்சினையில் பாலி மொழியில் "ஒவ்வொரு மனிதனின் உரிமையையும் ஒவ்வொருவரின் மத நம்பிக்கையையும் என் அரசு பாதுகாக்கும்" என்று எழுதப்பட்டுள்ளது. இதுதான் நம் பாரம்பரியம்.

அசோகரைப் போலவே சிறப்பு மிக்கப் பேரரசர் அக்பர். ஹிஜிரா ஆயிரமாவது ஆண்டைச் (கி.பி. 1506)

சிறப்பான விழாவாகக் கொண்டாடினார். அப்போது அவர் "தன் அரசு சகிப்புத்தன்மையைக் கடைப்பிடிக்கும். தான் விரும்புகிற மதத்தைப் பின்பற்ற ஒவ்வொருவருக்கும் உரிமை இருக்கும்" என்று அறிவித்தார். மதநல்லிணக்கத்தை ஏற்படுத்துவதற்காக அவர் உருவாக்கிய விழா டில்லியின் பூ அலங்கார விழா. அந்த விழாவின்போது எல்லா மதத்தினரும் ஒவ்வொருவரும் போட்டி போட்டுக்கொண்டு தெருவில் தங்கள் வீட்டின் முன் பூக்களால் அலங்காரம் செய்வார்களாம். பூ அலங்கார ஊர்திகள் தெருவில் பவனிவருவது பழக்கமாக இருந்ததாம். அலங்காரம் செய்வதில் ஒருவருக்கொருவர் போட்டிப் போடுவார்களாம். வெள்ளையர் ஆட்சி காலத்தில் இந்தப் பூ விழா தடை செய்யப்பட்டது. இந்து-முஸ்லீம் ஒற்றுமையைச் சிதைப்பதே அவர்களின் நோக்கம்.

சுதந்திர இந்தியாவின் முதல் பிரதமர் ஜவஹர்லால் நேரு இந்தப் புஷ்பத் திருவிழாவைப் புதுப்பித்தார். டில்லியில் இன்றும் அந்த விழா தொடர்ந்து நடைபெற்றுக்கொண்டு வருகிறது. பூ அலங்காரப் போட்டியில் தமிழ்நாட்டுக்கு முதல் பரிசு கிடைத்திருக்கிறது.

"கம்பர்தன் இராமாயணத்தில் -
"கல்லிடை பிறந்து போந்து கடலிடைக் கலந்த நீத்தம்
எல்லையில் மறைகளாலும் இயம்பரும்
பொருள்ஈதொன்றே"

என்று சொல்கிறார். எங்கெங்கோ மலைகளில் புறப்பட்டு வரும் ஆறுகளெல்லாம் ஒரே கடலில்தான் கலக்கின்றன. அதேபோல் பல்வேறு வேதங்களால் விளக்கப்படுகின்ற பரம்பொருள் ஒன்றே என்கிறார் கம்பர். இதுதான் பொது மக்களின் வழியாக எம்மதமும் சம்மதம் என்று வழங்கப்படுகிறது. இதைத்தான் வள்ளலாரும், விவேகானந்தரும், பாரதியும், திரும்பத் திரும்ப எடுத்துச் சொல்லி நமக்கு வழிகாட்டுகின்றார்கள்.

"சுவாமி விவேகானந்தரை காவி உடையணிந்த புரட்சிக்காரர்" என்று அமரர் ஜீவா எழுதியிருக்கிறார்.

விவேகானந்தர் சிகாகோவில் உலகச் சமயங்களின் மாநாட்டில் 1893 செப்டம்பர் 11-ம் நாளில் பேசினார்.

"பிற மதக் கொள்கைகளை வெறுக்காது மதித்தல்; அவற்றை எல்லோரும் ஏற்றுக்கொள்ளுதல் ஆகிய இரு பண்புகளை உலகத்துக்குப் புகட்டிய சமயத்துக்குரியவன் என்பது குறித்து நான் பெருமை அடைகிறேன். எதையும் வெறுக்காது மதிக்க வேண்டும் என்கிற கொள்கையை நாங்கள் நம்புவதோடு, எல்லாச் சமயங்களும் உண்மையே என்று ஒப்புக்கொள்கிறேன்." என்று சுவாமி விவேகானந்தர் பேசியிருக்கிறார்.

நம் அரசியல் சட்டத்தை எழுதிய மேதைகள் முன்னுரையில் "இந்தியா ஒரு சுதந்திரமான மதச்சார்பற்ற சோஷலிச ஜனநாயகம், குடியரசு" என்று இந்திய அரசை வரையறுத்திருக்கிறார்கள். ஆனால் இந்திய வகுப்பு வாதிகளோ மதச்சார்பின்மை என்பது மேற்கத்தியக் கருத்தமைவு, அது இந்தியாவுக்கு ஒருபோதும் பொருந்தாது என்று பொய்ப்பிரச்சாரம் செய்கிறார்கள். வரலாற்றைப் புரட்டுகிறார்கள். குடியரசு சாசனத்தை மதச்சார்புள்ளதாக மாற்றத் தீவிரமாக முனைகிறார்கள்.

இந்திய நாட்டுக்கு ஏற்றது, இந்துப் பெரும்பான்மை உணர்வே என்று பிரச்சாரம் செய்கிறார்கள். இந்த உணர்வை வளர்க்க முயற்சிக்கிறார்கள். இந்தியா முழுவதும் மதவெறி திட்டமிட்டுக் கிளப்பப்படுகிறது. இதற்கான தளம் தமிழ்நாட்டிலும் அமைக்கப்படுகிறது. இந்திய நாட்டின் பரம்பரைப் பண்பாடும், கலாச்சாரமும் ஒற்றைத்தன்மை கொண்டது என்று வலிந்து கூறும் பொய்ப்பிரச்சாரங்கள், திட்டமிட்டு மேற்கொள்ளப்படுகின்றன. சாதி, மத வேற்றுமைகளைத் தூண்டி மக்களைப் பிளவுபடுத்துவதில் வகுப்புவாதிகள் வெற்றி பெற்று வருகிறார்கள்.

இந்த நிலையில் நாம், முந்திய தலைமுறையின் மேலான மக்கள் ஒற்றுமைக்கும் மேன்மைக்கும் பாடுபட்டார்களே அவர்களின் கருத்துக்களை முன் நிறுத்த வேண்டும். "நம் பாரம்பரியத்தின் சிறந்த கருவூலங்களை நாம் பாதுகாத்துப் பேணவேண்டும் என்கிறார் லெனின். இதை நாம் ஒருபோதும் மறக்கக்கூடாது.

நம் தமிழ் இலக்கியத்தின் புரட்சிகர மனிதநேயக் கருத்துக்களைப் பிரதிபலித்தவர் ஜீவா. சங்க இலக்கியம், திருக்குறள், கம்பராமாயணம் போன்ற இலக்கியங்களில் உள்ளோட்டமாகத் தொடர்ந்து வரும் மனிதநேயப் பண்பைத் தமிழனுக்குத் தெளிவுப்படுத்திச் சொன்னவர் ஜீவா. கம்பர் என்றொரு மானிடன் என்று பாரதி குறிப்பிட்டார்.

"வேறுள குழுவை எல்லாம் மானிடம் வென்றதம்மா" என்று கம்பர் குறிப்பிடும் மானுடம் உயர்வைத் தெளிவுபடுத்தினார் ஜீவா. திருமூலர் சொல்லுகிறார்,

படமாடும் கோயில் பாங்கற்கு ஒன்று ஈயின்
நடமாடும் கோயில் நம்பர்க்கு அங்கு ஆகா
நடமாடும் கோயில் நம்பர்க்கு ஒன்று ஈயின்
படமாடும் கோயில் பாங்கற்கு அங்கு ஆகும்

இது தமிழனின் பண்பாடு.

ஏழைக்கு உதவுவதுதான் இறைத்தொண்டு என்னும் வழி. ஆனால் இன்று ஏழைகளின் வாழ்க்கை புறக்கணிக்கப் படுகிறது. இறைவனின் பெயரால் பகைமை வளர்க்கப் படுகிறது. போர் தூண்டப்படுகிறது. சாதாரண மக்கள் சொல்ல முடியாத துன்ப துயரங்களுக்கு உள்ளாகிறார்கள்.

விஞ்ஞானத் தொழில்நுட்ப வளர்ச்சியால் மின் அணுவியலும், கணிப்பொறிகளும் பிரம்மாண்டமாக வளர்ந்துவிட்டன. இரட்சசத்தனமான தகவல் தொடர்பு வளர்ச்சியில் உலகம் சுருங்கிவிட்டது. உலக மயமாதல் கொள்கையின் காரணமாக இந்தியா போன்ற பின்தங்கிய

நாடுகள் மீண்டும் வளர்ந்த நாடுகளின் சந்தைகளாக மாறும் இழிந்த நிலை ஏற்பட்டுக்கொண்டிருக்கிறது. தனியார் மயமும், தாராளமயமாக்கலும் அடித்தள மக்களை மேலும் மேலும் ஒட்டச் சுரண்டுகின்றன. அவர்களின் வாழ்வை நசுக்குகின்றன. இந்தியாவில் வறுமைக் கோட்டுக்குக் கீழே 35 கோடி மக்கள் வாழ்கிறார்கள். அடிப்படைத் தேவைகள் பூர்த்தி ஆகாத, பாதுகாக்கப்பட்ட குடிநீர்கூடக் கிடைக்காத பரிதாபத்துக்குரிய மக்கள் இங்கு 25 கோடிக்கும் அதிகம் இருக்கிறார்கள். இந்நாட்டில் 50 கோடிப் பேர். படிப்பறிவு இல்லாதவர்கள், வேலையில்லாமல் திண்டாடிக்கொண்டிருப்பவர்கள் 4 கோடிப் பேர். ஆனால் இங்கே நுகர்வு கள்ளச்சாராயம் வலுவடைந்துவிட்டது. மனித மதிப்பு அதலபாதாளத்தில் விழுந்துவிட்டது. முழுமையான மனிதனுக்குள்ள மதிப்பைவிட சிறுநீரகம், கண் என்று மனித உறுப்புகளின் மதிப்பு அதிகமாகிவிட்டது. வரதட்சணைக் கொடுமைக்காக இளம் பெண்கள் எரிக்கப்படுதல் ரொம்பவும் அதிகரித்துவிட்டது. ஓட்டுக்கு ஒரே மதிப்பு என்ற நிலை இருக்கிறது. எல்லா மனிதனுக்கும் ஒரே மதிப்பு என்ற நிலை இல்லை. அரசியல் ஜனநாயகம் உள்ளது. சமூக ஜனநாயகம் இல்லை. ஓட்டுப் பெட்டியின் முன்னே சம அந்தஸ்தைப் பெற்றிருக்கும் மனிதன் நிஜவாழ்வில் சம அந்தஸ்து பெறவில்லை. ஏராளமான நவீனக் கண்டுபிடிப்புகள் வந்துகொண்டிருக்கின்றன. அவை மக்கள் வாழ்வைச் சமப்படுத்துவதற்கும் ஜனநாயகப்படுத்துவதற்குப் பதிலாக ஏற்றத்தாழ்வை அதிகப்படுத்தவே பயன்படுகின்றன. மத அடிப்படைவாதிகளும், பழமொழிகளும் தங்கள் ஆதிக்கத்தை நிலைநிறுத்த நவீனக் கருவிகளை எல்லாம் பயன்படுத்துகிறார்கள். வகுப்புவாதமும் மத அடிப்படை வாதமும் சமூகத்தில் மிக ஆழமாக வேர்விட்டுக் கொண்டிருக்கின்றன. மாலன் ஒரு நல்ல எழுத்தாளர். ஆனால் அவர் சமீபத்தில் ஒரு நாவல் வெளியிட்டிருக்கிறார். மதநல்லிணக்கத்தின் திருவுருவமான காந்தியடிகளைக் கொலை செய்த மதவெறியன் கோட்சேயை இலட்சிய வீரனாகச் சித்திரிக்கும் நாவல் இது.

ஜெயமோகன் விஷ்ணுபுரம் என்று ஒரு நாவல் எழுதியிருக்கிறார். பலவிதமான உத்திகளைப் பயன்படுத்திச் செய்யப்பட்டிருக்கும் அந்த நாவல் அடிப்படையில் வருணாசிரம தர்மத்தையும் வகுப்புவாதத்தையும் நியாயப்படுத்துகிறது. இந்தப் போக்குகள் பன்முகத்தன்மை கொண்ட இந்திய சமூகத்தின் வளர்ச்சிக்கும் நல்லிணக்கத்துக்கும் ஆபத்து விளைவிக்கக்கூடியவை.

அதேபோல்தான் கமலஹாசனும் ஒரு சிறந்த கலைஞர். 92-ல் பாபர் மசூதி இடிக்கப்பட்டபோது வகுப்புவாதிகளுக்கு எதிராக வெகுண்டு எழுந்தவர். அன்றைய பிரதமர் நரசிம்மராவை சந்தித்து அந்த கொடுஞ்செயலை ஏன் தடுக்கவில்லை என்று கேள்வி மேல் கேள்விக் கேட்டுத் துளைத்தவர். அந்த உரையாடல்களையெல்லாம் குறும்படமாகத் தொகுத்து தமிழ் மக்களுக்குத் தந்தவர். அவரே இன்று ஹேராம் என்று ஒரு படத்தை எடுத்திருக்கிறார். காந்தி கொலை செய்யப்படுவதை அதில் நியாயப்படுத்தியிருக்கிறார்.

வீரவணக்கம் இன்று ஒரு புதிய பண்பாடாக வகுப்புவாதிகளால் போற்றி வளர்க்கப்படுகிறது. இந்த வீரவணக்கம் அதிகரிக்குமானால் வீரன் சர்வாதிகாரியாகி, சமூகத்தைச் சீரழித்துவிடுவான். இம்மாதிரிப் போக்குகளுக்கு எதிராக மக்களை விழிப்படையச் செய்ய வேண்டியது பண்பாட்டுத் துறையில் பணிபுரிபவர்களின் முக்கிய கடமையாகும்.

இருப்பு நிலையே மனிதனின் உணர்வை உருவாக்குகிறது. அரசியலும் இலக்கியமும் உணர்வு நிலையைச் சார்ந்தவை. இவற்றை மேற்கட்டுமானம் என்று வகைப்படுத்தும் மார்க்சியம் மேற்கட்டுமானம் என்பதனால் இவை தனி ஆற்றல் அற்றவை என்பதல்ல இதன் பொருள். தனியாற்றலும் தனி இயக்கமும் உள்ளவைதான். ஆனாலும் இவை பொருளியல் அடித்தளத்தோடு சம்பந்தப்பட்டவை என்பதை இலக்கியவாதிகள் மறந்துவிடக்கூடாது. பொருளியல்

வாழ்வுக்கும் பண்பாட்டு வாழ்வுக்கும் ஆன உறவு அறுந்துபோய்விடாமல் இலக்கியவாதிகள் கவனித்துக்கொள்ள வேண்டும். ஜீவாவும், பட்டுக்கோட்டை கல்யாணசுந்தரமும் பேராசிரியர் வானமாமலையும் இந்தத் திசையில் நமக்குச் சிறந்த வழிகாட்டிகளாக உள்ளார்கள். பண்பாட்டுப் போராட்டத்தில் இவர்களின் பாதையை நாம் மேலும் விசாலப்படுத்த வேண்டும்.

மனித வாழ்க்கை என்பது ஒரு போராட்டம். எல்லாவிதமான சுரண்டலிலிருந்தும், ஒடுக்கு முறைகளிலிருந்தும் தன்னையும் தன் சமூகத்தையும் மேலும் மேலும் விடுவித்துக் கொள்ளும் போராட்டம். பல முனைகளில் நடக்கும் இந்தப் போராட்டமே வாழ்க்கையை மேலும் மேலும் மேம்படுத்தும், இம்மாதிரிப் போராட்டத்தில் ஈடுபடும் மனிதர்களுக்கு இலக்கியம் ஊக்கமளிக்க வேண்டும். நம்பிக்கை அளிக்க வேண்டும்.

கலையும் இலக்கியமும் மனிதனை விமர்சிக்கலாம். ஆனால் விகாரப்படுத்தக்கூடாது. திசை திருப்பிவிடக் கூடாது. திசைதிருப்பும் போக்குகள் வாழ்க்கைக்கு ஊனம் விளைவிக்கும். ஊக்கமளிக்கின்ற, நம்பிக்கை தருகின்ற, மனிதனை மேன்மைப்படுத்துகின்றன. கலையையும் இலக்கியத்தையும் வர்க்க ரீதியாக இலக்கியம் படைக்க வேண்டும். இதற்கு இந்த மூன்று நாள் கருத்தரங்கம் உங்களுக்கு அறிவையும் வலுவையும் தரும் என்று நம்புகின்றேன். உங்கள் முயற்சிகள் வெற்றி பெறட்டும். வணக்கம்.

(தொகுப்பு: பொன்னீலன்)

(தாமரை, பிப்ரவரி, 2000)

காம்ரேட் நாவா

மூப்பத்திரண்டு ஆண்டுகளுக்கு முன்பு, ஜனசக்தி பிரசுராலயத்திலிருந்து ஒப்பிலாத சமுதாயம் என்ற சிறுநூல் வெளிவந்தது. அப்போது இந்த நூலுக்கு நல்ல வரவேற்பு இருந்தது. நானும் இதை விற்றிருக்கிறேன்.

இந்திய மக்கள் விருப்பு, வெறுப்பில்லாமல் புரிந்துகொள்ளும் வகையில் சோவியத் யூனியனில் சோஷலிஸ அமைப்பின் சிறப்புப் பற்றி எழுதப்பட்டிருந்தது.

கான்டர்பரி பிஷப் (Dean of Canterbury) எழுதிய ‘உலகில் ஆறில் ஒரு பங்கு’ (One sixth of the world) என்ற ஆங்கில நூலின் சுருக்கத்தை ஆரவாரமில்லாத அழகிய தமிழில் எழுதிய தோழர் நா. வானமாமலை அவர்கள் அந்நூலுக்குக் கொடுத்திருந்த தலைப்புத்தான் “ஒப்பில்லாத சமுதாயம்”.

இச்சிறு வெளியீட்டின் மூலமே தோழர் என்.வி. அவர்களை முதன் முதலில் புரிந்துகொண்டேன்.

முதல் சந்திப்பு

1946-ல் நான்குநேரி தாலுகாவில் விவசாயிகளிடையே கட்சிப் பணிக்காக முழுநேர ஊழியராக அனுப்பப்பட்டேன். அரசியல் ஆர்வத்தில் கல்லூரிப்படிப்பை அரைகுறையாக நிறுத்திவிட்டு, சொந்த ஊரில் அரசியலைத் தொடர்ந்து நடத்த முடியாமல் கட்சித் தலைமைக்கு எழுதினேன்.

திடீரென்று ஒருநாள் தோழர் பாலதண்டாயுதம் அவர்களிடமிருந்து கடிதம் வந்தது. உடனே நான்குனேரிக்குப் புறப்பட்டு ஆசிரியர் நா. வானமாமலை அவர்களைச் சந்திக்குமாறு எழுதியிருந்தார். வழிச்செலவுக்குரிய பணத்தை தோழர்களிடமிருந்து பெற்றுக்கொண்டேன்

நான்குநேரி போய்ச் சேர்ந்தேன். ஆசிரியர் அவர்களைச் சந்தித்தேன். வயதுக்கும் திறமைக்கும் மிஞ்சிய அடக்கம்; ஆழ்ந்தடங்கிய அறிவாற்றலின் காரணமாகும் என்று எனக்குள் நினைத்துக்கொண்டேன்.

தாலுகாவில் உருவாகியிருக்கும் விவசாயிகள் எழுச்சி பற்றிய சுருக்கத்தை தெளிவாகக் கூறினார். எப்பகுதி மக்கள் எத்தகைய நிலப்பிரபுக்களை எதிர்த்து நிற்கிறார்கள்? சமூக, சாதிக் கொடுமைகளின் வரலாறு, அரிசன மக்களின் தலைவர்களாகவும், இப்புதிய இயக்கத்தின் வழிகாட்டிகளாகவும் விளங்கும் துவக்கப்பள்ளி ஆசிரியர்கள் எல்.டி. பால்வாத்தியார், டி.டி.சி. துரை, சண்முக வாத்தியார், பால்ராஜ் மற்றும் செட்டிமேடு ஆசிரியர் வெங்கிட்டு ஆகியோர்களைப் பற்றியும் எடுத்துக் கூறினார்கள். ஒவ்வொருவரைப் பற்றியும் என்.வி. அவர்கள் கூறிய மொழிகள் அத்தனையும் அத்தோழர்களைப் புரிந்துகொள்ளவும், பழகவும், அணுகவும் பேருதவியாக இருந்தது. மடாதிபதிகளின் தாக்குதல்களை எதிர்த்துக் கடுமையாக நடந்த போராட்டத்திலும், மேல் சாதிக்கொடுமைகளை எதிர்த்து அரிசன மக்களைப் பாதுகாக்கவும் பல்வேறு சோதனைகளுக்கிடையே உறுதியாக நிற்பதற்கும் தோழர்களிடையே உணர்வு பூர்வமான உறவுநிலை இருப்பது அவசியமாக இருந்தது. தோழர் என்.வி. அவர்கள் முதலில் எனக்குக் கொடுத்த அறிமுக அறிவுரை மிகவும் பயன்பட்டது.

விவசாயிகள் இயக்கத்தின் துணைவன்

வாரத்துக்கு ஒரு தடவை நான்குநேரி சென்று தோழர் வானமாமலை அவர்களைச் சந்திப்பேன். அவ்வப்போது ஏற்படும் சந்தேகங்களைக் கேட்பேன். நீண்ட விளக்கவுரை கிடைக்கும்; தெளிவு பெறுவேன்; இதன் மூலம் என்னை அறியாமலே ஒரு தெம்பு ஏற்படும்.

மாதம் இரு துண்டுப்பிரசுரங்களாவது கொண்டு வருவோம். ஏன் இந்தப் போராட்டம்? என்பதை விளக்கித்

துண்டுப் பிரசுரம் போடவேண்டியிருக்கும். நேரடி இயக்கத்தில் ஈடுபட்டிருப்பவர்களுக்கு ஆத்திரம் வருவது இயற்கை. என்னுடன் பணியாற்றி வந்த தோழர்களும், துண்டுப் பிரசுரம் கடினமான வார்த்தைகளில் இருக்க வேண்டுமென்று நினைப்பார்கள். தோழர் வானமாமலை அவர்களிடம் கலந்து துண்டுப் பிரசுரம் எழுதி அச்சுக்குக் கொடுத்துவிடுவேன். சிறு சிறு வாக்கியங்களாக இருக்கும். பிரச்சினைகளைத் தெளிவாக விளக்கக்கூடியதாக இருக்கும். கூடுமானவரை ஆட்களை எதிரிகள் பக்கம் சேர்க்கவிடாமல் தடுப்பதே துண்டுப் பிரசுரத்தின் நோக்கமாக அமைந்திருக்கும். அதிலும் குறிப்பாக, பரம்பரையாகப் பல்லாண்டுகளாக பழக்கப்பட்டுவந்த சமூகக் கட்டுகளை அறுத்தெறியும் முயற்சியில் நிதானம் இல்லாமலிருந்தால், நாம் தனிமைப்பட்டு நிற்க வேண்டியிருக்கும்; பழமைக்கு புதுபலம் ஏற்பட்டுவிடும். தோழர் என்.வி. அவர்களிடம் இதுபற்றியும் பேசித் தெளிவு பெறுவது வழக்கம்.

"1947 மே தினம் நான்குநேரியில் விவசாயிகள் ஊர்வலம் நடத்தினோம். மறைந்த வில்லிசை வேந்தர் பிச்சைக்குட்டி அவர்கள் பேசுவதாக அறிவித்திருந்தோம். தோழர் வி.எஸ். காந்தி கூட்டத்துக்கு ஏற்பாடு செய்திருந்தார். ஊர்வலத்தில் பெரும்பாலோர் தாழ்த்தப்பட்டவர்கள். ஊர்வலத்தின் முன்பு தோழர்கள் என்.வி.யும் நானும் சென்றோம். தெற்கு மாடவீதி கடந்து கோவில் கல்மண்டபத்தில் காலெடுத்து வைத்தோம். கோவிலுக்குள் நுழைவதற்கு உத்தேசம் கிடையாது, இருந்தாலும் ஜீயர் மடத்துக் காவல்காரர்கள் கம்பு ஆயுதங்களுடன் வந்து தடுத்தார்கள். கல்மண்டபத்து வழியாக வடக்குமாட வீதி செல்லுகிறோம். இதையும் தடுக்காதீர்கள். சாமியார் பேச்சைக் கேட்டுக் கெட்டுப் போகாதீர்கள். சட்டம் புதிசா வந்திருக்கு" என்று தோழர் என்.வி. கண்டிப்பான குரலில் எடுத்துச்சொன்னார்.

"கிராம முன்சீப் தாதர் மகனே இப்படிச் சொன்னா, ஊரு விளங்குமா? எங்க சாதிக்காரனும் ஒருவன் உங்களோடு

சேர்ந்திருக்கான்! விளங்கமாட்டாய்” என்று கோபத்தோடு பேசியும் முனகிக்கொண்டும் போனார்கள்.

‘செல்லாக் கோபம் பொறுமைக்கு அழகு’ அப்போது எங்கள் பக்கம் கூட்டம் அதிகம். ஊர்வலத்தின் முடிவில் கூட்டம் நடந்தது. கூட்டம் முடிந்து எல்லோரும் சென்ற பின்னர் மடத்துச் சாமியாரின் தூண்டுதலில் நூற்றுக்கணக்கான அடியாட்கள் வந்தனர். இரவு கூட்டத்தை நடத்தவிடாமல் கலகம் செய்து தடுத்துவிட்டார்கள்.

ஆசிரியர் பணி

தோழர் என்.வி. ஜில்லா போர்டு உயர்நிலைப் பள்ளியில் பணியாற்றிவந்தார். சுதந்திரமாகச் செயல்படுவதற்கு அரசு நிர்வாகததுக்குட்பட்ட இடத்தில் வேலை செய்வது தடையாக இருந்தது.

ஜில்லா கல்வி அதிகாரிகளில் பலர் பிரிட்டிஷ் ஏகாதிபத்தியத்தின் அடிவருடிகளாக இருந்தனர். ‘தாய் எட்டடி பாய்ந்தால் குட்டிக்குரங்கு பத்தடி பாயும்’ என்பார்கள். பிரிட்டிஷ் ஆட்சியின் அந்திம காலமாக இருந்தாலும், இந்திய அதிகாரிகள் அந்நிய ஆட்சிக்கு அடிமையாக இருந்தார்கள். தேசியத் தலைவர்களைப் பற்றி அவதூறாகப் பேசுவார்கள். தேசியத்தை ஆதரித்துப் பேசும் ஆசிரியர்கள் மீது விசாரணைகள், துவங்குவது வழக்கமாக இருந்தது. இதெல்லாம் தோழர் என்.வி.க்கு அறவே பிடிக்கவில்லை.

தேசிய உணர்வுக்கு தடையில்லாமலும், முற்போக்குக் கருத்துக்களைக் கூற வாய்ப்பாகவும் சாத்தான்குளத்தில் துவக்க இருந்த தேசிய உயர்நிலைப் பள்ளியில் தலைமை ஆசிரியர் பொறுப்பேற்கத் தயாராக இருந்தார். ஜில்லா போர்டு ஆசிரியர் பணியை ராஜினாமா செய்தார். எதிர்பார்த்தபடி, சாத்தான்குளத்தில் உயர்நிலைப் பள்ளி துவங்கப்படவில்லை. இதன் பின்னரே, பாளையங்கோட்டையில் மாணவர் டியூட்டோரியல் கல்லூரியைத் துவக்கினார்கள்.

தோழர் என்.வி. பாளையங்கோட்டைக்கு வந்தது எல்லோருக்கும் பல வகையில் உதவியாக இருந்தது. புரட்சி இயக்கத்தில் ஈடுபட்டிருப்போரின் சந்திப்பு இடமாக இருந்தது. இதற்கேற்ப நெல்லை வட்டாரத்தில் பீடித் தொழிலாளர் போராட்டம், டி.எம்.பி.எஸ். மோட்டார் தொழிலாளர் போராட்டம், ரெயில்வே தொழிலாளர் போராட்டம், தச்சநல்லூர் கணபதி மில் தொழிலாளர் போராட்டம் - இவ்வாறு பல போராட்டங்கள் நடந்துவந்த காலம், இப்போராட்டங்களுடனும், சங்கங்களுடனும் தோழர் என்.வி. நேரடித்தொடர்பு கொண்டிருந்தார்.

1948-ல் இந்திய கம்யூனிஸ்ட் கட்சி தடை செய்யப்பட்டது. தோழர் என்.வியும் கைது செய்யப்பட்டார். விடுதலையடைந்த பிறகும் கட்சியோடிருந்த இணைப்பை விட்டுவிடவில்லை.

மார்க்சிய அறிவில் தேர்ச்சி பெற்றார். மேலும் மேலும் பல்வேறு ஆய்வு நூல்களை எழுதினார். இருப்பினும் இந்தியக் கம்யூனிஸ்ட் கட்சியோடு இருக்கிற தொடர்பு வலுப்பட்டு வந்திருக்கிறது.

1970-ல் நடைபெற்ற நிலமீட்சிப் போராட்டத்தில் கைது செய்யப்பட்டார். சிறையில் ஒரு மாதத்துக்கு மேல் இருந்தோம். சிறையிலும் மார்க்சிய அறிவைப் புகட்டுவதில் சளைக்கவில்லை. உற்சாகம் குன்றாமல் உறுதியோடு சிறைவாசத்தைக் கழித்தார்.

திவான் ஜர்மன்தாஸ் என்பவர் மகாராஜ் என்ற நூலை எழுதியிருந்தார். இந்திய சமஸ்தான மன்னர்களின் வாழ்க்கை நெறிகள், ஆடம்பரம், தேசத் துரோகம் பற்றியெல்லாம் நேரடி அனுபவத்தில் எழுதியிருந்தார். இதைச் சுருக்கி தோழர் என்.வி. கட்டுரைகளாகச் சாந்தியில் வெளியிட்டார்.

1971-ல் நடைபெற்ற தேர்தலில் மன்னர் மான்யம் ஒரு பிரச்சினையாக இருந்தது. அப்போது இக்கட்டுரைகள் பலனளித்தன.

பேராசிரியர் வானமாமலை அவர்களுடன் நெருங்கிப் பழகுவதில் அலாதியான அனுபவம் கிடைக்கும். வாரம் ஒருமுறை பேராசிரியரிடம் உரையாடிச் சென்றால் எத்தனையோ நூல்களைப் படிப்பதனால் ஏற்படும் தெளிவும் பலனும் ஏற்படுவதுண்டு.

பேராசிரியர் எழுதிய நாடோடிப் பாடல் தொகுப்புகளும் கதைப் பாடல்களும் தமிழ்நாட்டில் கிராமப்புற மக்களின் பண்பாட்டையும், பழக்க வழக்கங்களையும் போர்க் குணத்தையும் புரிந்துகொள்ள உதவுகின்றன.

சோழ மன்னர்கள் காலத்திய நில உறவு முறைகளைப் பற்றி பேராசிரியர் எழுதிய ஆய்வுக் கட்டுரைகள் புதிய வரலாற்றுக் கண்ணோட்டத்தைக் கொடுக்கின்றன.

'பூம்புகார்' திரைப்படம் வெளிவந்த நேரத்தில் அப்படத்தின் கதாசிரியர் திரு. கருணாநிதி செய்திருந்த கதை மாற்றத்தையும் கருத்துச் சிதைவையும் சுட்டிக்காட்டி ஒரு சிறு நூலை எழுதினார். அது சாதாரண மறுப்பு நூலாக இல்லாமல், ஒரு ஆய்வு நூலாக அமைந்தது.

சோவியத் எதிர்ப்பு 1974-75-வது ஆண்டுகளில் இந்தியாவில் புது உருவம் எடுத்தது. வளர்முக நாடுகளின் முன்னேற்றத்துக்காக சோவியத் ரஷ்யா செய்துவரும் உதவிகளினால் - இந்தியாவில் நட்புணர்வு வளர்ந்து வந்தது. இதைத் தடுக்க, முதலாளித்துவ அறிவாளிகளில் வக்கிரபுத்தி படைத்த சிலர் முனைந்தனர். 'துக்ளக்' பத்திரிக்கையில் ஆசிரியர் சோ எழுதி வந்த "இந்தியாவின் தலைநகர் மாஸ்கோ/டில்லி என்ற தொடர் கட்டுரை மிகவும் நுணுக்கமானது. நடுநிலையாக இருக்கும் யாவரையும் சோவியத் உதவி பற்றி சிறிது சந்தேகத்தைக் கிளப்பிவிடும். இக்கட்டுரைகளுக்குப் பதில் எழுத வேண்டுவது அவசியமெனப் பலர் பேசிக்கொண்டோம். பாளையங்கோட்டையிலிருந்து பேராசிரியர் என்.வி. அவர்களும் தன்னிடம் பயிற்சி பெற்று வந்த மாணவன் மோகனும் சேர்ந்து 'துக்ளக்'குக்கு

ஆணித்தரமான பதில் கொடுக்கும் தொடர் கட்டுரைகளை எழுதினார்கள். அவை ஜனசக்தியிலும், சாந்தியிலும் வெளிவந்தன.

தோழர் வானமாமலை-பேராசிரியர் என்.வி. ஆராய்ச்சியாளர் நா. வா. அவர்களைப் பற்றி ஏராளமாக எழுதலாம். முற்போக்குக் கருத்துள்ள அரசியல்வாதிகளுக்குச் சிறந்த கருத்துக்கருவூலமாகத் திகழ்கிறார். தமிழ் ஆய்வாளர்களுக்கு வழிகாட்டியாகத் துணை நிற்கிறார். தனி மனிதனாக இருந்தாலும், தமிழகத்தில் தனிச் சிறப்பு வாய்ந்த முறையில் 'ஆராய்ச்சி' இதழை வெளியிட்டு வருகிறார். ஆய்வும் அறிவும் தன்னோடு மட்டும் நின்றுவிடாமல், இத்துறையில் ஆர்வமுள்ளவர்களை ஒன்றாக இணைத்துப் பயிற்சி கொடுத்து, ஆய்வுரைகள் எழுதத் தூண்டும் முயற்சியிலும் வெற்றி கண்டு வருகிறார்.

பேராசிரியர் என்.வி. அவர்களின் முயற்சி மேலும் மேலும் வெற்றி பெற உறுதுணையாக நிற்போம்!

– (நா.வா. மணிவிழா மலரிலிருந்து, 1978)

அப்பாஸ் என்னும் அமரஜோதி

- விடுதலை இயக்கத்தில் உருவான முற்போக்கு எழுத்தாளர் கே.ஏ. அப்பாஸ்.
- ஒவ்வொரு எழுத்திலும் மனிதநேயக் கருத்தைப் பரப்பி வந்தார்.
- புதிய கருத்துக்களடங்கிய திரைப்படங்களைத் தயாரித்து உலகுக்கு அறிமுகப்படுத்திய புதிய படைப்பாளி.
- வகுப்புவாதத்தை எதிர்த்தும் தேச ஒற்றுமைக்கும் ஒருமைப்பாட்டுக்கும் உயிருள்ளவரை எழுதிவந்தார்.
- சோஷலிசத் தாயகமான சோவியத் யூனியனின் ஆத்ம நண்பராக ஆயுள் முழுவதும் விளங்கினார்.

ஐம்பதாண்டுகளில் இந்திய அரசியலிலும், ஆட்சிகளிலும் எத்தனையோ மாற்றங்கள் ஏற்பட்டன. அறிவாளிகள் மத்தியிலும் அளவற்ற குழப்பங்கள் ஏற்பட்ட போதும், உன்னதமான லட்சியப் பிடிப்போடு, உறுதி தளராது எழுத்துப்பணியாற்றி வந்த சிறந்த எழுத்தாளர் கே.ஏ. அப்பாஸ் அவர்களின் மறைவு இந்திய நாட்டுக்குப் பேரிழப்பாகும்.

கடைசிப் பக்கம்

'பிளிட்ஸ்' ஆங்கில வார ஏட்டில் கடைசிப் பக்கம் (last Page) அவருக்காகவே ஒதுக்கப்பட்டது. நாற்பது வருடங்களாகக் கடைசிப்பக்கத்தை எழுதிவந்தார். பக்கத்தை நிரப்புவதற்காக எழுதவில்லை. அவர் எழுத்து உள்ளத்தை உருக்கி வடித்துக் கொடுத்த - இலக்கியம் கலந்த - மனித பாசம் நிறைந்த வரலாற்றுப் பெட்டகமாகத் திகழ்கின்றது.

சிறிய செய்தியாக இருந்தாலும், அதனுள்ளே புதைந்து கிடக்கும் ஆழமான அரிய கருத்தைச் சிந்திக்கத் தூண்டும் வகையில் வடித்துக்கொடுத்தார்.

தனது இறுதி உயிலில் தன் உடலோடு 'பிளிட்ஸ்' ஏட்டின் ஆங்கிலம், உருது, இந்துஸ்தானி மூன்று மொழிகளிலுமுள்ள கடைசிப்பக்கத்தை வைத்துப் புதைக்கும்படி எழுதியிருப்பதிலிருந்தே கடைசிப்பக்கம் எழுத்தைத் தன் உயிர்மூச்சாக நேசித்தார் என்பது வெளிப்படுகிறது.

நாவல்கள்: இன்குலாப் ஜிந்தாபாத்

அப்பாஸ் அவர்கள் சிறந்த நாவல்களைப் படைத்தார். இந்திய விடுதலைப் போராட்டத்தில் தீவிரவாதிகளின் உயிர்க் கோஷமாக விளங்கியது: இன்குலாப் ஜிந்தாபாத்!

புரட்சி ஓங்குக!

1929-ல் நடைபெற்ற மீரத் சதிவழக்குத் தோழர்கள் நீதி விசாரணையின்போது, அந்நிய ஆட்சியான பிரிட்டிஷ் ஏகாதிபத்தியத்தின் மீது குற்றம் சாட்டினர். ஏகாதிபத்திய ஆட்சியை எதிர்த்து, "இன்குலாப் ஜிந்தாபாத்" என்று குரல் கொடுத்தனர். தண்டனை வழங்கப்படுவது உறுதி என்று தெரிந்தும், நீதிமன்றத்திலேயே குரல் கொடுத்த தோழர்களின் லட்சியப் பிடிப்பை அப்பாஸ் அறிந்துகொண்டார்.

லாகூர் சதிவழக்கில் தூக்குத்தண்டனையில் கயிறு கழுத்தை நெரிக்கும் நேரத்திலும் வீரன் பகத்சிங், ராஜகுரு, சுகதேவ் மூவரும் "இன்குலாப் ஜிந்தாபாத்" என்று உரக்கக் கூவிய உறுதிமொழிகளையெல்லாம் தனது நாவலில் எழுத்துருவத்தில் உயிர் நாதமாக வடித்துக் கொடுத்த புரட்சிக் காவியமே "இன்குலாப் ஜிந்தாபாத்".

நாளை நமதே

விடுதலை இயக்கத்தின் முன்னணியில் நின்ற இந்திய கம்யூனிஸ்டுகளுக்கு 1942-46-ம் வருடங்கள் மிகப் பெரிய

சோதனைக் காலமாக இருந்தன. தியாக வேள்வியில் ஆகுதியாக்கினாலும், அக்னிப்பிரவேசம் செய்து காட்டினாலும், ஆதிக்கவாதிகள் அரசியல் நாணயத்தின் மீது சந்தேகத்தைப் பரப்பி வந்த காலம்.

கம்யூனிஸ்டுகளின் அப்பழுக்கற்ற தியாகத்தையும், அரசியல் தெளிவையும் புரிந்த அப்பாஸ் அவர்கள் "நாளை நமதே" To-morrow is ours என்னும் நாவலைப் படைத்தார்.

"மார்க்ஸிஸம் வலுவானது, தெளிவானது, மூனிச் ஒப்பந்தம் செய்த பிரிட்டிஷ் பிரதமர் சேம்பர்லேன் அனைவரும் அழிவது திண்ணம். சோவியத் யூனியன் வெற்றி பெறும்" என்றும் திடமாகக் கூறினார்.

வங்காளக் கிராமங்களில் ஏழை மக்களிடையே பழகி அவர்களை ஒன்றுதிரட்டும் பணியில் ஈடுபட்ட லட்சிய இளைஞர்கள், கலைஞர்கள், எழுத்தாளர்கள் உணர்வுகளைப் படம்பிடித்துக் காட்டிய நாவல் - நாளை நமதே.

மரியா

நாடு விடுதலை அடைந்தது. இந்திய நாட்டின் மீது படையெடுத்ததும், இறுதியில் வெளியேற்றப்பட்டதும் - போர்ச்சுகல் ஏகாதிபத்தியம் 1498 முதல் 1956 வரை கோவா, டயூ, டாமன் மூன்று இடங்களையும் தன் வசம் வைத்திருந்தது.

"சூரியனே அஸ்தமிக்காத அளவு" உலகெங்கும் பரவியிருந்த பிரிட்டிஷ் ஏகாதிபத்திய ஆட்சியை எதிர்த்து விரட்டிய இந்திய மண்ணில் விடுதலைக்குப் பின்னரும் பத்தாண்டுகள் போர்ச்சுக்கல் ஆட்சி நீடித்தது. அட்லாண்டிக் ஒப்பந்தப்படி அமெரிக்க, பிரிட்டிஷ் ஏகாதிபத்திய வல்லரசு நாடுகள் ஆதரவு கொடுத்தன.

கோவாவை விடுதலை செய்ய இந்தியா முழுவதும் தொண்டர் படை திரட்டப்பட்டது. இந்தியக் குடியரசுக் கொடியைக்கரங்களில் ஏந்தி கோவாவுக்குள் நுழைந்தவர்களை

போர்ச்சுக்கல் படைகள் சுட்டன; சிலர் இறந்தார்கள். ஆனால் இறுதி வெற்றி இந்தியாவுக்கே! தலைநகர் 'பஞ்சிம்' அரசு அலுவலகத்தில் போர்ச்சுக்கல் கொடி இறக்கப்பட்டது; தேசியக்கொடி வெற்றிக் கொடியாகப் பறந்து பரவசமூட்டியது.

கோவா விடுதலைப் போரைப் பின்னணியாகக் கொண்டு 'மரியா' என்ற நாவலை உருவாக்கினார்.

பஞ்சிமில் கொடியேற்றிய வீரமங்கை மரியா! அந்நியப் படைகளால் கைதுசெய்யப்பட்டுக் கொடுமைக்காளாகிறாள். சதையை அவமானப்படுத்தினாலும் அழகிய கூந்தலைக் கத்தரித்து அலங்கோலப்படுத்தினாலும் எனது விடுதலை உணர்வை அழிக்க முடியாதென்று பதிலிறுத்த வீரமங்கை மரியா! அவளுடன் தமிழ்நாட்டு இளைஞன், மகாராஷ்டிரன், தெலுங்கன், இந்தி பேசக்கூடியவன், வங்காளி, பீகாரி இவ்வாறு பல தேசிய இனங்களைச் சேர்ந்த ஒன்பது இளைஞர்கள் சேர்ந்து - கோவாவிலுள்ள காவல் நிலையங்களில் கொடியேற்றினார்கள்.

கோவா விடுதலை அடைந்தது; மருத்துவமனையில் வீரமங்கை மரியாவின் உயிர் ஊசலாடுகிறது. தன்னுடன் சேர்ந்து விடுதலைக்காகப் போராடிய வீரர்களைப் பார்க்க விரும்புகிறாள். கோவா விடுதலைக்காகத் தங்கள் உயிரையே பயணம் வைத்துப் போராடிய இளைஞர்கள் - ஒருவருக்கொருவர் பகைவர்களாக நினைக்கத் துவங்கினார்கள். ஒரேநாட்டில் அடுத்தமொழி பேசக்கூடியவர்கள் - தன் மொழிக்கு விரோதி என்று கருதும் வேற்றுமை உணர்வு வளர்ந்துவிட்டது. மரியாவைச் சந்திக்க வந்தவர்களிடையே - விடுதலைப் போராட்ட ஒற்றுமையைக் காண முடியவில்லை; பகைமை உணர்வு மேலோங்கியது.

இந்தியாவின் இன்றைய எதார்த்த நிலையைப் படம் பிடித்துக் காட்டும் முறையில் 'மரியா' என்னும் புதினத்தை எழுதினார்.

நக்ஸலைட்

நாடு விடுதலை அடைந்த சில ஆண்டுகளில் கம்யூனிஸ்டுகள் வேட்டையாடப்பட்டனர். 1970-80-வது ஆண்டுகளில் நக்ஸலைட்டுகள் நர வேட்டையாடப்பட்டனர்.

தவறான அரசியல் கருத்துக்களால், நக்ஸலைட்டுகள் வன்முறையில் ஈடுபட்டார்கள். அவர்களை மோதல்கள் (Encounters) என்ற காரணம் காட்டி அரசு எந்திரங்கள் வரை முறையின்றித் தாக்கி வருவதைக் கண்டித்து 'நக்ஸலைட்' என்ற நாவலை எழுதினார்.

விண்வெளிக்குப் பாதை

விண்வெளிக்கு முதல் முதல்பாதை அமைத்துக் கொடுத்த சோவியத் வீரர் ககாரினை நேரில் சந்தித்து - "Road to the Stars", "விண்வெளிக்குப் பாதை" என்ற நூலை எழுதினார்.

"நான் தீவில் வாழவில்லை"

"பாரடா உன்னுடைய மானிடப்பரப்பை!
மானிட சமுத்திரம் நானென்று கூறு"

என்று புரட்சிக்கவி பாரதிதாசன் உலகு தழுவிய கருத்தை வெளிப்படுத்தினார்.

கே.ஏ. அப்பாஸ் அவர்களும் தான் தனியாக வாழவில்லை வாழ்க்கையில் சந்தித்த பல பிரச்சினைகளைக் கூறுகிறார். வானளாவிய அகண்ட பிரபஞ்சத்தில் வாழ்வதாகக் கூறுகிறார். (I am not an island) "நான் தனித் தீவாக இல்லை" என்னும் மனிதநேயக் கருத்துள்ள நூலையும் எழுதினார்.

சிறுகதைகள்

விடுதலை அடைந்ததும் நாட்டில் வகுப்புக் கலவரம் பரவியது. இந்து - இஸ்லாமியர் கலகம் நடந்தது. இதைக் கண்டு அப்பாஸின் உள்ளம் கருகியது; கொதித்தது.

எண்ணற்ற சிறு கதைகளை எதார்த்தமான நிகழ்ச்சிகளைக் கொண்டு மனித உள்ளத்தை நெகிழக்கூடிய இலக்கியமாக உருவாக்கினார்.

வகுப்புக் கலவரத்தில் கை, கால் முடமாக்கப் பட்டவர்களுக்கும் காயமடைந்தவர்களுக்கும் மருத்துவ முகாம்கள் அமைக்கப்பட்டன.

ஒருவருக்கு கை வெட்டப்பட்டது; துண்டித்த கையோடு மருத்துவ முகாமுக்குச் சென்றார். முகாமில் முஸ்லீமா? இந்துவா? என்று கேட்டார்கள்!

நான் மனுஷன்; கை துண்டிக்கப்பட்டுவிட்டது. சிகிச்சை வேண்டுமென்றார்.

இந்துவானால் இங்கே வா!
இஸ்லாமானால் அந்த முகாமுக்குப் போ!

மனிதனுக்கென்று பொதுவான முகாம் கிடையாதென்று சொல்லப்பட்டதோடு முடிக்கிறார்; படித்தவர்களை சிந்திக்க வைக்கும் சிறந்த கதை.

இந்துப் பெண் என்று நினைத்து அவளைக் கற்பழிக்க முயல்கிறான் ஒரு இஸ்லாமியன். தனியே இழுத்துச் சென்று மார்பைத் தொடுகிறான். ஒரு மார்பு துண்டிக்கப்பட்டுள்ளது. அவள் முஸ்லீம் பெண் என்று அந்த முரடனுக்குத் தெரிந்ததும் அவனாகவே வேதனையோடு விலகிவிடுகிறான்.

மத உணர்வுகளில் ஈடுபடாத இளம் பெண்; கல்லூரி மாணவி; லட்சணமான அழகி மாலை நேரம் கல்லூரியிலிருந்து வீடு திரும்புகிறாள். வகுப்புக் கலவரத்தில் காலிகளால் கல்லூரி மாணவி கொலை செய்யப்படுகிறாள். பாலத்தருகே இளம் நங்கையின் சடலம். முற்போக்குக் கதைகளடங்கிய நூலும் அரசியல் புத்தகங்களும் அவளது கரங்களை விட்டு நகரவில்லை என்று கதையை முடிப்பார்.

இவைகளைப் போன்ற நெஞ்சம் உருக்கும் பல கதைகளடங்கிய தொகுப்புகள் வெளிவந்துள்ளன.

திரைப்படங்கள்

எதார்த்த வாழ்க்கையைச் சித்திரிக்கும் பல திரைப்படங்களை உருவாக்கினார். சோவியத் இந்திய உறவை வலுப்படுத்தும் வகையில் அவினாசி நிகிதின் வாழ்க்கை 'பர்தேசி' என்ற தலைப்பில் இந்திய, சோவியத் கூட்டுப்படமாக வெளிவந்துள்ளது.

குழந்தைகளும் ரசிக்கும் கறுப்பு மலைகள் (Black Mountain) பெரிய உருவமான யானையை - சிறுவர்கள் தொட்டு விளையாடி அதன் மீது ஏறிப் பயணம் செய்யும் நிகழ்ச்சியை - மானிட பலத்தை உணர்த்தும் திரைப்படத்தை உருவாக்கினார்.

திருச்சியில் அப்பாஸ்

கே.ஏ. அப்பாஸ் அவர்கள் திருச்சியில் நடைபெற்ற தமிழ்நாடு கலை இலக்கியப் பெருமன்ற மாநாட்டில் கலந்துகொண்டார். அவரைப் பேட்டி கண்டு தாமரையில் தோழர் எம்.கே. ராமசாமி வெளியிட்டார். பேட்டியில் மூன்று முக்கிய கருத்துக்களைத் தெரிவித்தார்.

1. விஞ்ஞானத் தொழில் நுணுக்கத் துறையில் எத்தனை முன்னேற்றங்கள் ஏற்பட்டாலும் அவை கவிதைகளை அழித்துவிட முடியாது. கவிதை என்பது மானிட வர்க்கத்தின் அகத்தேவைகளைப் பூர்த்தி செய்வது. எனவே மானிட வர்க்கம் சக்தி உள்ளளவும் கவிதையும் இருக்கும் அதனுடைய இடத்தை இட்டு நிரப்பும் சக்தி வேறு எதற்கும் கிடையாது.

2. இன்றைய இளைஞன் குழப்பம் மிகுந்தவனாகவும், கோபம் கொண்டவனாகவும், சீரான மனம் அற்றவனாகவும் இருக்கிறான். சமுதாயத்தில் உள்ள அரசியல் பொருளாதாரக் காரணங்கள் பலவும் அவனை அப்படி ஆக்கி வைத்துள்ளன.

இலக்கியம் படைப்பவர்கள் எதார்த்த நிலையை எதிரொலிக்கிறார்கள். அதோடு மனிதனின் அகத்தேவையைப் பூர்த்தி செய்யவும் வேண்டியுள்ளது. எனவே இத்தகைய நிலையில் இளைஞர்கள் இருப்பதனால்தான், நசிவு இலக்கியங்களும் குற்ற இலக்கியங்களும் பெருகிவிட்டன. இன்றையப் போக்குகளுக்கு இரையாகாமல், நல்ல இலக்கியங்களைப் பிடிவாதமாகப் படைப்பதன் மூலம் இளைஞர் சமுதாயத்தைத் திருத்தலாம்.

3. இலக்கியத் துறையில் 1. நசிவுப்போக்கில் பண்பாட்டுத் துறையை இட்டுச்செல்பவர்கள். உணர்வு பூர்வமாக எதிர்ப் புரட்சிப் படைப்புக்களை உருவாக்குபவர்கள். வலிமை மிக்க முதலாளிகளுக்கும், ஏகாதிபத்தியத்துக்கும் அடிமைகளாகவே மக்களை வைத்திருக்க வேண்டும் என நம்பும் கைக்கூலிகள்.

இவர்களுடன் சேர்ந்து வாழ முடியாது. இவர்களை எதிர்த்துப் போர்க்கொடி தூக்குவது முற்போக்காளர்களுடைய கடமை. 2. முற்போக்காக இல்லாத இன்னொரு வகை படைப்பாளிகளும் உள்ளனர். இவர்கள் முற்போக்காளர்களாக இல்லாததைப் போலவே எதிர்ப் புரட்சியாளர்களாகவும் இல்லை, போதுமான தொடர்பு இல்லாததால் வெறும் இலக்கியம் எழுதிக்கொண்டிருக்கிறார்கள். சமயங்களில் நசிவு இலக்கியமாகவும் இருக்கிறது. உணர்வு பூர்வமான எதிர்ப்புரட்சியாளர்களாக இல்லை. இவர்களோடு நல்லுறவை வளர்த்துக்கொள்ள வேண்டும். முற்போக்குக் கருத்துக்கள் பக்கம் திரும்புவது சாத்தியம் என்பது அனுபவத்திலிருந்து தெரிகிறது.

1968-ல் சொல்லிய கருத்துகளாக இருந்தாலும் இன்றும் நாம் எதிர்நோக்கியுள்ள பிரச்சினைகளுக்குத் தீர்வு காண வழிகாட்டுவதாக அமைந்துள்ளன.

கே.ஏ. அப்பாஸ் அவர்கள் சிறந்த சிந்தனையாளர் மட்டுமல்ல, செயலாக்கமுள்ளவர்.

கார்க்கியின் சான்றிதழ்

1936-ல் ஹோட்டல் தொழிலாளர் நலச் சட்டத்தை ஆதரித்து எழுதுவதற்கு, பம்பாய் நகரில் தொழிலாளர்களுடன் ஒரு மாதம் வாழ்க்கை நடத்தினாராம். ஊதியமில்லாத உழைப்பு என்று விளக்கி பம்பாய் கரானிக்கல் பத்திரிகையில் கட்டுரையாக எழுதினார்.

உலக முற்போக்கு எழுத்தாளர்களின் வழிகாட்டியான கார்க்கி அவர்கள் "உலக வாழ்க்கையில் ஒருநாள்" என்ற தொகுப்பை 1936-ல் வெளியிட்டார். அத் தொகுப்பில் அப்பாஸ் எழுதிய கட்டுரை இடம்பெற்றிருந்ததாம். இந்த நிகழ்ச்சி பல பல ஆண்டுகள் கழித்துதான் அப்பாஸ் அவர்களுக்குத் தெரிய வந்ததாம்.

"இப்டா"வின் அமைப்பாளர்

இந்திய மக்கள் நாடக மன்றம் (I.P.T.A) 1943-ல் துவக்கப்பட்டபோது, அதன் பொருளாளராகத் தேர்ந்தெடுக்கப் பட்டார். 1946-ல் 'இப்டா'வின் பொதுச் செயலராகத் தேர்ந்தெடுக்கப்பட்டார்.

அப்போது நடத்தப்பட்ட நாடகங்களே திரைப்படங்களாக எடுக்கப்பட்டன; கே.ஏ. அப்பாஸ் அவர்கள் உலகப் புகழ்பெற்ற திரைப்பட எழுத்தாளராகவும் திகழ்ந்தார்.

1942 விடுதலைப் போராட்டத்தின்போது, தனியான வானொலி தலைமறைவாக இயங்கி வந்தது; அப்பாஸ் அவர்களும், அருணா ஆசப் அலி அவர்களும் இயக்கி வந்தனர்.

கே.ஏ. அப்பாஸ் அவர்கள் விடுதலை வீரர்; முற்போக்கு எழுத்தாளர்; சிறந்த சிந்தனையாளர்; திரைப்பட உலகிலும் எழுத்துத் துறையிலும் தனியான முத்திரை பொறித்துத் தடம்பதித்துச் சென்றுள்ளார்.

அவரின் எழுத்துக்கள் படைப்புகளின் மூலம் - அமர ஜோதியாக ஒளி கொடுத்துக்கொண்டிருக்கும்!

இறுதி உயில்

அப்பாஸ் அவர்களின் இறுதி உயிலில் சொல்லியிருக்கிறார்,

"அனைவருக்கும் அன்பு - அன்பு - அன்பு.

என்னை நினைத்தால் - நான் எழுதிய எழுபது நூல்கள் உள்ளன. எதையாவது எடுத்துப் படியுங்கள்! என்னுடைய உணர்வைப் பெறுவீர்கள்! என்னைச் சந்திப்பீர்கள்!

என்னுடைய திரைப்படங்களில் ஏதாவதொன்றைப் பாருங்கள்! என்னைச் சந்திக்கலாம்! அன்பு" என்று முடிக்கிறார். என்றும் அழியாத சிரஞ்சீவி இலக்கியங்கள் படைத்தளித்த அப்பாஸ் அவர்களின் நாமம் வாழ்க.

(தாமரை, ஆகஸ்ட், 1987)

மாமனிதன் ஹோ-சி-மின்

ஹோ-சி-மின் நூற்றாண்டு

வியத்நாமிய மக்களின் விடுதலைப் போராட்டம் இதிகாசம் படைத்தது. பிரெஞ்சு ஏகாதிபத்தியத்தை எதிர்த்து போராடும்போது ஜப்பானிய பாசிஸ்டுகளையும் சமாளிக்க வேண்டியிருந்தது. பிரெஞ்சு, ஜப்பான் இருநாட்டுப் படைகளையும் விரட்டியடித்ததும், அமெரிக்க ஏகாதிபத்திய வல்லூறு வியத்நாமில் தலையிட்டது. எரிவாயுக் குண்டுகளையும், விஷவாயுக் குண்டுகளையும் வீசி எறிந்து, காடுகளையும், பயிர்களையும், உயிர்களையும் அழித்து நாசமாக்கியது.

பாரதப் போரையும் மிஞ்சியது - வியத்நாமியப் போர். நாற்பதாண்டுகள் தொடர்ந்து நடந்த விடுதலைப் போராட்டத்துக்குத் தலைமை தாங்கி வெற்றி கண்ட வீரத் தளபதி ஹோ-சி-மின். வியத்நாம் நாடும் சிறியது; மக்களும் மெலிந்த சிறு உருவங்களாகவே இருப்பவர்கள். சிற்றுளியும் மலையை உடைக்கும் என்பதைப் போல, உலகின் மிகப் பெரிய வல்லரசான அமெரிக்காவின் கொலை வெறிப் படைகளைப் புறமுதுகு காட்டி ஓடச்செய்து விரட்டியடித்தது வீர வியத்நாமாகும்.

வியத்நாம் உயிர் பிழைத்து வாழுமா என்று உலகமே ஐயுற்ற வேளையில், இமயம்போல் நிமிர்ந்து நின்று, விடுதலைக்காகப் போராடும் இதர நாடுகளுக்குக் கலங்கரை விளக்கமாக ஒளி பரப்பி வருகிறது.

வியத்நாமின் வீரகாவியப் போருக்குத் தலைமை தாங்கி, தகுந்த வியூகங்களை வகுத்து வெற்றி வாகை சூடித் தந்த தோழர் ஹோ-சி-மின் அவர்களின் வாழ்க்கையும் போராட்டமாகவே அமைந்திருந்தது.

அடிமைப்பட்டுக் கிடந்த வியத்நாமிலிருந்து வெளியேறி, பிரெஞ்சுக் கப்பலில் சமையல்காரராகப் பணி செய்தார். பிரெஞ்சு நாட்டுக்குச் சென்றார். அங்கு சோஷலிஸ்ட் கட்சியை உருவாக்கியவர்களில் ஒருவரானார். மாமேதை லெனின் துவக்கிய 'மூன்றாவது சர்வதேசியமே' அடிமை நாடுகளின் விடுதலைக்கு வழிகாட்டும் தன்மையுடையது என்ற தெளிவோடு, கம்யூனிஸ்ட் இயக்கத்தில் சேர்ந்தார்.

சோவியத் யூனியன், சீனம், பிரிட்டன் மற்றும் ஐரோப்பிய நாடுகளுக்குச் சென்றார். இறுதியில் தனது தாயகத்துக்குத் திரும்பினார். பிரெஞ்சு ஏகாதிபத்தியத்தை எதிர்த்து 'வியத்மின்' விடுதலை முன்னணியைத் தோற்றுவித்தார். விரிந்து பரந்த முன்னணியைக் கட்டி, 1945-ல் பிரெஞ்சுப் படைகளையும், ஜப்பானிய பாசிஸ்டுகளையும் முறியடித்து வியத்நாமியக் குடியரசை நிறுவினார். ஆசியாவில் முதலில் விடுதலை பெற்ற நாடு - வியத்நாமே. பிரெஞ்சு, அமெரிக்கப் படைகளை முறியடிக்கும் போராட்டத்தில் முழுமூச்சுடன் இறங்க வேண்டியிருந்தது. அமெரிக்கப் படைகளும் விரட்டப்பட்டன.

வியத்நாமியப் படைகள் வெறும் கூலிப் படைகள் அல்ல; மக்கள் படை; ஒரு கையில் துப்பாக்கியும், மறு கையில் எழுதுகோலும் ஏந்தி, ஒருவர் - மற்றவருக்குக் கல்வி சொல்லிக் கொடுக்க வேண்டுமென்ற விதிப்படி கடமையாற்றி வந்தார்கள்.

வியத்நாமியத் தளபதி ஹோ-சி-மின் இருபதாம் நூற்றாண்டில் வாழ்ந்த மாபெரும் மனிதர்கள் சிலரில் ஒருவராவார். ஐக்கிய முன்னணியை உருவாக்கிய அரசியல் தலைவர்; சிறந்த நிர்வாகி; நாட்டுப்பற்றுடையவர்; சர்வதேசவாதி, சிறந்த மனிதாபிமானி, காட்சிக்கு எளியவர் கடுஞ்சொல் பேசாதவர்.

மார்சிய மாமேதை லெனினைத் தனது வழிகாட்டியாக ஏற்றுக்கொண்டவர்; இந்திய விடுதலை வேள்வியில் சாதாரண மக்களையும் திரட்டிய மகாத்மா காந்திஜியைச் சரியாகப் புரிந்து மதிப்புக் கொடுத்து வந்தார்.

"'மனிதன்' என்ற சொல்லே, கம்பீரமாக ஒலிக்கிறது" என்று கார்க்கி சொல்லியதைப் போல, ஹோ-சி-மின், மனிதன் என்ற மகோன்னதமான சொல்லுக்கு இலக்கணமாகத் திகழ்ந்தார்" என்று சோவியத் வரலாற்றுப் பேராசிரியர் கொபிலேவ் குறிப்பிடுகிறார்.

"ஹோ-சி-மின் மக்களோடு மக்களாக வாழ்ந்த மாமனிதன். கொள்கைப் பிடிப்பும் உறுதியும் கொண்ட மனிதன், மிக உயர்ந்த தாராள மனப் போக்கையும் இணைத்து வாழ்ந்து காட்டும் பெரிய மனிதர் ஹோ-சி-மின்" என்று 75-வது பிறந்தநாளில் பாரதப் பிரதமர் நேரு பாராட்டியிருக்கிறார்.

இத்தகு சிறப்பு வாய்ந்த ஹோ-சி-மின் அவர்கள் சிறந்த இலக்கியவாதி. புதினங்களும், கதைகளும் எழுதியிருக்கிறார். ஆங்கிலம், பிரெஞ்சு, ரஷ்யன், இத்தாலி, சீனம் ஆகிய மொழிகளை நன்கு கற்றுத் தேர்ந்தவர். ஹோசிமின் சிறந்த கவிஞர் என்பது பலருக்கு வியப்பாகத் தோன்றும்.

1942-ல் ஹோ-சி-மின் சீனா சென்றார். சீனக் கம்யூனிஸ்ட் தலைவர்களைச் சந்திக்கச் சென்றபோது, கோமின்டாங் அரசு கைது செய்து சிறையில் தள்ளியது. இரண்டு ஆண்டுகளில் முப்பது சிறைகளுக்கு மாற்றப்பட்டிருக்கிறார். சீனச் சிறைவாசம், வீர சுதந்திரம் வேண்டி நின்ற தலைவரின் சுதந்திர உணர்வை மேலும் வேகப்படுத்தியது. சீனத்துச் சிறைக் கொடுமைகள், ஹோ-சி-மின் அவர்களைச் சிறந்த கவிஞராக மாற்றியது. "சிறைக் குறிப்புகள்" என்ற தலைப்பில் கவிதைகள் வெளிவந்துள்ளன.

"பாட்டறியேன் - ஆனாலும்
கொடுஞ்சிறைக்குள் - வேறு ஏதும்
பாடறியேன் - ஆகையினால்
நீண்ட சிறைவாசச் சிந்தனையில்
பாட்டெழுதிப் பயின்றேன்
விடுதலை வேட்கையின் வகையறிந்து
கவிதைகளைப் பாடியே
கவலைகளை நான் மறந்தேன்."

தான் கவிஞனான கதையைக் குறிப்பிடுகிறார்.

போர்க்களத்தில் ஒப்பாரி கூடாது. வீரனுக்கு அழகு வெற்றியும் தோல்வியும், வெற்றியில் வீராப்புக் கொள்வதும், தோல்வி கண்டு துவள்வதும் தளபதிகளுக்குப் பொருந்தாது. இக்கருத்தைக் கீழ்க்கண்டவாறு கவிதையாகக் கூறுகிறார்.

"முன்னேறித் தாக்குவதும்
பின்வாங்குவதும்
போர்க்களத் தந்திரமாகும் - இரண்டுக்கும்
பயிற்சியுள்ளவரே
தளபதியாகும் தகுதி படைத்தவராவர்".

என்று தளபதிகளுக்குள்ள விதிமுறைகளைக் குறிப்பிட்டிருக்கிறார்.

மகாகவி பாரதி, ஏற்றப்பாட்டின் இசையினிலும் மற்றும் கிராமியப் பாடல்களில் நெஞ்சைப் பறிகொடுத்ததாகச் சொல்லியிருக்கிறார்.

ஹோசிமின் அவர்களும் மக்களே இலக்கியச் சுரங்கம் என்று குறிப்பிடுகிறார்.

இலக்கியத்தைப் படைத்தவர்கள்
கிராமிய மக்கள் - அவர்களே
பழஞ்சொற்களையும், பழமொழிகளையும்
உருவாக்கிய ஆசானாகும்.

அழகான பழமொழிகளும் கிராமியப் பாடல்களும் மக்கள் படைத்தவைகளே!

அமெரிக்கப் படைகளோடு மோதிக்கொண்டிருக்கும் கொடிய போரிலும் எதிர்கால நம்பிக்கையுடன், நாட்டுப் பற்றோடு உறுதிகொண்டிருந்தார் என்பதை ஒரு பாடல் விளக்குகிறது.

"மலைகள் என்றும் நிலைத்து நிற்கும்
நதிகளும் என்றும் ஓடிக்கொண்டிருக்கும்
நாடும் மக்களும் ஜீவித்திருப்பர் - ஆனால்
அமெரிக்கப் படைகளோ - அடித்து
விரட்டப்படுவது நிச்சயம் - நம் நாட்டை
மேலும் பன்மடங்கு அழகாக உருவாக்குவோம்"

என்று பாடியிருக்கிறார்.

ஹோ-சி-மின் வியத்நாம் விடுதலைக்குப் பாடுபட்டார். நாட்டின் சுதந்திரமும், தனிமனிதவிடுதலையும் முரண்பட்டதல்ல என்றார். இறுதியில் எழுதிவைத்துள்ள உயிலில் எனக்கு எழுபத்தி ஒன்பதாவது வயது. இதுவரை என் நாட்டிற்காகப் பாடுபட்டேன்.

உலகைவிட்டுப் பிரிவதில் எனக்குக் கவலை எதுவுமில்லை. உலகில் உள்ள சகோதரக் கட்சிகள் ஒன்றுபடும் என்று உறுதியாக நம்புகிறேன். கட்சியும் மக்களும் என்றென்றும் இணைபிரியாது இருக்க வேண்டும் என்பதே எனது கடைசி விருப்பம். உலகெங்கும் வாழும் குழந்தைகளுக்கும், இளைஞர்களுக்கும், நண்பர்களுக்கும், தோழர்களுக்கும் எனது இதய நல்வாழ்த்துக்களைத் தெரிவித்துக்கொள்கிறேன்" என்று உயிலில் குறிப்பிட்டிருக்கிறார். 1969, மே மாதத்தில் எழுதினார். செப்டம்பர் 3-ல் உயிர் நீத்தார்.

எழுபத்தொன்பது ஆண்டுகள் வாழ்ந்து இறுதிவரை நாட்டின் விடுதலைக்கும், மனிதகுல மேம்பாட்டுக்காகவும்,

தன்னலமின்றிப் பாடுபட்ட சான்றோன். வியத்நாம் குடியரசுத் தலைவராக இருந்தபோதும் ஆடம்பரமில்லாத எளிய குடிசையில் வாழ்ந்து காட்டிய பெருந்தகை! உருகிடும்போதும் ஒளி தரும் மெழுகுவர்த்தியாக வாழ்ந்த தியாகச் செம்மலின் வாழ்க்கை அனைவருக்கும் வழிகாட்டியாக விளங்கி வருகிறது.

(தாமரை, ஜூன் 1990)

அம்பேத்கர் பிறப்பும் கல்வியும்

இந்தியாவின் ஏனைய மாநிலங்களைப் போன்றே மராட்டிய மாநிலமும் 'தீண்டத்தகாதவர்கள்' என்ற முத்திரை குத்தி சில சாதியினரை ஒதுக்கி வைத்திருந்தது. அவ்வாறு ஒதுக்கி வைக்கப்பட்ட சாதிகளில் 'மஹர்' என்ற சாதியும் ஒன்றாகும். இம்மஹர் சாதியில் தோன்றிய ராம்ஜி என்பவர் இராணுவத்தில் பணியாற்றிவந்தார். இவருக்கு மொத்தம் பதினான்கு குழந்தைகள். பதினான்காவது குழந்தையாக 1891 ஆம் ஆண்டு ஏப்ரல் 14ஆம் நாள் **பிறந்தவரே**, நம்மால் புகழ்ந்து போற்றப்படும் டாக்டர் அம்பேத்கர் ஆவார். பெற்றோர்களால் இவருக்கு இடப்பட்ட பெயர் பீமாராவ் ராம்ஜி என்பதாகும்.

பீமாராவின் ஐந்தாவது வயதில் (1896 ஆம் ஆண்டில்) அவரது தாய் பீமாபாய் காலமானார். தாயை இழந்த பிமாராவ் தமது அத்தையின் அரவணைப்பில் வளர்ந்தார். சாதியை எதிர்த்த கபீரின் கருத்துக்களால் இளம் வயதிலேயே பீமாராவ் ஈர்க்கப்பட்டார். டாபோலி என்ற ஊரிலுள்ள மராத்திப் பள்ளியில் பயிலத் தொடங்கிய பீமாராவ், பின்னர் சதாரா என்ற அரசு உயர்நிலைப் பள்ளியில் 1900 ஆண்டில் மாணவராகச் சேர்ந்தார்.

இப்பள்ளியில் 'அம்பேத்கர்' என்ற பெயருடைய ஆசிரியர் ஒருவர் பணியாற்றிவந்தார். இவர் பீமாராவின் மீது மிகுந்த அன்பும் பரிவும் கொண்டிருந்தார். அவர்மீது தான் கொண்டிருந்த அன்பையும், மதிப்பையும் வெளிக்காட்டும் முகமாக, பீமாராவ் தன் பெயருடன் அம்பேத்கர் என்ற பெயரையும் இணைத்துக்கொண்டார். பின்னர் இறுதிவரை

இப்பெயரை இவர் கைவிடவில்லை. எனவே இனி நாம் அம்பேத்கர் என்றே பீமாராவை அழைப்போம்.

தீண்டத்தகாத சாதியில் பிறந்தவர் என்பதால் பள்ளியில் அம்பேத்கர் தனித்து ஒதுக்கிவைக்கப்பட்டார். பிற மாணவர்களுடன் கலந்து பழகவும் விளையாடவும் முடியாதவாறு சாதி வேற்றுமை குறுக்கிட்டது. சமஸ்கிருதம் படிக்க ஆர்வம் கொண்டிருந்த அம்பேத்கருக்கு அம்மொழியை கற்றுக்கொடுக்க ஆசிரியர் மறுத்தார். தீண்டத்தகாதவருக்கு அம்மொழியைக் கற்றுக்கொடுக்கக் கூடாது என்பதில் அவ்வாசிரியர் உறுதியாயிருந்தார்.[2] இதன் விளைவாக அவர் பாரசீக மொழியைக் கற்றார். இந்நிகழ்ச்சியை பின்னாளில் அம்பேத்கர் இவ்வாறு நினைவுகூர்ந்தார்:

"சமஸ்கிருதத்தைக் கற்க வேண்டுமென்று நான் ஆர்வமாயிருந்த போதும் நமது ஆசிரியர்களின் குறுகிற நிலைபாடுகளின் காரணமாக எனது ஆர்வத்தைக் கைவிடும் நிர்பந்தத்திற்கு ஆளானேன்". இது மட்டுமன்று, தீண்டத்தகாதவர் என்பதால் அவரது பாடக் குறிப்பேடுகளை ஆசிரியர்கள் தொடமாட்டார்கள், இன்னும் சிலர் பாடங்கள் தொடர்பான கேள்விகளைக் கூட கேட்கமாட்டார்கள்.

1904ஆம் ஆண்டில் அம்பேத்கரின் தந்தை பம்பாய்க்கு வந்ததால் அம்பேத்கரும் பம்பாய் வரவேண்டியதாயிற்று. 1907ஆம் ஆண்டில் மெட்ரிக்குலேஷன் தேர்வில் தேர்ச்சி பெற்றார்.

சமஸ்தானப்பணி

பின்னர் அதே ஆண்டில் பரோடா சமஸ்தானத்தில் பணிபுரிய வரும்படி, பரோடா மன்னர் அம்பேத்கரை

---

2. வடமொழியான சமஸ்கிருதம் படிப்பதற்கு, சூத்திரர்களுக்கும், பஞ்சமர்களான தாழ்த்தப்பட்டோருக்கும் அனுமதி கிடையாது. கேரளாவில் பிறந்த சிறந்த கவிஞரும் சீர்திருத்தவாதியுமான குமாரன் ஆசானுக்கு சென்னை மாநிலத்தில் வடமொழி சொல்லிக்கொடுக்க ஆசிரியர்கள் மறுத்துவிட்டனர். மைசூர் சமஸ்தானத்திலுள்ள பெங்களூர் சென்று வடமொழி பயின்றனர்.

அழைத்தார். அதன்படி புணிபுரியச் சென்ற அம்பேத்கருக்கு எதிராகப் பல்வேறு சமூகக் கொடுமைகள் நிகழ்ந்தன. உயர் அதிகாரிகளாய் இருந்த மேல்சாதி இந்துக்கள் அவரை விரும்பவில்லை. கடைநிலை ஊழியர்கள் அலுவலகக் கோப்புகளை அவரது மேசையின் மீது கொண்டுவந்து வைப்பதில்லை. "தீட்டு" குறித்த அச்சத்தின் காரணமாக தள்ளிநின்று அவற்றை மேசையின் மீது எறிவார்கள். அலுவலகத்தில் குடிதண்ணீர் வழங்கவும் மறுத்தனர். அவர் வசிப்பதற்குத் தகுந்த இடம் கிடைக்கவில்லை

பல்கலைக்கழகக் கல்வி

இத்தகைய சூழலில் 1913 ஜூன் 4ஆம் நாள் அன்று தம்மைச் சந்திக்க வரும்படி பரோடா மன்னர் கூறியனுப்பினார். அமெரிக்காவிலுள்ள கொலம்பியா பல்கலைக்கழகத்தில் பயிலுவதற்கு உதவித்தொகை வழங்குவதாக மன்னர் கூறினார். இதனை ஏற்றுக்கொண்ட அம்பேத்கர் 1913 ஜூலையில் கொலம்பியா பல்கலைக் கழகத்தில் மாணவராகச் சேர்ந்தார். வெளிநாட்டுப் பல்கலைக்கழகத்தில் படிக்க நுழைந்த முதல் மஹர் சாதிக்காரர் அம்பேத்கர் ஆவார்.

கொலம்பியா பல்கலைக்கழக வாழ்க்கையின் வாயிலாக சாதியக் கொடுமைகளின் தாக்குதல்களில் இருந்து அம்பேத்கர் விடுதலைபெற முடிந்தது. எனவே மனஉளைச்சல் எதுவுமின்ற கல்வியில் முழு நாட்டத்தைச் செலுத்தும் வாய்ப்புக் கிட்டியது. 'பண்டைய இந்தியாவின் வணிகம்' என்ற ஆய்வேட்டிற்காக 1915ஆம் ஆண்டு ஜூன் மாதம் எம்.ஏ., பட்டம் பெற்றார். 1916 ஜூன் மாதம் டாக்டர் பட்டத்திற்கான ஆய்வேட்டை அம்பேத்கர் சமர்ப்பித்தார்.

`National Dividend for India : A Historic and Analytical study` என்பது ஆய்வேட்டின் தலைப்பாகும்.

இதனையடுத்து 'லண்டன் பொருளாதார மற்றும் அரசியல் பள்ளியில்' மாணவராகச் சேர்ந்தார். எம்.எஸ்ஸி.,

பொருளாதாரப் பட்டத்திற்கான ஆய்வேட்டைத் தயாரித்துக் கொண்டிருக்கும்போது பரோடா மன்னரின் உதவித்தொகை நின்றுபோனது. அதனைத் தொடர்ந்து பெற முடியாத நிலையில் இந்தியா திரும்பினார்.

மீண்டும் பரோடா

இந்தியா திரும்பிய அம்பேத்கர் 1917 ஜூலையில் பரோடா மன்னரின் இராணுவச் செயலாளராக நியமிக்கப்பட்டார். சாதியின் காரணமாக பரோடாவில் முன்பு அவர் பெற்ற கசப்பான அனுபவங்கள் இப்பொழுதும் தொடர்ந்தன. இந்நிலையை விளக்கி பரோடா மன்னருக்கு எழுதிய விண்ணபத்தாலும் பயன் ஏதும் இல்லை. எனவே 1917 நவம்பரில் பம்பாய் வந்து சேர்ந்தார்.

பம்பாய் வாழ்க்கை

பங்கு மார்க்கட் வணிகர்களுக்கு ஆலோசனை கூறும் நிறுவனம் ஒன்றை பம்பாய் வந்த அம்பேத்கர் தொடங்கினார். ஆனால் இங்கும் அவரது சாதி குறுக்கிட்டது. எனவே அதனை மூடவேண்டிய நிர்பந்தம் ஏற்பட்டது. பின்னர் 1918 நவம்பர் முதல் மார்ச் 11 முடிய கல்லூரி ஒன்றில் அரசியல் பொருளாதாரப் பேராசிரியராகப் பணியாற்றினார். மாணவர்களைக் கவர்ந்திழுக்கும் இவரது அறிவாற்றலின் காரணமாகப் பிற கல்லூரி மாணவர்களும் கூட இவரது சொற்பொழிவைக் கேட்க வந்தனர். ஆனாலும் சாதியக் கொடுமை இங்கும் தொடர்ந்தது. குடிதண்ணீர் பானையிலிருந்து அவர் தண்ணீர் எடுப்பதை உயர்சாதிப் பேராசிரியர்கள் ஆட்சேபித்தனர்.

லண்டன் வாழ்க்கை

இரண்டாண்டுப் பேராசிரியப் பணியின் வாயிலாக சேமித்த ஏழாயிரம் ரூபாயுடனும் கோலாப்பூர் மன்னர் வழங்கிய 1,500 ரூபாயுடனும் அம்பேத்கர் தமது லண்டன் வாழ்க்கையைத் தொடங்கினார். லண்டன் பொருளாதார

அரசியல் பள்ளியிலும் சட்டக் கல்லூரியிலும் அவர் ஒருசேரப் பயிலத் தொடங்கினார்.

அத்துடன் லண்டனிலுள்ள புகழ்பெற்ற நூலகங்களில் உறுப்பினராகச் சேர்ந்தார். பெரும்பாலான நேரத்தை இந்நூலகங்களிலேயே கழித்தார். 1921 ஜூன் மாதம் ``Provincial Decentralisation of imperial Finance in British India`` என்ற அவரது ஆய்வேட்டிற்காக பொருளாதாரத்தில் எம்.எஸ்ஸி., பட்டம் லண்டன் பல்கலைக் கழகத்தில் வழங்கப்பட்டது. 1922-23 காலகட்டத்தில் ஜெர்மனியிலுள்ள பான் பல்கலைக்கழகத்தில் சில மாதங்கள் தங்கிப் பொருளாதாரம் பயின்றார். 1923ஆம் ஆண்டில் பொருளாதாரத்தில் D.Sc. பட்டம் பெற்றார்.

வழக்கறிஞர்

1923ஆம் ஆண்டில் லண்டனிலிருந்து திரும்பி அம்பேத்கர் பம்பாய் உயர்நீதிமன்ற வழக்கறிஞராகப் பணியாற்றத் தொடங்கினார். இங்கும் அவரது சாதியின் காரணமாக சில வழக்கறிஞர்கள் அவருடன் தொடர்புகொள்ள விரும்பவில்லை. ஆயினும் நல்லெண்ணம் படைத்த சில வழக்கறிஞர்களின் உதவியால் சில வழக்குகள் கிடைத்து வந்தன. இதனால் வரும் வருவாய் போதாமையால், பேட்லிபாய் கணக்குப் பதிவியல் கழகத்தில் பகுதி நேர சட்டப் பேராசிரியராகவும் பம்பாய் பல்கலைக்கழகத்தின் தேர்வாளராகவும் பணியாற்றி வருவாய் ஈட்டினார்.

தாழ்த்தப்பட்ட மக்களின் முன்னேற்றத்திற்கான இயக்கங்களை உருவாக்கியதுடன் பத்திரிகையாளராகவும் அம்பேத்கர் பணியாற்றத் தொடங்கினார். 1927-ல் பம்பாய் சட்டமன்றத்தின் நியமன உறுப்பினராக நியமிக்கப்பட்டார். அரசியல் அமைப்புச் சட்டத்தைச் சீர்திருத்துவதற்காக அமைக்கப்பட்ட பாராளுமன்றத் துணைக் குழுவின் உறுப்பினாராக 1932-34இல் பணியாற்றினார். அத்துடன் 1932-33இல் நிகழ்ந்த மூன்றாவது வட்டமேசை மாநாட்டிலும்

உறுப்பினராகப் பணியாற்றினார். 1935ஆம் ஆண்டில் அரசினர் சட்டக்கல்லூரியில் பேராசிரியராக நியமிக்கப்பட்டார்.

அரசியல் சாசனமும் டாக்டர் அம்பேத்கரும்

1946-ல் அரசியல் நிர்ணய சபையின் உறுப்பினராக வங்காளத்திலிருந்து அம்பேத்கர் தேர்தெடுக்கப்பட்டார். 1947இல் இந்தியக் குடியரசுச் சட்ட நகல் தயாரிப்புக் குழுவுக்குத் தலைவராக டாக்டர் அம்பேத்கர் நியமிக்கப்பட்டார். குழுவில், தலை சிறந்த சட்ட வல்லுனர்களான - 1. அல்லாடி கிருஷ்ணசாமி அய்யர், 2. என். கோபால்சாமி அய்யங்கார், 3. கே.எம். முன்ஷி 4. சர். முகமது சாதுல்லா, 5. என். மாதவமேனன், 6. டி.பி. கெய்த்தான் ஆகியோரும் சர்வதேச சட்ட நிபுணர் பி.என். ராவ் சட்ட ஆலோசகராகவும் நியமிக்கப்பட்டனர்.

சட்ட நகல் தயாரிப்பில் டாக்டர் அம்பேத்கரின் சட்ட நுணுக்கமும், அறிவுத் திறமையும் வெளிப்பட்டன.

1949-ல் அரசியல் நிர்ணய சபையில் குடியரசுச் சட்ட நகலை அறிமுகப்படுத்தினார். அரசியல் அறிஞர்கள் எழுப்பிய கேள்விகளுக்கும், கருத்துகளுக்கும், பதிலளிக்கும் வகையில் தொகுப்புரை வழங்கியிருக்கிறார். நீண்ட விவாதங்களுக்குப் பின்னர் திருத்தங்களுடன் முழுச் சட்ட வடிவம் பெற்றது.

உலகில் மக்கள் தொகை அதிகமுள்ள இரண்டாவது பெரிய நாடு பல்வேறு மதங்கள், மொழிகள், தேசீய இனங்கள், பல்லாயிரக்கணக்கான சாதிகள் கொண்ட தொன்மையான நாடு அடிமை வாழ்விலிருந்து விடுபட்டு, அரசியல் நிர்ணயசபை மூலம் தனக்கென சுதந்திரமான சட்டத்தை வகுத்துக்கொண்ட பெருமை படைத்த நாடாக இந்தியா உலகப் புகழ்பெற்றது.

அறிஞர்கள் பாராட்டு

குடியரசுச் சட்ட நகலை அரசியல் நிர்ணய சபையில் டாக்டர் அம்பேத்கர் அறிமுகப்படுத்தியபோது ஆற்றிய

சொற்பொழிவையும், தொகுப்புரையையும், அரசியல் தலைவர்களும், சட்ட நிபுணர்களும் புகழ்ந்து பாராட்டினார்கள்.

டாக்டர் கே.வி. ராவ்

"இந்தியக் குடியரசுச் சட்டத்தைப் பெற்றுத் தந்த தாய்" என்று டாக்டர் அம்பேத்கரைப் பாராட்டியிருக்கிறார்.

சர் அல்லாடி கிருஷ்ணசாமி அய்யர் :

"குடியரசுச் சட்ட நகல் தயாரிப்புக்குக் குழுத் தலைவர் என்ற முறையில் டாக்டர் அம்பேத்கர் சட்டத்தைத் தயாரித்து அறிமுகப்படுத்தியதில் அம்பேத்கரின் சலியாத உழைப்பையும், அறிவாற்றலையும், திறமையையும் பாராட்டாமலிருந்தால், என் கடமையிலிருந்து தவறியவனாவேன்" என்று புகழ்ந்திருக்கிறார்.

தொகுப்புரை

அரசியல் நிர்ணய சபையில் சட்ட நகல் பற்றிய மூன்றாவது சுற்று விவாதத்துக்கு 1949 நவம்பர் 25 அன்று டாக்டர் அம்பேத்கர் ஆற்றிய தொகுப்புரை இன்றைய இந்திய சூந்நிலைக்கும் பொருத்தமாகவுள்ளது.

இந்திய சமுதாய அரசியல் பிரச்சினைகளில் நிறைந்து கிடக்கும் சிக்கல்களையும், தீர்வுகளையும் ஆழ்ந்து சிந்தித்திருக்கிறார். எதிர்கால சந்ததிகளுக்கும் எச்சரிக்கையாக அத்தொகுப்புரை அமைந்துள்ளது.

1. "இந்தியா 1950 ஜனவரி 26ஆம் நாள் முதல் குடியரசு நாடாகிறது. நாட்டின் சுதந்திரத்துக்கு ஏதாவது நேர்ந்துவிடுமோ? நாடு தனது சுதந்திரத்தைப் பேணிக் காத்துக்கொள்ளுமா? அல்லது மீண்டும் இழந்துவிடுமோ? இதுவே என் மனதில் குடிகொண்டிருக்கும் முதல் சிந்தனையாகும்."

2. "என் மனதில் தோன்றும் இரண்டாவது சிந்தனை - ஜனவரி 26-லிருந்து மக்களால் தேர்ந்தெடுக்கப்பட்ட,

மக்களுக்காக ஆட்சி நடத்தும் மக்கள் ஆட்சி ஒரு ஜனநாயகக் குடியரசாகத் திகழும். ஜனநாயகக் குடியரசுக்கு என்ன நிலை ஏற்படும் என்பதையும் சிந்திக்க வேண்டும்."

"இந்திய அரசியலில் பக்தி அல்லது வீரவணக்கம் Hero-worship ஈடு இணையற்ற முறையில் பெருமளவு அரசியலில் பங்கு வகிக்கிறது. அரசியலில் தனி நபர் வழிபாடு இந்தியாவைப் போன்று உலகில் எந்தப் பகுதியிலும் இல்லை."

"மதத்தில் பக்தி வழிபாடு தனி நபரின் ஆன்ம விடுதலைக்கு வழி கோலலாம்; ஆனால் அரசியலில் பக்தி அல்லது தனி நபர் வீர வழிபாடு நிச்சயம் அழிவுக்கு வழிவகுக்கும்; அல்லது சர்வாதிகாரத்தில் கொண்டுவிடும்."

3. "மூன்றாவதாக - வெறும் அரசியல் ஜனநாயகத்தோடு திருப்தி அடைந்துவிடக்கூடாது."

"அரசியல் ஜனநாயகம், சமுதாய ஜனநாயக அடிதளத்தின் (social Democracy) மீது அமையாவிட்டால், நீடித்து நிலைத்திருக்க முடியாது."

4. "நான்காவதாக-நாம் அனைவரும் ஒரு தேசம் (National) என்ற நம்பிக்கையெனும் மாயையில் வாழ்ந்துகொண்டிருப்பதாக நான் கருதுகிறேன்.

"பல்லாயிரம் சாதிகளாகப் பிரிந்திருக்கும் மக்கள் வாழும் இடம் எப்படி ஒரே தேசமாக இருக்க முடியும்."

"சமுதாய ரீதியாகவும், மனோ நிலையிலும் ஒரே தேசம் என்ற சொல்லுக்குரியவர்களாக ஆகவில்லை என்பதை எவ்வளவு சீக்கிரத்தில் நாம் உணர்கிறோமோ, அவ்வளவுக்கு நல்லது. ஒரு தேசமாக வளர்வதற்கான அவசியத்தை உணரவேண்டும்; அந்த லட்சியத்தை நனவாக்குவதற்கான வழி வகைகளைச் சிரத்தையோடு சிந்திக்க வேண்டும்."

டாக்டர் அம்பேத்கரின் மனதை உறுத்திக்கொண்டிருந்த கருத்துக்களை ஒளிவு மறைவின்றி அரசியல் நிர்ணய சபையில் தெரிவித்திருக்கிறார். தேசிய இனப் பிரச்சினையை விட,

சாதிப் பிளவுகளும், ஏற்றத் தாழ்வுகளும் அவரைப் பெரிதும் பாதித்தவை. இன்றும் மண்டல் கமிஷன் பரிந்துரையை எதிர்த்து, புழுதி கிளப்பிவிடப்படுவதைப் பார்க்கிறோம்.

இந்திய நாட்டின் ஜனநாயகத்திற்கு ஏற்பட்டிற்கும் சோதனையான காலத்தில் அம்பேத்கர் வெளிப்படுத்தியிருக்கும் ஐயப்பாடுகள் நம்மைச் சிந்திக்க வைக்கின்றன.

356-வது ஷரத்து

அரசியல் சட்டப்படி ஒரு மாநில ஆட்சி நடைபெற இயலாத நிலையிலிருந்தால் ஆளுநரின் அறிக்கையின் அடிப்படையிலோ அல்லது வேறு வகையிலோ குடியரசுத் தலைவர் மாநில ஆட்சி நிர்வாகத்தை மேற்கொள்ளலாமென்பதே சட்டப் பிரிவு ஷரத்து 356 ஆகும்.

இப்பிரிவை அரசியல் நிர்ணய சபை உறுப்பினர் எச்.வி. காமத், குன்ஸ்ரூ போன்ற அறிஞர்கள் எதிர்த்துப் பேசினார்கள்.

அறிஞர்களின் ஐயத்தைத் தெளிவுபடுத்தும் முறையில் டாக்டர் அம்பேத்கர் கீழ்கண்டவாறு பதில் கூறியிருக்கிறார்.

“இந்தப் பிரிவுகள் எல்லாம் அரசியல் நோக்கங்களுக்காக முறைகேடாகப் பயன்படுத்தப்படும் அபாயம் பற்றி உறுப்பினர்கள் பேசினார்கள். மாநில அதிகாரங்களில் தலையிட மத்திய அரசுக்கு வகை செய்யும் எல்லாப் பிரிவுகளுமே இப்படித் தவறாகப் பயன்படுத்தப்படும் ஆபத்து உள்ளது. என்னைப் பெறுத்தவரையில் இந்தப் பிரிவுகளெல்லாம் பயன்படுத்தப்படாமல் செத்த பிரிவுகளாகவே (Dead Letters) இருந்துவிட வேண்டுமென்றே நான் விரும்புகிறேன். அப்படியே பயன்படுத்தப்பட்டாலும் குடியரசுத் தலைவர் மாநில ஆட்சியை மேற்கொள்ளும்

முன்பாகத் தகுந்த நடவடிக்கைகளை எடுக்கவேண்டும். அப்படிச் செய்தால்தான் அவர் வேண்டுமென்றே இப்பிரிவைப் பயன்படுத்தவில்லை என்று சொல்ல முடியும்" என்று டாக்டர் அம்பேத்கர் கருத்துத் தெரிவித்திருக்கிறார்.

மத்திய-மாநில உறவுகள் சர்ச்சைக்குரிய பிரச்சினையை அன்றும் கிளப்பியுள்ளது. அம்பேத்கரின் அறிவுரையையும் மீறி செயல்படாத செத்த பிரிவு, பேயுருக்கொண்டு ஜனநாயகத்தைத் தாக்கும்போது, அப்பிரிவை சட்டத்திலிருந்து நீக்குவதே காலத்தின் அவசியத் தேவையாகும்.

"இந்திய அரசியல் சட்டம் ஒரு கூட்டாட்சி அமைப்புக்கான (Federal) சட்டமாகும். மத்திய அரசுக்கும், மாநில அரசுக்கும் இப்பிரச்சினை சமமானவையாகும். மத்திய அரசு மாநில அரசின் ஆதிபத்திய உரிமையில் தலையிட முடியாது. அப்படித் தலையிடுவதானால், அதற்கென்று குறிப்பிட்ட ஷரத்துக்களின்படிதான் தலையிடலாம். வேண்டுமென்றே எதேச்சாதிகாரமாகத் தலையிடலாகாது" என்றும் அம்பேத்கர் எச்சரித்திருக்கிறார்.

சட்ட ரீதியாகத் தீண்டாமை ஒழிப்பு

'தீண்டாமை' என்பது இந்திய சமுதாயத்தில், வடக்கு-தெற்கு என்ற வேற்றுமையில்லாமல், இந்திய நாடு முழுதும் பன்னெடுங்காலமாக விஷவேரிட்டு வளர்ந்துவிட்ட கொடுமையாகும். இக்கொடுமை 'இந்துமத' தர்மத்தில் ஒன்றாகக் கருதப்பட்டுவந்தது. தீண்டாமையெனும் கொடுமையை எதிர்த்து 'பக்தி இயக்க காலத்தில்' ராமானுஜர் தொடங்கி, இருபதாம் நூற்றாண்டில் காந்தி, அம்பேத்கர், பூலே, பெரியார், ஜீவா, சீனிவாசராவ் ஆகியோர் காலத்திலும் போராட்டங்கள் நடத்தப்பட்டன.

நாடு விடுதலையடைந்ததும் இயற்றப்பட்ட குடியரசுச் சட்டம் 17-வது பிரிவில்தான் "தீண்டாமை" எந்த உருவத்தில்

அனுஷ்டிக்கப்பட்டாலும் தடை செய்யப்படுகிறது. தண்டனைக்குரிய குற்றமாகும், "தீண்டாமை" சட்டத்தின் மூலம் ஒழிக்கப்படுகிறது.

தீண்டாமை சமுதாய நீதியாக இந்து தர்மமாகக் கருதப்பட்டு வந்ததை டாக்டர் அம்பேத்கர் முயற்சியில் உருவாக்கிய அரசியல் சட்டம் தீண்டாமையை ஒழித்தது.

பேயரசாண்டால் பிணம் தின்னும் சாத்திரங்கள்

1989ஆம் வருடத்தில் தாழ்த்தப்பட்டோர் மலைவாழ் மக்கள் கமிஷன் தனது அறிக்கையில் "சுதந்திரம் அடைந்து மூன்று தலைமுறை கடந்துவிட்டது. இருப்பினும் தாழ்த்தப்பட்டோர் குடியிருப்புகளிலும், குடிசைகளிலும் புன்சிரிப்பைக் காணமுடியவில்லை. --அநேக வட்டாரங்களில் குடிதண்ணீர் போன்ற பொதுத் தேவைகள் தாழ்த்தப்பட்ட மக்களுக்கு மறுக்கப்படுகின்றன" என்று குறிப்பிட்டுள்ளது. இன்றைய இந்திய நிலையை எடுத்துக்காட்டுகிறது.

குடியரசுச் சட்ட உத்திரவாதங்கள் இருந்தாலும் அமல் நடப்பதைப் பொறுத்தே நாட்டில் ஜனநாயகமும், சீர்திருத்தங்களும் நிறைவேற்றப்படும்; அமலாகும்.

இந்தியக் கிராமப் புறங்களையும், அடித்தட்டு மக்கள் படும் அல்லல்களையும் நேரடியாக அனுபவித்த அம்பேத்கர் - குடியரசுச் சட்டத்தை நிறைவேற்றினால் உடனே எல்லாம் நடந்து விடும் என்ற நம்பிக்கை அவருக்கு இருந்ததில்லை. அவரே கூறுகிறார்:-

"குடியரசுச் சட்டத்தின் தன்மைக்குள் நான் நுழையவில்லை. சட்டம் நல்லதாக இருக்கலாம்; ஆனால் சட்டத்தை அமலாக்கக்கூடியவர்கள் மோசமானவர்களாக இருக்க நேரிட்டால், சட்டம் மேலும் மோசமாகிவிடும்" என்று தொலைநோக்கோடு பார்த்து எச்சரித்திருக்கிறார்.

ஒற்றுமையைக் காப்போம்

"இன்று நாம் அரசியல் ரீதியாகவும், சமூக ரீதியிலும், பொருளாதார ரீதியிலும் பிளவுபட்டிருக்கிறோம் என்பதை நான் அறிவேன். நாம் எதிரும் புதிருமாகச் சண்டையிடும்

அணிகளாக இருக்கிறோம். அநேகமாக, நானே போரிட்டு வரும் ஒரு அணியின் தலைவர்களில் ஒருவனாக இருக்கலாம். இவ்வளவு இருந்த போதிலும் ஒரு குறிப்பிட்ட காலகட்டத்திலும் ஒரு சூழ்நிலையிலும் அனைத்து வகையான சாதிகள், பிரிவுகளோடும், நம் நாடு ஒன்று என்ற நிலை அடைவதை உலகில் எந்த சக்தியாலும் தடுத்துவிட முடியாது என்று நான் நம்புகிறேன், எதிர்காலத்தில் நாம் அனைவரும் ஒன்றுபட்ட மக்களாக வாழ்வோம் என்று சொல்வதில் எவ்விதச் சிறு தயக்கமும் இல்லை" என்று சொல்லுகிறார்.

மக்களின் இழிநிலைகளை எதிர்த்துப் போராடுவது தனது கடமை எனக் கருதினார். இது மனிதகுல மேம்பாட்டை உறுதிப்படுத்தும் ஆன்மீக மதிப்பாக நினைத்தார். மனித குலத்தின் பூரண விடுதலைக்காகவும் மனித குல ஆண்மையின் உயிர்ப்புக்காகவும் போராடி வருவதாக நம்பினார்.

அரசியல் சட்டத்தை அரசியல் நிர்ணய சபையில் அறிமுகப்படுத்தித் தொகுப்புரை வழங்கியதும்-இறுதி வடிவம் கொடுத்ததும், டாக்டர் அம்பேத்கரின் நாட்டுப் பற்றையும் மக்கள் மீதுள்ள அன்பையும் வெளிப்படுத்தியது. இன்றும் புதிய இந்தியாவைப் படைத்த சிற்பிகளில் ஒருவர்; குடியரசுச் சட்டத்தை உருவாக்கித் தந்த பேரறிஞர்.

அமைச்சர் பதவி

1947இல் இந்தியா விடுதலை பெற்றதும் சுதந்திர இந்தியாவின் முதல் சட்ட அமைச்சராக அம்பேத்கர் தேர்ந்தெடுக்கப்பட்டார். காபினெட் அந்தஸ்துள்ள இப்பதவியால் அம்பேத்கரின் உணர்வுகளை மழுங்கடிக்க முடியவில்லை. தாழ்த்தப்பட்டோரின் நலனைப் பேணுவதில் அரசாங்கம் அசட்டையாக இருப்பதாகக் கருதினார்

1951-ம் ஆண்டில் 'இந்து சட்ட மசோதா' (Hindu Code) ஒன்றை பாராளுமன்றத்தில் தாக்கல் செய்தார். சர்தார் வல்லபாய்படேல், டாக்டர் ராஜேந்திரப் பிரசாத் போன்ற

தலைவர்கள் இதனைக் கடுமையாக எதிர்த்தனர். ஜவகர்லால் நேரு சமரசப்படுத்த முயன்றார். இருப்பினும் மசோதா முறியடிக்கப்பட்டது. இந்தப் போக்குகளால் 1951 செப்டம்பரில் அம்பேத்கர் தமது அமைச்சர் பதவியைத் துறந்தார்.

தீண்டாமை ஒழிப்பு

பல்வேறு துறைகளில் மிக உயர்ந்த பதவிகளில் இருந்தபோதிலும், ஒடுக்கப்பட்ட மக்களின் துன்ப துயரங்கள் அவர் மனதில் ஆழமாகப் பதிந்திருந்தன. தீண்டாமையை எதிர்த்தும், சமஉரிமைக்காகவும், போராட தாழ்த்தப்பட்ட மக்களை ஒன்றுதிரட்டினார்.

கொலபா மாவட்டத்தில் மகல் எனும் சிற்றூர். இங்கு சௌதார் பொதுக்குளத்தில் தாழ்த்தப்பட்ட மக்கள் குளிக்க அனுமதி கிடையாது; மறுக்கப்பட்டது. வன்முறைகள் மூலம் தடுக்கப்பட்டனர். ஆனால் உயர்ஜாதி இந்துக்களும், முஸ்லீம்களும், கிறிஸ்தவர்களும் அனுமதிக்கப்பட்டனர். இதை எதிர்த்து அம்பேத்கர் சத்தியாகிரக அறப்போரைத் துவங்கினார். 10,000 பேரைத் திரட்டிக் குளத்தில் இறங்கினார். எதிர்த்தவர்கள் இறுதியில் பின்வாங்கினர்.

நாசிக் ஆலயப் பிரவேசத்துக்கு பதினையாயிரம் மக்களைத் திரட்டினார். மக்கள் முன்னிலையில் மனுஸ்மிருதியைத் தீயிட்டுக்கொளுத்தினார்.

இந்திய சமுதாயத்தில் புரையோடிப்போன சாதி அமைப்புகளைப் பற்றி 1916ல் ஆய்வு செய்தார்; ஆழமாகச் சிந்தித்தார். "இந்தியாவில் சாதிகள் - அவைகளின் அமைப்புகள் - உருவாக்கம் - வளர்ச்சி (Castes in India their mechanism - Genisis and Development) என்ற தலைப்பில் ஆய்வுக் கட்டுரையை, அமெரிக்காவில் நடைபெற்ற மானிடவியல் கருத்தரங்கில் சமர்ப்பித்தார்.

"இந்தியமக்கள் இனத்தால் பல பிரிவுகளாக இருக்கிறார்கள். பண்பாட்டில் ஒன்றுபட்டிருக்கிறார்கள். இந்திய தீபகற்பத்தைப் போல, நில இணைப்போடு கூடிய பண்பாட்டு ஒற்றுமைக்கு ஈடாக உலகில் எந்த நாட்டையும் ஒப்பிட முடியாது என்று துணிந்து கூறுவேன். இத்தகைய ஒருமைப்பாட்டின் காரணமாக சாதிமுறையை விளக்குவது சிரமமாக உள்ளது. சாதி முறைகள் தனித்தனிக் கூறுகளாகப் பின்னிப் பிணைந்து கிடக்கின்றன. **பெண் கொள்வினை -- கொடுப்பினைகள்** மூலம் தனித்தனிப் பிரிவுகளாக பிரிக்கப்பட்டுள்ளன. இதன் மூலத்தை அறிய வேண்டும்" என்று விளக்கம் கொடுக்கிறார்.

"சாதியும் வர்க்கமும் அடுத்து அடுத்து வாழும் அண்டையர்களைப் போலுள்ளவை. வர்ணாசிரம விதிமுறைகளை உருவாக்கியவர் மனு. இவருக்கு முன்பே சாதி அமைப்பு உள்ளது. சாதி அமைப்புகளை மனு மேலும் உறுதிப்படுத்தினார்" என்று அம்பேத்கர் கூறுகிறார்.

இந்தியாவில் சாதிகள்

மௌரிய சாம்ராஜ்யம் அழிக்கப்பட்டு குப்த சாம்ராஜ்யம் துவங்கிய கி.பி. நாலாவது நூற்றாண்டில் தீண்டாமை புகுத்தப்பட்டதாக அறுதியிட்டுக் கூறுகிறார்.

சமூகத் துப்புரவுப் பணிகளில் ஈடுபட்டோர் அனைவரும் தீண்டாதவர்களாகக் கருதப்பட்டனர். சூத்திரர்களுக்கு உபநயனம் - பூணூல் அணிந்து வேதம் படிக்கும் உரிமை மறுக்கப்பட்டது. பிராமணர் குலப் பெண்களுக்கும் உபநயனம் (பூணூல் அணிதல்) செய்யும் உரிமை மறுக்கப்பட்டுள்ளது என்று தீண்டாமையின் தோற்றத்தைத் தெளிவுபடுத்துகிறார்.

அம்பேத்கர் தன்னுடைய சொந்த வாழ்க்கையில் சாதிக் கொடுமைகளை அனுபவித்ததால், சாதி அமைப்பின் வேர்களைக் கண்டுபிடிக்க வேண்டுமென்று ஆர்வத்தோடு ஆய்வுகள் பல செய்திருக்கிறார். தொகுப்பு நூல்களாக இவை வெளிவந்துள்ளன. 1920ல் "மூக் நாயக்" (ஊமைகளின்

தலைவன்) எனும் பத்திரிகையை நடத்தினார். 'பகிஸ்கரித் பாரத்' (ஒதுக்கப்பட்ட பாரதம்) எனும் மாதம் இருமுறை வெளியாகும் இதழும் நடத்தினார்.

சாதிக்கொடுமைகளை எதிர்க்கவேண்டுமென்று மாணவப் பருவத்தில் உருவான எழுச்சி உணர்வுடன், இறுதிவரை சாதிக்கொடுமைகளை எதிர்த்துப் போராடி வந்தார். அதற்காக மக்களைத் திரட்டினார். பல போராட்டங்களை நடத்திவந்தார்.

டாக்டர் அம்பேத்கர் 1931ல் லண்டனில் கூடிய வட்டமேஜை மாநாட்டில் கலந்துகொண்டார். தாழ்த்தப்பட்டோருக்கு அரசியல் உரிமைகள் வழங்க வேண்டும்; அதற்காகத் தனித்தொகுதி முறை கொண்டுவர வேண்டுமென்று வாதிட்டார். காந்திஜிக்கும் அம்பேத்கருக்கும் தீண்டாமை ஒழிப்பில் இருவேறுபட்ட கருத்துக்களும் விவாதங்களும் நடைபெற்றன.

தனித்தொகுதிமுறை இந்துக்களிடையே தாழ்த்தப்பட்டோர் - தாழ்த்தப்பட்டோர் அல்லாத மேல்சாதி இந்துக்கள் என்ற பாகுபாட்டை நிரந்தரமாக்கிவிடும் என்று காந்திஜி கருதினார். தனித்தொகுதி ஒதுக்கீட்டு முறையைக் கைவிட வேண்டுமென்று காந்திஜி உண்ணாவிரதம் இருந்தார். இறுதியாகக் காந்திக்கும் அம்பேத்கருக்கும் உடன்பாடு ஏற்பட்டது. இதுவே 1932ல் ஏற்பட்ட பூனா ஒப்பந்தமாகும். தாழ்த்தப்பட்டோருக்குத் "தனிவாக்குரிமை" என்பதற்குப் பதிலாக, பொதுவாக்கெடுப்பில், தொகுதி ஒதுக்கீடும், பிரதிநிதித்துவ முறைகளும் ஒத்துக் கொள்ளப்பட்டது.

இந்து மதத்தின் இறுக்கமான சாதி அமைப்புகளை அம்பேத்கர் எதிர்த்துப் போராடினார். சாதி ஒழிப்பில் எதிர்நோக்கிய பல்வேறு தொல்லைகளைக் கண்டு வேதனைப்பட்டார்; வெறுப்படைந்தார். "**நான் இந்துவாகப் பிறந்தேன்; ஆனால் நான் இந்துவாக இறக்க விரும்பவில்லை**" என்றார். புத்தமதத்தில் சேரப்போவதாக அறிவித்தார். லட்சகணக்கானவர்களோடு 1956ல் நாக்பூரில் புத்தமதத்தில் சேர்ந்தார்.

சாதி சமூகக் கொடுமைகளை எதிர்த்து உறுதியாக நின்ற டாக்டர் அம்பேத்கர் அவர்களின் தேசபக்தியைப் பற்றி பழமைவாதிகளான சனாதனிகள் சந்தேகத்தைப் பரப்பினார்கள். ஆனால் காந்திஜி, டாக்டர் அம்பேத்கருடன் நடத்திய பேச்சுவார்த்தையில் அம்பேத்கரின் தேசபக்தியைக் கீழ்கண்டவாறு புகழ்ந்துரைக்கிறார்.

டாக்டர் அம்பேத்கர் : மகாத்மாஜி, நான் பிறப்பதற்கு முன்பே நீங்கள் தீண்டப்படாதோர் பிரச்சினைபற்றி நினைக்கத் தொடங்கியது உண்மைதான்... காங்கிரஸ் பலத்தைத்தான் நாடுகிறதே தவிர, ஒரு கொள்கையைப் பின்பற்ற வேண்டுமென்பது அதன் நோக்கமில்லை என்று நான் கூறுவேன்... பிரிட்டிஷ் சர்க்கார் எந்தவிதமான மாற்றத்தையும் காட்டவில்லை என்று கூறுகிறீர்கள், இந்துக்களும் எங்கள் பிரச்சினையில் எந்தவிதமான மாற்றத்தையும் காட்டவில்லை என்று நான் கூறுவேன்... காங்கிரஸ்காரர்கள் ஏன் எங்கள் இயக்கத்தை எதிர்க்க வேண்டும்? என்னை ஏன் துரோகி என்று அழைக்க வேண்டும்? காந்திஜி, எனக்குத் தாயகம் என்பதில்லை"

மகாத்மா (திடுக்கிட்டு): உங்களுக்குத் தாயகம் உண்டு. எனக்குக் கிடைத்த தகவல்களிலிருந்து வட்டமேஜை மாநாட்டில் நீங்கள் நடந்துகொண்டது, நீங்கள் மிகச் சிறந்த தேசபக்தர் என்பதைப் புலனாக்கிவிட்டது."

(டாக்டர் அம்பேத்கர் வாழ்க்கை வரலாறு - தோழர் ஏ.எஸ்.கே.)

தொழிற்சங்க இயக்கத்தில்

பம்பாய் நகரில் பஞ்சாலைத் தொழில்கள் அதிகம். 1928, 1929-வது ஆண்டுகளில் பஞ்சாலைத் தொழிலாளர் வேலை நிறுத்தங்கள் நடைபெற்றன. 1928-ல் நடைபெற்ற போராட்டத்தை டாக்டர் அம்பேத்கர் ஆதரித்தார், 1929-ல் நடைபெற்ற போராட்டத்தில் தாழ்த்தப்பட்ட தொழிலாளர்களின்

தனிக்கோரிக்கைகளை வலியுறுத்தியதால், அதைப் பயன் படுத்தியே முதலாளிகள் போராட்டத்தை முடியடித்தார்கள்.

1937-ல் சுயேட்சையான தொழிலாளர் கட்சி என்ற அமைப்பை அத்பேத்கர் உருவாக்கினார். பம்பாயில் காங்கிரஸ் அமைச்சரவை இருந்தது. 1938-ல் தொழில் தகராறு மசோதாவைக் கொண்டுவந்தது. அதை அம்பேத்கர் எதிர்த்தார்.

"இந்த மசோதா வேலைநிறுத்தத்தில் ஈடுபடும் தொழிலாளர்களைத் தண்டிப்பதற்காகக் கொண்டுவரப்படுகிறது. தொழிலாளர்களை அடிமை நிலைக்குத் தள்ளுவதைத் தவிர இந்த மசோதாவினால் வேறு நலன் எதுவும் கிடையாது. இது பிற்போக்கானது; பின்னுக்குத் தள்ளுவது; ஜனநாயகத்தைக் கேலிக்கூத்தாக்கக் கூடியது. ஆகவே தொழில் தகராறு மசோதா மோசமானது; ரத்த வெறி கொண்டது; கொடூரமானது" (Bad, Bloody and Brutal) என்று கண்டித்தார்.

இந்த மசோதாவை எதிர்த்து 1938 நவம்பர் 7-ல் பம்பாய் நகரிலுள்ள 60 தொழிற்சங்கங்கள் பொது வேலை நிறுத்தத்துக்கு அறைகூவல் விடுத்தன. டாக்டர் அம்பேத்கரும், கம்யூனிஸ்டுகளும், பொது வேலை நிறுத்தத்தை ஆதரித்தார்கள். ஏ.ஐ.டி.யு.சி. சங்கமும் ஆதரித்தது. டாக்டர் அம்பேத்கர் தன் கட்சியை வளர்ப்பதற்காக, வேலை நிறுத்தத்தைப் பயன்படுத்துவதாகக் கருதி, காங்கிரஸ் சோஷலிஸ்டு கட்சி, வேலை நிறுத்தத்தை ஆதரிக்கவில்லை.

வகுப்புவாத சக்திகளுடன் கூட்டுச் சேர்ந்திருப்பதாகக் கம்யூனிஸ்டுகளின் மீது குற்றம் சாட்டப்பட்டது.

1942-ல் வைசிராய் கவுன்சிலில் அம்பேத்கர், தொழிலாளர் நலத்துறைப் பொறுப்பு உறுப்பினராக இருந்தார். மண்டலத் தொழிலாளர் நல ஆணையர்களுடைய கூட்டத்தில் - தொழில் தகராறுகளைப் பேச்சு வார்த்தை மூலம் தீர்த்து

வைப்பதற்காக “முத்தரப்பு மாநாடு” போன்ற நிர்வாக அமைப்புகளை உருவாக்க வேண்டுமென்றும், குறைந்தபட்ச ஊதியச் சட்டம் கொண்டுவர வேண்டுமென்றும் வலியுறுத்தினார். எந்திரத் தொழிலாளர்களுக்கு மட்டுமல்லாமல், விவசாயத் தொழிலாளர்களுக்கும், வைப்புநிதி, வேலைமுறை ஒழுங்குபடுத்துதல், தொழிலாளர் நஷ்டஈடு, நல்வாழ்வு இன்சூரன்ஸ், ஓய்வூதியம் போன்ற உரிமைகள் வழங்கப்பட வேண்டுமென்று கருத்துத் தெரிவித்தார்.

சோஷலிஸம் வறுமையை எதிர்க்கிறது என்று ஒத்துக்கொள்ளும்போது, தனிவுடைமையை ஒழித்து விடுவதில் அவருக்கு உடன்பாடு கிடையாது. முதலாளிகளின் மனமாற்றத்தில் நம்பிக்கை கொண்டிருந்தார். பொருளாதாரத்தை முற்றிலும் அரசு மயமாக்குவதையும் எதிர்த்தார்.

இறுதிக்காலம்

1952ல் கொலம்பியா பல்கலைக்கழகம் L.L.D. என்ற கௌரவப் பட்டத்தை அம்பேத்கருக்கு வழங்கியது. 1956 அக்டோபர் 14-ல் தமது ஆதரவாளர்களுடன் நாகபுரியில் புத்த மதத்தை தழுவினார்.

1956 டிசம்பர் 6 ஆம் நாள் அம்பேத்கர் காலமானார். அம்பேத்கர் மரணம் குறித்து இந்தியக் கம்யூனிஸ்ட் கட்சியின் முதுபெரும் தலைவரும், நாடாளுமன்றத்தில் சிறந்த உறுப்பினராகப் பாராட்டப்பெற்ற பேராசிரியர் ஹிரேன் முகர்ஜி இவ்வாறு குறிப்பிட்டார்.

“டாக்டர் அம்பேத்கர் மகிழ்ச்சியற்ற மனிதராக, நிராசையுள்ளவ்ராக தனது அறுபத்தைந்தாவது வயதில் மரணமடைந்தார். நாட்டில் பிரமாண்டமான பெரும் பணிகளைச் சாதித்துக்காட்ட நினைத்திருந்த மாபெரும் மனிதர் அகால மரணமடைந்தது, நாடு முழுதுக்கும் துயரமான நிகழ்ச்சியாகும். அவருடைய வாழ்வும் பணியும் மொத்தத்தில் ஒரு அக்கினிப்

பிளம்புக்கு ஒப்பானது. சில்லறைத் தனமான அரசியல் அவதூறுகள் அந்த அக்கினியை அண்ட முடியாது" என்று குறிப்பிடுகிறார்.

டாக்டர் அம்பேத்கர் பன்முகத் தன்மை வாய்ந்த ஒரு மேதை, பொருளியல் அறிஞர் - சட்ட அறிஞர் - ஆற்றல்மிகு பேராசிரியர் - தீண்டாமைக்கெதிரான போராட்ட வீரர் - சிறந்த பாராளுமன்ற உறுப்பினர் - தொழிற்சங்கவாதி - இவ்வளவு திறமை மிகுந்த டாக்டர் அம்பேத்கரின் சமூக சீர்திருத்தத்துக்கான முயற்சிகளையும், சட்ட ரீதியாக எடுத்த நடவடிக்கைகளையும் அவரது நூற்றாண்டு விழாவில் நினைவு கூர்வோம்! சாதி வேற்றுமையற்ற சமுதாயத்தை உருவாக்க உறுதிகொள்வோம்!

அனைத்திந்திய இளைஞர் பெருமன்றம் **தமிழ்** மாநிலக்குழு வெளியீடு – **ஏப்ரல், 1993**

தோழர் எஸ்.ஆர்.கே.

தோழர் எஸ்.ஆர்.கே அவர்களை 1946ல் சென்னை டேவிட்சன் தெருவில இருந்த இந்தியக் கம்யூனிஸ்டுக் கட்சியின் மாநிலக் குழு அலுவலகத்தில் சந்தித்தேன். அவர் ஜனசக்தியின் துணை ஆசிரியராக இருந்தார்.

நான் முழு நேர ஊழியராகச் சேர விரும்பினேன். தோழர் மாணிக்கம் சென்னையுடன் தொடர்புகொண்டார். ஜனசக்தி வார இதழில் தினப்பத்திரிகைகள், வாரப் பத்திரிகைகளைப் படித்து செய்திகளைத் தொகுக்கும் பிரிவில் சேர்க்கப்பட்டேன்.

அப்போது வாரம்தோறும் ஆசிரியர் குழுக் கூட்டம் நடைபெறும். தோழர்கள் ஜீவா, சி.எஸ், எஸ்.ஆர்.கே, கண்ணன், இஸ்மத் பாட்சா, ஐ. மாயாண்டி பாரதி, ஜே.எம். கல்யாணம், வி. ராதா, கே. முத்தையா ஆகியோர் அடங்கிய குழு கூடும்.

தோழர்கள் பி.எஸ்.ஆர், பி. ராமமூர்த்தி, கே. பாலதண்டாயுதம், எம்.ஆர். வெங்கட்ராமன் இவர்கள் சென்னை நகரில் இருக்கும்போது கலந்துகொள்வார்கள் கட்டுரை எழுதுவதற்கு முழுத் தயாரிப்புக்களும் அதிக கவனமும் எடுக்கப்படும். அவர்களுக்கு வேண்டிய விவரம் அடங்கிய செய்தித் தொகுப்புகளைக் கொடுக்க வேண்டியது எங்கள் பொறுப்பு.

மூன்று மாதங்களே ஜனசக்தியில் பணியாற்றினேன். கிராமப்புற சூழலில் வாழ்ந்த எனக்கு நகர வாழ்க்கையில் ஈடுகொடுக்க முடியவில்லை. ஊருக்குச் சென்று திரும்புவதாக அனுமதி கேட்டுச் சென்றேன். திரும்பவே இல்லை.

அப்போது ஜனசக்தி ஆசிரியர் குழு சார்பில் தோழர் எஸ்.ஆர்.கே. கட்சி விதிகளைப் பற்றி கண்டிப்புடன் எழுதியிருந்தார். அது என் நினைவிலிருந்து அகலவே இல்லை.

தோழர் எஸ்.ஆர்.கே. சிறந்த அறிவாளி, திறமையானவர். ஆங்கிலத்திலும் தமிழிலும் சொல்வன்மை யுடையவர். தேசிய இயக்கத்தில் ஈடுபட்டதால் கல்லூரியி லிருந்து விலக்கப்பட்டவர், சிறை சென்றவர். ஆகையால் காங்கிரஸ்காரர்களோடு தொடர்பு அதிகம் உண்டு.

எழுத்தாளர்

அப்போது காங்கிரசுக்கு வலுவான எதிர்க்கட்சி கம்யூனிஸ்டுக் கட்சியே. கம்யூனிஸ்டுகள் தேசத் துரோகிகள் என்று குறைகூறப்பட்ட காலத்தில் - காங்கிரஸ் கட்சிக்குள் நடக்கும் பல்வேறு விவரங்களைத் துருவிச் சேகரித்து "தேசபக்தன் டைரி" என்ற தலைப்பிலும் "ஈட்டிமுனை" என்ற தலைப்பிலும் ஜனசக்தியில் தகுந்த ஆதாரங்களுடன் எழுதுவார். யாரும் மறுக்க முடியாது. அதே நேரத்தில் குற்றங்களை எடுத்து அம்பலப்படுத்தும் முறையில் இல்லாமல் அவர்களே தங்கள் குறைகளைக் கண்டு வருந்தும்படி அமைந்திருக்கும்.

மொழிபெயர்ப்பாளர்

இந்தியாவின் நிகழ்கால வரலாற்றையும் அரசியல் பொருளாதார நிலைகளையும், அந்நிய ஆங்கில ஆட்சியின் பிரித்தாளும் சூழ்ச்சிகளையும் விளக்கும் "இந்தியா டுடே" நூலை பிரிட்டிஷ் கம்யூனிஸ்டுத் தலைவர் ரஜினி பாமிதத் எழுதியிருந்தார். அதைத் தோழர் எஸ்.ஆர்.கே. தமிழில் மொழிபெயர்த்தார். இந்நூல் அப்போது கம்யூனிஸ்டு களுக்குப் பாடமாக இருந்தது.

மார்க்ஸ் எழுதிய இந்தியாவைப் பற்றிய குறிப்புக்களை, தமிழாக்கம் செய்தார். சரளமான மொழிபெயர்ப்பு. ரஷ்யப் புரட்சிக்காலத்தில் உருவான சிறந்த எழுத்தாளர்

ஆஸ்திரோவ்ஸ்கி. அவர் எழுதிய "How the Steel was Tempered" நாவல் இரண்டு பாகங்கள் உள்ளது. தோழர் எஸ்.ஆர்.கே. தமிழில் மொழிபெயர்த்தார். நாவலின் சாரத்தையே தலைப்பாகக் கொடுத்தார். "வீரம் விளைந்தது" என்று தலைப்பு. மூலத்தைப் படிப்பது போலவே உணர்வு இருக்கும் மொழிபெயர்ப்பு நூல்கள் பல வெளிவந்துள்ளன.

இலக்கிய மேதை

கம்யூனிஸ்டுக் கட்சி தடைசெய்யப்பட்ட வருடங்களில் தலைமறைவாக இருந்தார். 1960ஆம் ஆண்டுகளில் மதுரையில் தனிப்பயிற்சிக் கல்லூரியில் ஆசிரியராகப் பணியாற்றினார். முழுமையாக இலக்கியப் பணியில் ஈடுபாடு செலுத்தினார்.

கம்பராமாயணம், பாரதி, திருக்குறள் மூன்றிலும் மூழ்கித் திளைத்தார். அமரர் ஜீவா அவர்கள் தமிழகமெங்கும் பட்டிதொட்டியெல்லாம் "பாரதி" யைப் பரப்பினார். தோழர் தொ.மு.சி. அவர்கள் பாரதி ஆய்வில் கரைகண்டார். ஜீவாவைத் தொடர்ந்து பாரதி புகழை உலகெங்கும் பரப்பும் வகையில் எஸ்.ஆர்.கே. பாரதியின் சில பாடல்களை ஆங்கிலத்தில் மொழிபெயர்த்து நூலாக வெளியிட்டார்.

பாரதி நூற்றாண்டை உலக சமாதான இயக்கத்திலும் ஐக்கிய நாட்டின் அமைப்பின் மூலமும் கொண்டாடும்படி செய்ததில் தோழர் எஸ்.ஆர்.கே. க்கு முக்கிய பங்கு உண்டு. கம்பராமாயணத்தில் வாலியின் பாத்திரத்தை விளக்கிய "சிறியன சிந்தியாதான்" என்ற நூல் எஸ்.ஆர்.கே. யின் இலக்கியச் சிந்தனைக்கு எடுத்துக்காட்டாகும்.

சிறந்த சொற்பொழிவாளர்

அரசியல் பேச்சாளராகத் துவங்கினார். அவரின் அரசியல்பேச்சில் அனல் தெறிக்கும்; பரம்பரைத் தொடர்போடு கொண்ட இதிகாசப்புராண எடுத்துக்காட்டுகள் கடல் மடை திறந்து அலையும் நுரையுமாகப் பெருக்கெடுத்து வரும். கேட்போரை ஈர்த்து இழுக்கும் சொல்லாற்றலுடையவர்.

அரசியல் பேச்சைப் போன்றே காரைக்குடி கம்பன் கழகத்திலும், எட்டயாபுரம் பாரதி வாலிபர் சங்க விழாக்களிலும் எஸ்.ஆர்.கே. ஆற்றிய இலக்கியப் பேச்சுக்களில் கருத்து வலிமையும் சொற்செறிவும் இணைந்து சண்டமாருதப் புயல் வீசும்

பேச்சாற்றலால் எல்லோரையும் ஈர்த்த அருமைத் தோழர் எஸ்.ஆர்.கே. தனது இறுதிக்காலத்தில் "பார்க்கின்சன்" வியாதியால் பாதிக்கப்பட்டார். பேச முடியாத நிலையில் சிரமப்படுவதைப் பார்த்த யாரும் முதுமையின் கொடுமையை உணராமல் இருக்க முடியாது.

தோழர் எஸ்.ஆர்.கே.யின் நினைவாக அவர் எழுதிய நூல்கள் நிலையான சின்னங்களாக விளங்கும் என்பதில் ஐயமில்லை.

எஸ்.ஆர்.கே. வாழ்வும் வளமும் (நினைவு மலர்) 1996

அமரர் கவிஞர் தமிழ்ஒளி

அமரர் கவிஞர் தமிழ்ஒளியின் 75-ம் ஆண்டு பிறந்த நாள் வைரவிழாவில் இந்தியக் கம்யூனிஸ்ட் கட்சியின் தமிழ் மாநிலச்செயலாளர் ஆர். நல்லகண்ணு அவர்கள், விழாவிற்குத் தலைமையேற்று, உரையாற்றினார். அவரது உரை பின்வருமாறு:

செ.து. சஞ்சீவி அவர்கள் ஆர்வத்தோடு இந்த நிகழ்ச்சியை ஏற்பாடு செய்ய வேண்டுமென்றார்கள். அவ்வாறே நடந்துவருகிறது.

இந்த விழா ஒரு முக்கியமானது. புரட்சிக்கவி பாரதிதாசன் வழியில் வளர்ந்து வந்த கவிஞர் தமிழ்ஒளி, 75 ஆண்டுகளுக்குப் பிறகும், அவரை நினைக்கக் கூடியவாறு, நம்முடைய இலக்கியத்தில், தமிழ்க் கவிதை உலகில் முத்திரை பதித்த மாபெரும் கவிஞர்.

தமிழகத்திலே மிகப் பெரிய பாரம்பரியம் மிக்க பாரதியார் வாழ்ந்த பாண்டிச்சேரியில்... மடத்துக்கு அருகில் கவிஞர் தமிழ் ஒளி பிறந்து வளர்ந்து, பாரதிதாசனுடைய நேரடிப் பார்வையில் அவரது அரவணைப்பில், கவிதைத் துறையிலும் படிப்பிலும் அவர் பயிற்சிபெற்று, சிறந்த கவிஞராக தமிழ்ஒளி அவர்கள் 40வது ஆண்டுகளில் காலெடுத்து வைத்தவர், சென்னையிலிருந்து நம்முடைய முற்போக்கு இயக்கங்களிலும் ஈடுபட்டவர், சுயமரியாதை இயக்கத்திலும், பொதுவுடைமைக் கருத்திலும் முழுமையாகத் தன்னை அர்ப்பணித்துக்கொண்டு, இலக்கியத் துறையில், மரபுகளோடைய கவிதைகளைப் பயன்படுத்தி, மக்களுக்கு முற்போக்கான கருத்துக்களை கூறிவந்தவர்.

பல்வேறு அரசியல் சூழ்நிலையில் கம்யூனிஸ இயக்கம் தடை செய்யப்பட்ட காலத்தில் கம்யூனிஸ்ட் கட்சியின் இதழான ‘ஜனசக்தி’ தடைசெய்யப்பட்ட நேரத்தில் ‘முன்னணி’ என்ற பத்திரிகையைக் கவிஞர் கூவிலன் அவர்களைக்கொண்டு துவக்கப்பட்டது. கவிஞர் கூவிலனோடு, கவிஞர் தமிழ்ஒளி பணியாற்றியதுண்டு. அந்த இதழுக்கு தலைப்பே கவிஞர் தமிழ்ஒளியின் கவிதைகள்தான். அப்பொழுது மலேசிய கணபதி போன்றவர்களும், மலேசியாவைச் சார்ந்த தமிழர்களெல்லாம் நாடு கடத்தப்பட்டு தமிழகத்திற்கு விரட்டப்படுவதோடு, நாட்டை விட்டு வெளியேறாமல் அங்கேயே பதுங்கியிருந்தவர்களுக்கு தூக்குத்தண்டனை முதற்கொண்டு கொடுக்கப்பட்டதைக் கண்டித்து, தமிழ்ஒளி பல்வேறு கவிதைகளை வடித்துக் கொடுத்திருக்கிறார். அவரது நூல்களில் கூட மலேசிய தமிழர்களுக்காக அர்ப்பணித்திருக்கிறார். மேலும் பாரதியார் எப்படி சோவியத் புரட்சியை நம்முடைய கருத்தாழங் கொண்டு “ஆஹா எழுந்தது பார் யுகப்புரட்சி” என்று சொன்னாரோ அதேபோல் தமிழுக்கும், தமிழ் மண்ணுக்கும் அதே நேரத்தில் மனிதகுலம் வாழவேண்டும் என்று ‘மானிடப் பிறவியைப் பார்’ என்று உழைக்கும் மக்களைப் பாராட்டும் பாரதிதாசன் வழியில் தமிழ்ஒளியும் தமிழ் இலக்கியத்துறையில் காலடி வைத்தவர். அந்தப் பாரம்பரியத்துக்கு இழுக்கு ஏற்படாமல் அந்தப் பாரம்பரியத்தை மேலும் புரட்சிக்கரமான வழியில் எடுத்துச்சென்றவர்.

‘மே தினமே வருக’ என்று பல்வேறு போராட்டங்களிலும் ஈடுபட்டார். ‘ஏ செந்தமிழா என் சகோதரா! நீ எந்தப் பக்கம் என்ற கேள்விகேட்டார்’... எழுப்பிடும் கொடியனூர் பக்கமா அல்லது துன்பமுற்றிடும் தொழிலாளர் பக்கமா நீ எந்தப் பக்கம் என்று ஒரு கேள்வியைக் கேட்டு வாழ்நாள் பூராவும் தமிழ் மக்களுக்கு எச்சரிக்கை விடுத்துவந்தார்.

உலகத்தில் எந்த மூலையில் முற்போக்கான நிகழ்ச்சி நடந்தாலும் அதை வரவேற்கும் உலகப் பார்வையுள்ள மாபெரும் கவிஞர். 57-ஆம் வருஷம் ‘விண்வெளிப் பயணம்’ வந்த நேரத்தில் ‘அந்தரத்தில் மேடையமைத்தான்’ என்ற

பாடலை பாடியிருக்கிறார். சந்திர மண்டலத்தில் மனிதன் போய் தரையிறங்கிய நேரத்தில், சரித்திரத்தையும் மாற்றியது மனித சக்தி என்றும், சாத்திரத்தை மாற்றுவது மனித சக்தி என்றும் பாடிய பெருமை அவருக்குண்டு.

கவிஞர் தமிழ்ஒளி வாழ்ந்த காலத்தில் மிகவும் சிரமப்பட்டார். பல்வேறு சமூகக் கொடுமைகளை எதிர்த்து 'வீராயி' என்ற காவியம் என்றென்றைக்கும் மறக்க முடியாத நிலைபெற்ற காவியமாகயிருக்கிறது. அவர் படைத்த அத்தனை நூல்களும் தமிழ் இலக்கியத்தில் முத்திரை பதிக்கக்கூடிய நூல்கள், அந்த மாபெரும் கவிஞரின் விழாவை கொண்டாடுவது இப்பொழுது அவசியமாயிருக்கிறது. உறுதியான சிந்தனை படைத்தவர்கள், தமிழ் மக்களைப் பற்றியும் உழைக்கும் மக்களைப் பற்றியும், அக்கறைக் கொண்ட கவிஞர்கள், தலைவர்கள் போன்றவர்களை பாராட்டுவது மூலம்தான் அவர்களது கொள்கையை மக்களுக்கு எடுத்துச்செல்ல வாய்ப்பு ஏற்படும். அந்த முறையில் பாரதி, பாரதிதாசனுடைய பாரம்பரியத்தில் வாழ்ந்து, தன்னை அர்ப்பணித்துக்கொண்ட மாபெரும் கவிஞர் தமிழ்ஒளி அவர்களுடைய வைரவிழாவை நாம் கொண்டாடுகிறோம். சிறப்பாகக்கொண்டாட முடியாத ஒரு நிலையாயிருந்தாலும் சிறிது துவக்கி பெரிதாக வாழவேண்டும் என்று சொல்லக்கூடிய முறையில் சிறிதாக துவக்கினோம். வரக்கூடிய காலத்தில் பெரிதாக நடத்துவோம். அமைச்சர் தமிழ்க்குடிமகன் அவர்களுக்கும், துணை சபாநாயகர் மாண்புமிகு பரிதி இளம்வழுதி அவர்களுக்கும் ஏனைய பெரியோர்களுக்கும் நண்பர்களுக்கும் நன்றி கூறி என் உரையை முடித்துக்கொள்கிறேன்.

மேலும் தோழர் ஆர்.என்.கே. ஆற்றிய நிறைவுரையில்

அறிஞர் பெருமக்களே கவிஞர் தமிழ்ஒளியின் வைரவிழா பல்வேறு அரசியல் விமர்சன உரையாக

அமைந்துவிட்டது கண்டு இங்கு என்னைப் போன்றவர்களுக்கு வருத்தமுண்டு. பேராசிரியர்கள், பேராசிரியர் என்ற முறையில் பல கருத்துக்களை சொன்னாலும், சில உண்மைகளை உண்மையாகச் சொல்லவில்லை என்ற கருத்து எனக்குண்டு என்பதைப் பணிவாகத் தெரிவித்துக்கொள்கிறேன்.

தமிழ்ஒளி அவர்களைப் பற்றி பேராசிரியர் இளவரசு பேசும்பொழுது இரண்டு இடதுசாரி கட்சிகளும் இணைந்துவிட்டால், தமிழ்ஒளி போன்றவர்களுடைய கருத்து வெளிப்படுத்த முடியாது, மறைக்கப்பட்டு விடும் என்று சொன்னார்கள். அது கம்யூனிஸ்ட் கட்சியைப் பற்றி முழுமையான கருத்து அல்ல என்பது என்னுடைய வேண்டுகோள். ஏன் என்றால் கார்ல்மார்க்ஸ் சொல்லியிருக்கிறார். இந்தியாவில் உள்ள கிராம அமைப்பு எப்படி இருக்கிறது என்று சொல்லும்போது மனித மூளை வல்லமை படைத்தது, இயற்கையை வடிவமைக்கக்கூடிய வல்லமை படைத்தது, அந்த வல்லமை படைத்த மூளையில் ஒரு ஏட்டை மூட நம்பிக்கையில் மறைத்துவிட்டார்கள். மாட்டையும் குரங்கையும் வணங்கக்கூடியவர்களாக மாறிவிட்டார்கள் என்று சொல்லிய தத்துவத்தைக் கொண்ட மார்க்ஸிய கொள்கையுடையவர்கள், வர்ணாசிரம தர்மத்தை விமர்சிப்பதைக் கொஞ்சம்கூட கிஞ்சித்தும் அதைப் பற்றி பயப்படாதவர்கள் என்பதை நான் தெரிவித்துக் கொள்கிறேன். இன்றைக்கு அந்தச் சோதனையைக் கொண்டவர்கள்தாம் என்பதை சொல்ல விரும்புகிறேன்.

தமிழ்ஒளிக்கு விழா எடுத்துக்கொள்வது அவரது 75வது ஆண்டு என்பதற்காக அல்ல. நம்முடைய முனைவர் அரசு அவர்களுக்கு நன்றாகத் தெரியும். பத்தாண்டுகளுக்கு முன்னால் பேராசிரியர் சஞ்சீவி அவர்கள் தமிழ்ப் பல்கலைக்கழகத்தில் தமிழ்த்துறைத் தலைவராக இருந்த பொழுது, பட்டுக்கோட்டை அறக்கட்டளை சார்பில் என்னைப்பேச வருமாறு அழைத்தார்கள். அதில் ‘பாட்டாளிகளைப் பாடிய பாவலர்’ என்ற தலைப்பில் முதல் பாவலராக தமிழ்ஒளியைத்தான் குறிப்பிட்டேன். இரண்டாவது,

பாவலராகத் திருமூர்த்தியைக் குறிப்பிட்டேன். மூன்றாவது பாவலராகப் பாவலர் வரதராசனைக் குறிப்பிட்டேன். இது பத்தாண்டுகளுக்கு முன்னால் நடத்திய, ஏன் இன்றைக்கும் எங்கள் கட்சி அலுவலகத்தில் 'ஜனசக்தி' அலுவலகத்தில் பார்த்தால் ஜீவானந்தம் படத்திற்கு அடுத்தபடியாக தமிழ்ஒளியினுடைய படத்தைத்தான் போட்டிருக்கிறோம் என்பதை நம்முடைய நண்பர்களுக்கு தெரிவித்துக்கொள்கிறேன்.

அது மாத்திரமல்ல, அவர் மறைந்த காலத்திலும் இன்றுவரை, ஒவ்வொரு ஜனசக்திமலரை எடுத்துக்கொண்டாலும் சரி, மேதின மலரை எடுத்துக்கொண்டாலும் சரி, பொங்கல்விழா மலரை எடுத்துக்கொண்டாலும் சரி தமிழ்ஒளி கவிதை இடம் பெற்றிருக்கிறது. பொங்கல் மலரில் பொங்கல் கவிதையிருக்கும், மேதின மலரில் மேதின கவிதையிருக்கும். ஜனசக்தி மலரில் பல்வேறு கவிதைகள் போடப்பட்டிருக்கின்றன என்பதை உங்கள் நினைவுக்கு கொண்டுவர விரும்புகிறேன்.

இந்தப் பொன்விழா ஆண்டில் எங்களுடைய கட்சியின் அகில இந்திய மாநாட்டையொட்டி வரையப்பட்ட விளம்பர பேனர்களில் கார்ல்மார்க்ஸ், ஏங்கெல்ஸ், லெனின் ஆகியோரின் படங்கள் போடப்பட்டிருப்பது போல, பாரதி, பாரதிதாசன் படம் போடப்பட்டிருப்பது போல, சிங்காரவேலர், பெரியார் படம் போடப்பட்டிருப்பது போல தமிழ்ஒளி படத்தையும் நான்கு பேனர்களில் நாங்கள் வரைந்து சென்னை மாநகரில் வைத்திருக்கிறோம் என்பதை நாங்கள் உங்களுக்கு நினைவுப்படுத்த விரும்புகிறோம். ஏதோ இந்த விழாவுக்காகப் போடவில்லை. தமிழ்ஒளியை எங்கள் நெஞ்சத்தில் வைத்து இருக்கிறோம்.

தமிழ் தேசிய இனம் என்பதை மாத்திரம் முன்வைத்து அது வந்துவிட்டதனால் மறந்துவிட்டார்கள் என்று சந்தேகப்படத் தேவையில்லை. ஜீவானந்தம் பாரம்பரியத்தில் வந்த நாங்கள், உழைப்பாளி மக்களின்

பாரம்பரியத்தில் வந்த நாங்கள் அவரவர்கள் தாய்மொழிக்கு முதன்மை முக்கியத்துவம் கொடுத்து வருகிறோம். இனி மேலும் கொடுத்துவருவோம். நாங்கள் தாய்மொழிக்குத் துரோகம் செய்யமாட்டோம். அதேபோன்று தமிழ்ஒளியைப் பொருத்தவரையில் அவர் தொடர்ந்த தேடல்கள், பணிகள், அவர் இயக்கத்தில், இலக்கியத்தில் ஈடுபட்டது, அதற்குப் பின்னால் வந்தது மாத்திரமல்ல இன்றைய தேவைகள், நாங்கள் இப்பொழுதும் சொல்கிறோம், துணிந்து சொல்கிறோம் பெரியாரைப் பற்றி பல்வேறு கருத்துக்கள் இருந்தாலும் கூட அவருடைய சமூகப் பார்வையும், பகுத்தறிவுப் பாதையும், சுயமரியாதைப் பார்வையும் உலகளாவிய முறையில் ஆய்வுசெய்து மார்க்ஸிய கருத்துக்களை தெரிவித்திருக்கிறார்கள். எங்களுடைய தலைவர் தோழர் கே.டி.கே. தங்கமணி சொல்லுவார், ஜெர்மன் நாட்டில் போய் இருக்கும்போது, உங்கள் இந்தியாவில் சுயசிந்தனை உள்ளவர்கள் யார், நிலைத்து நிற்கக்கூடியவர்கள் யார் என்று உங்களுக்கு தெரியுமா' என்று கேட்கும்போது, அவர் சொன்னதாக இன்றும் சொல்வார்கள். இரண்டுபேர். அதில் சிங்காரவேலர் ஒருவர், பெரியார் இன்னொருவர். இந்த இரண்டு பேரும் மேற்கோள் காட்டாமல் இதுதான் கருத்து என்று சொல்லக்கூடிய சுயசிந்தனை படைத்த தமிழர்கள் என்ற கருத்தை மார்க்ஸிய தத்துவத்தைக் கொண்ட கற்றறிந்த தேர்ந்த சிந்தனையாளர்கள் என்று அவர்களைப் பற்றி மதிப்பீடு செய்திருக்கிறார்கள். அந்த மதிப்பீடு எங்களுக்கு உண்டு. அந்த முறையில் உலகத்துத் தமிழைப் பேசியவர்கள், நான்தான் தமிழர்கள் என்று பெருமைப்பட்டவர்கள் எல்லாம் இன்றைக்கு எங்கேயோ சென்று காலில் விழுந்துவிட்டதைப் பார்க்கும்போது தமிழகம் எங்கே செல்கிறது என்பது கேள்வியாகயிருக்கிறது.

பாரதியை நாம் புறக்கணித்தோம் என்றார்கள். ஆரியர் என்றும் பார்ப்பனர் என்றும் ஒரு ஓரமாக

ஒதுக்கப்படும்போது ஜீவா அவர்கள்தான் பாரதியாரது முற்போக்குக் கருத்துக்களையெல்லாம் வெளிப்படுத்தியவர். 'பள்ளித் தலமனைத்தும் கோயில் செய்குவோம்' என்ற ஒரு வரியை வைத்துக்கொண்டு, இன்றைக்கு மதவாத சக்திகள் பள்ளிவாசல்கள் எல்லாம் இடித்து கோயில் செய்ய வேண்டுமென்று சொல்லிவிட்டார்கள். அவர்தான் எங்களுடைய கவிஞர் என்று அவர்களும் சொல்லிக் கொள்கிறார்கள். பள்ளிகளைக் கோவிலாகக் கருதி, புனித இடமாகக் கருதி, அங்கே பள்ளியில் பணிசெய்யக் கூடியவர்கள் நல்ல முறையில் பாடம் சொல்லிக்கொடுக்க வேண்டும் என்ற கருத்தில் 'பள்ளித் தலமனைத்தும் கோயில் செய்குவோம்' என்று சொன்னாரே தவிர பள்ளி வாசல்களையெல்லாம் இடித்துக் கோயில் கட்ட வேண்டும் என்று சொல்லவில்லை.

பாரதியை இனம் கண்டு சொன்னவர் ஜீவானந்தம் அவர்கள், அதைப் போலத்தான், பாரதிதாசனிடம் தமிழ் ஆர்வம் மிக்க ஒருவர் போய்க் கேட்டார் "ஐயா! நீங்கள் திராவிட இயக்கத்தைச் சேர்ந்தவர்கள், பாரதி என்ற ஒரு பிராமணருடைய பெயரைத் தூக்கிக்கொள்ளலாம், வடமொழியில் தாசன் என்று வைத்துக் கொள்ளலாமா? என்று கேட்டபொழுது அதற்கு அவர் சொல்லியிருக்கிறார் "பாரதி என்பவன் 'முற்போக்கு' என்ற சொல்லை எவனும் சிந்திக்கத் தெரியாத காலத்தில் முற்போக்கு கருத்துக் கொண்ட ஒரு பெருமனிதன், மாமேதை அவரைப் பற்றி என் முன்னால் இதைச் சொல்லாதே" என்று சொன்ன பெருமை பாரதிதாசனுக்குண்டு.

அதேபோல், திராவிட இயக்கத்துக்கும் பொதுவுடைமை இயக்கத்திற்கும் இரண்டு கருத்து வந்தது. தமிழ்க்குடிமகன் அவர்கள் ஒரு கூட்டத்தில் 'சோறா மானமா' என வந்தால் எங்களுக்குச் சோறுதான் முக்கியம் என்று நாங்கள் சொன்னதாகச் சொல்லுவார்கள், சோறா மானமா என்று வரும் பொழுது வேட்டி ஒரு பக்கத்தில் இருந்தால் சோறு மறு பக்கத்தில் இருந்தால் சோற்று பக்கம்தான் போவார்

ஜீவானந்தம் என்று படம் போட்டவர்களும் உண்டு. அதேபோல் மானமா சோறா என்ற பொழுது மானம்தான் பெரிசு என்று சொன்னால் சோற்றையே சாப்பிடமாட்டார்களா என்ற கேள்வியும் வருகிறது. ஆகவே இந்த இரண்டு கேள்வியும் தப்பு என்பதை நம் அமைச்சர் தமிழ்க்குடிமகனார் இரண்டும் ஒரு காலத்தில் தவறான கருத்தாக இருந்தது இன்றைக்கு இரண்டும் வேண்டும் என்ற காலம் வந்துவிட்டது. இது இந்தக் காலத்தின் கட்டாயம் ஆக அந்த இரண்டும் ஒவ்வொரு வகையில் பழுத்திருந்த காரணத்தால் தான் இன்றைக்கு இந்திய நாட்டில் ஏன் தமிழகத்தில் கூட சுயமரியாதை இயக்கம் பிறந்த மண்ணில், தமிழுக்குச் சிறந்த மதிப்பு கொடுக்க வேண்டுமென்ற மண்ணில் மதச் சண்டையும் சாதிச்சண்டையும் நடந்து வருகிறது.

நம்முடைய வள்ளலார் சங்கராச்சாரியாரை பார்த்திருக்கிறார்கள். அப்பொழுது சங்கராச்சாரியார் எல்லா மொழிக்கும் தாய்மொழி சமஸ்கிருதம்தான் என்று சொல்லும் பொழுது வள்ளலார், அப்படித் தாய்மொழி சமஸ்கிருதமாக இருக்க வேண்டுமானால் தந்தைமொழி ஒன்று இருக்க வேண்டுமல்லவா, அந்தத் தந்தைமொழி தமிழாகத்தான் இருக்க முடியும் என்று பதில் சொல்லியிருக்கிறார்கள். ஆக அவையெல்லாம் தமிழ் மண்ணில் பிறந்த வரலாறுகள், இந்த வரலாற்றை மறந்துவிட்டு ஒன்றுக்கொன்று கருத்து மோதலுக்கு வந்திருக்கிறது. ஆக வடமொழியா தமிழ்மொழியா என்றும், வடநாடா தென்நாடா என்றும், மேல்சாதியா, கீழ்ச்சாதியா என்ற நிலையைப் போக்க பாடுபட்ட சுயமரியாதை இயக்கம் பொதுவுடைமை இயக்கம் கொண்ட இந்த மண்ணில் இன்றைக்குத் தமிழ் எங்கே செல்கிறது என்பது ஒரு கேள்வி. பாரதி பிறந்த இடத்தில் இடதுசாரி இயக்கங்களும் பகுத்தறிவு இயக்கங்களும் போய் நிற்கும் பொழுது, அங்கே புத்தகங்களையெல்லாம் எடுத்து எரித்திருக்கிறார்கள் என்று சொன்னால் அங்கே மூடத்தனத்திற்கு இடம் கிடையாது. அப்படி சிந்தனைக்கும் இடம் தராத ஒரு இயக்கத்தைச்

சேர்ந்தவர்கள் தமிழகத்தில் காலூன்றிவிட்டார்கள். அந்த ஆபத்தைப் புரிந்துகொள்ள வேண்டும்.

ஆக யார் யாரைப் புறக்கணித்தார்கள் என்ற வரலாற்று நிலையில் உண்மைநிலை அறிந்து நாம் தவறுகளைப் புரிந்து திருத்திக்கொள்ள வேண்டும். நாங்கள் இந்த ஆண்டு முதல் பெரியாருக்கு மாலை அணிவித்து, மரியாதை செலுத்தியிருக்கிறோம் என்று முதல்வர் கலைஞர் அவர்களிடமும் சொல்லியிருக்கிறோம். ஹிரேன்முகர்ஜி The greater men in India is periyar என்று சொல்லியிருக்கிறார். அவ்வளவு பெரிய மனிதர் வாழ்ந்த மண்ணில் அவர் பெயரைச் சொல்லிக்கொண்டே இன்றைக்கு வேறு இயக்கத்திற்கு ஆதரவாகக் காலில் விழுந்திருக்கிற தன்மை வந்திருக்கிறது. அவர்கள் கொள்கைகளைக் காற்றில் பறக்கவிட்டுவிட்டார்கள். கொள்கைகளைச் சொன்னால் மட்டும் போதாது, கொள்கையில் நிலைத்து உறுதியாக நிற்க வேண்டும். அதனடிப்படையில் நாங்கள் இந்த ஆண்டு பெரியாருக்கும் பாரதிக்கும் மாலை அணிவித்திருக்கிறோம். தொடர்ந்து மாலை மரியாதை செய்வோம் என்ற முடிவும் எடுத்திருக்கிறோம்.

ஆகவேதான் இந்தக் காலத்தில் இதுபோன்ற சிறந்த கவிஞர்கள், சிறந்த சிந்தனையாளர்கள் இந்த மண்ணின் மைந்தர்களாக வாழ்ந்தவர்கள் அத்தனை பேரையும் பாராட்டி, மனிதரிடத்திலே சாதிப் பெயரில் மதத்தின் பெயரால் வேற்றுமை வராமல் தடுக்கவேண்டுமேயாயின் நல்ல நல்ல சிந்தனையாளர்களுக்கு இடம் கொடுத்து அந்த சிந்தனையை மேலும் மேலும் வளர்க்க வேண்டும், அந்தச் சிந்தனையை மக்களிடம் கொண்டுசேர்க்க வேண்டும் என்ற முறையில் நாங்கள் முயற்சிக்கிறோம். அந்தமுறையில் தற்செயலாக இந்தவிழா தமிழ்ஒளிக்கு வந்தது. அவரது 75வது ஆண்டு துவக்கத்தில் கொண்டாடவில்லையாயினும் இப்பொழுது விழா எடுத்திருக்கிறோம். எப்பொழுதும் அவரைப் பாராட்ட நாங்கள் தயக்கம் காட்டியது இல்லை.

இனிமேலும் பாராட்டுவோம். தொய்வு ஏற்பட்டதற்கு பல காரணங்கள் உண்டு நாங்கள் காரணமல்ல, நாங்கள் கிணற்றிற்குள் உள்ள தண்ணீர் போலத்தான். நாங்கள் ஏழைகள் போல். ஏழையின்சொல் அம்பலம் ஏறாது.

இன்றைக்கு நண்பர் சரவணன் தினமணியில் எழுதியிருக்கிறார் என்றால், அவர் பத்தாண்டுகளுக்கு முன்னால் தமிழ்ஒளி பற்றி எழுதினால் தினமணியில் போட்டிருக்கமாட்டார்கள். ஒரு நான்கு ஆண்டுகளுக்கு முன்னால் போட்டிருக்கமாட்டார்கள். இத்தனை ஆண்டுகளும் தொடர்ந்து நாங்கள் ஏழுதிக்கொண்டு வருகிறோம். எந்த ஆண்டும் அவரை விட்டுவிட்டது கிடையாது. ஆக இன்றைக்கு அவர் எழுதியிருக்கிறார் என்று சொன்னால் காலத்தின் தேவை, அந்தக் கருத்தின் தேவை அந்தக் கருத்தின் வலு இன்றைக்குத் தேவையாகும். ஆக தமிழ்ஒளியை மறந்தது கிடையாது என்பதை இங்கு நான் பணிவாகத் தெரிவித்துக்கொள்கிறேன். இனிமேலும் மறக்க மாட்டோம், இதை மக்கள் மத்தியில் கொண்டுசெல்வதற்கு தமிழ்ஒளியின் மீது அக்கறையோடும் அன்போடும் அவர் மீது பல்வேறு கருத்துக்களை ஆய்வுசெய்து வந்த நம்முடைய முனைவர் இளவரசு அவர்கள், முனைவர் அரசு அவர்கள், அம்மையார் அவர்கள் மற்றும் பல நண்பர்களும் அதற்கு ஒத்துழைப்பாக இருக்கவேண்டும் என்று கேட்டுக் கொள்கிறேன்.

இந்த 75வது ஆண்டில் 75 பேர்களாவது கூடியிருப்பது அவசியம்தான். பாரதியார் இறந்தபோது 11 பேர்கள்தான் போனார்கள். தமிழ்ஒளியின் சிறப்பு காலம் செல்லச்செல்ல உயரும், அதற்கான படைகள் நாங்கள் எங்களை அர்ப்பணித்துக்கொள்வோம் என உறுதி எடுத்துக் கொண்ட அதற்கு தமிழ்நாடு கலை இலக்கியப் பெருமன்றம் அந்த நல்ல காரியத்தைச் செய்யும்: நீங்கள் சிறந்த அறிவாளிகள் ஒத்துழைப்பு தருமாறு கேட்டுக்கொள்கிறேன். என்றைக்கும் தமிழ்ஒளி பற்றி ஆரம்ப காலம் முதல் துணையாக இருந்து

அவரது கொள்கையினைப் பரப்புவதை லட்சியமாகக் கொண்டிருக்கக்கூடிய நண்பர் சஞ்சீவி அவர்கள் எனக்குத் தமிழ்ஒளி பற்றி பலநூல்கள் கொடுத்திருக்கிறார். அது தவிர பல இடங்களில் அவரைப்பற்றிக் கேட்டு அறிந்திருக்கிறேன். சஞ்சீவி அவர்களின் வேண்டுகோளை ஏற்று இந்த விழாவுக்கு ஏற்பாடு செய்தோம். அதனால் சஞ்சீவியை நாம் என்றும் பாராட்டியிருக்கிறோம். அதனால் அவருக்கு மரியாதை கொடுக்கிறோம். இத்துடன் என்னுரையை முடித்துக் கொள்கிறேன். நன்றி வணக்கம்.

இவ்வாறு தோழர் ஆர்.என்.கே. அவர்கள் உரையாற்றினார்.

தொகுப்பு:

மு. வெங்கடாசலபதி எம்.ஏ; எம்.ஃபில்

(தாமரை, டிசம்பர் 1998)

மக்களா? மதமா?
விவேகானந்தரின் விளக்கம்

இந்தியநாடு தொன்மையானது; காசி முதல் கன்னியாகுமரி வரை விரிந்து பரந்து கிடக்கும் பெரிய நாடு. பல்வேறு மதங்கள், இனங்கள், மொழிகள், சாதிகள் நிறைந்த நாடு. இவ்வாறு இருப்பதால், 'வேற்றுமைகள் இடையே ஒற்றுமை' என்ற கருத்துப்பொருளுக்கு இலக்கணமாக திகழ்ந்துவரும் நாடு என்ற பெருமை படைத்துள்ளது.

நாடு விடுதலையடைந்த பின்னர் ஏற்றத் தாழ்வான வளர்ச்சியினால் ஏற்படும் புதிய பிரச்சினைகள்; எதையும் வர்த்தக நோக்கோடு அணுகும்முறை வளர்ந்து வருகிறது. இதனால் மனித மதிப்பு குறைந்து வருகிறது.

இவைகளைத் தீர்ப்பதற்குக் கொள்கைக் கோட்பாடுடன் உறுதியான நடவடிக்கைகள் எடுக்கத் தவறியதினாலும், மக்களையும் பண்பாட்டு ரீதியான வளர்ச்சியில் ஈடுபடுத்தாததினாலும் பெரும் பாதிப்புகள் ஏற்பட்டுள்ளன. எரிமலைகளைப் போல் வெடித்துக் கிளம்பி வரும் புதிய சவால்களைச் சமாளிக்க முடியாமல் திண்டாடிவருகிறோம்.

நடுச்சந்தியில் நிற்கும் இந்திய நாட்டுக்கு, சுவாமி விவேகானந்தரின் கருத்துக்கள் கலங்கரை விளக்காக ஒளி வீசி வழிகாட்டுகின்றன.

விவேகானந்தரின் 131-வது ஆண்டு பிறந்த நாள் விழா 12-1-1993. சிகாகோவில் நடைபெற்ற மதங்களின் உலக மாநாட்டில் 1893-ல் கலந்துகொண்டார். அவருடைய உரையை அனைவரும் பாராட்டினர். உலகப்புகழ் பெற்ற

சிகாகோ சொற்பொழிவின் 100-வது ஆண்டை நாடு முழுதும் கொண்டாடத் திட்டமிடப்பட்டுள்ளது.

சுவாமி விவேகானந்தரின் ஆத்திகக் கருத்துக்கள் நமக்கு உடன்பாடில்லாமலிருக்கலாம். ஆனால் மனித வாழ்க்கையை மேம்படுத்தும் வகையில் மதத்தை அணுகி வரும் புறநிலைக் கருத்து முதல்வாதியாக (Objective idealist) விவேகானந்தர் விளங்குகிறார். "உலகச் செல்வங்கள் அனைத்தையும் விட அதிக மதிப்புடையவன் மனிதன்" என்று மனித குலத்தின் மீதுள்ள தனது கருத்தை அறுதியிட்டுக் கூறுகிறார். "மானிடப் பிறவி வேண்டேன்; பிறப்பறுக்க வேண்டும்" என்று ஆண்டவனிடம் வரம் கேட்கும் மதவாதிகளுக்கு முற்றிலும் வேறுபட்டவராக விவேகானந்தர் திகழ்கிறார்.

"இந்தியா முழுதும் கோயில்கள் கட்டுகிறீர்கள். ஆனால் கீழ்த்திசை நாடுகளின் அவசரத் தேவை சமயம் அன்று - அவர்களிடம் சமயம் நிறைய உள்ளது. எரிகிற இந்தியாவில் அவதியுற்றுக்கொண்டிருக்கும் அந்த லட்சக்கணக்கான மக்கள் தொண்டைத்தண்ணீர் வற்றக் கூக்குரலிடுவது உணவுக்காகத்தான். அவர்கள் உணவு கேட்கிறார்கள். நாம் கற்களைக் கொடுக்கிறோம். பசியால் வாடும் மக்களுக்கு மதப்பிரச்சாரம் செய்வது அவர்களை அவமதிப்பதாகும். பசியால் துடிப்பவனுக்குத் தத்துவபோதனை செய்வது அவனை அவமதிப்பதாகும்"

(சிகாகோ சொற்பொழிவு)

விவேகானந்தர் ஆத்திகவாதி, கடவுள் நம்பிக்கை கொண்டவர் மத நம்பிக்கையுள்ளவர், ஆனால் "மக்கள் சேவையே மகேசன் சேவை" என்ற ஆழமான கருத்துடையவர்.

மனிதகுல வளர்ச்சியின்மீது அக்கறையுள்ளவராக இருந்ததினால்தான், மீளாத் தூக்கத்திலுள்ள இந்தியர்களை 'விழிமின் - எழுமின் - வெற்றி கிட்டும் வரை ஓயாதீர்" என்று பள்ளியெழுச்சியாகப் பறைசாற்றினார்.

மதவாதியான விவேகானந்தரைப் பொருள் முதல்வாதிகளான கம்யூனிஸ்ட்கள் ஆதரிக்கலாமா? என்ற ஐயத்தைச் சில மதவாதிகள் கிளப்புகிறார்கள்.

மதத்தைப் பற்றி வரலாற்றியல் பொருள் முதல் வாதக் கண்ணோட்டத்தில் கார்ல் மார்க்ஸ் ஆய்வு செய்துள்ளார்.

"மதம் - உண்மைக் கொடுந்துயரத்தின் வெளிப்பாடே, அதேபோது உண்மைக் கொடுந்துன்பத்தின் மறுப்பே மதத்துயரம் எனப்படுவது. **மதம் ஒடுக்கப்பட்ட உயிரின் பெருமூச்சு.** இதயமற்ற உலகின் இதயம். ஆன்மா அற்ற நிலைகளின் ஆன்மாவைப்போல, **அது மக்களுக்கு அபினி"** (மார்க்ஸ்-ஏங்கெல்ஸ் - 'மதம் பற்றி').

(மனிதன் அறிவியல் வளர்ச்சி ஏற்படாத காலத்தில், இயற்கையின் சீற்றங்களிலிருந்து மீளமுடியாத நிலையில், மனித சக்திக்கும் மேலான - சக்தி படைத்த ஒன்று இருப்பதாக ஆண்டவனை நம்பினான் - தொல்லைகளைத் தவிர்க்க இறைவன் அருள் வேண்டிக்கெஞ்சினான்).

மனிதகுல வரலாற்றின் வளர்ச்சி விதிகளையும், இயற்கைக்கும் - மனிதனுக்கும் உள்ள உறவுகளையும் பொருள் முதல்வாத அடிப்படையில் ஆய்வு செய்து கார்ல் மார்க்ஸ் மதம் பற்றிய தனது கருத்தைத் தெரிவித்துள்ளார். மார்க்ஸின் கருத்தின் சாரத்தைப் புரிந்துகொள்ளாமல் "மதம் மக்களுக்கு அபினி" எனும் இறுதி வாக்கியத்தைத் தனியாகப் பிரித்துச்சொல்லப்பட்டதன் காரணமாகப் புத்தர், ஏசுநாதர், நபி நாயகம், ராமானுஜர், ராமகிருஷ்ணர், விவேகானந்தர், வள்ளலார் போன்றோரும் மற்றும் பக்தி இலக்கியங்களும் - மக்களின் வாழ்வில் ஏற்படுத்திய தாக்கங்களைச் சரியாகக் கணிக்க முடியாத தவறுகள் அவ்வப்போது நிகழ்ந்துள்ளன. இதனால் சமரச சன்மார்க்கப் பற்றுள்ள மத நம்பிக்கையுள்ள வர்களையும் எதிராளிகளாகக் கருதும் நிலை ஏற்பட்டதுண்டு. சாதாரண மக்களிடம் முற்போக்குக் கருத்துக்கள் பரவவிடாமல்

தடுப்பதற்குத் தீவிர சனாதன மதவாதிகளும் இத்தகைய நிலைகளைச் சாதகமாகப் பயன்படுத்திக்கொண்டனர்.

மனித இன வளர்ச்சியில் உற்பத்தி சக்திகளும், உற்பத்தி உறவுமுறைகளும், வாழ்க்கையை நிர்ணயிக்கின்றன. இயற்கைச் சீற்றங்களிலிருந்து மனிதன் தப்பித்து உயிர் வாழ எடுத்துவரும் முயற்சிகளும் முக்கிய காரணிகளாக உள்ளன. இயற்கையின் பல்வேறு வெளிப்பாடுகளைத் தெய்வங்களாகக் கருதி வணங்கினான். அவைகளால் இடையூறுகள் வராமல் தடுக்க நரபலி கூடக் கொடுத்துவந்தான். இதன் மூலம் தீமைகளைத் தடுக்க முடியுமென்று நம்பினான்; இன்றும் பின்தங்கிய மக்களிடையே இத்தகைய மூடநம்பிக்கையைக் காண்கிறோம்.

பட்டறிவின் மூலமும் படிப்படியாக மேலும் மேலும் புதுப்புது ஆய்வுகள் மூலமும் அறிவியல் கண்டுபிடிப்பு களினால், இயற்கை விதிகளைப் புரிந்து, சேதங்களைக் குறைத்து, வாழக்கற்றுக்கொண்டு வருகிறோம்.

புதிய வாழ்க்கை முறைகளுக்கு, பழைய சமூகக் கட்டுக்கோப்புகளும், பழக்க வழக்கங்களும், கருத்துகளும் தடையாக உள்ளன. **புதிய மாற்றத்தை விரும்பாத பழமைவாதிகளும், மத அடிப்படைவாதிகளும் மதச் சடங்கு ஆச்சாரங்களை மையமாக வைத்து, மாற்றத்தை எதிர்த்து வருகிறார்கள். சாதாரண மக்களின் அறியாமையைப் பயன்படுத்தி தங்களுடன் அணி சேர்த்துக்கொள்ள முயற்சித்து வருகிறார்கள்.**

காலாவதியான பழமை கருத்துக்களையும், சடங்குகளையும் எதிர்மறை நடவடிக்கைகளால் மட்டும் தடுத்துவிட முடியாது என்பதைப் பல்வேறு அனுபவங்கள் எடுத்துக்காட்டுகின்றன. புறச் சூழ்நிலைகளும் உருவாக வேண்டும். மனித நேயமிக்க ஆத்திகவாதிகள், அறிஞர்கள் துணைகொண்டுதான் பழமைக் கருத்துக்களையும், பழக்க வழக்கங்களையும் பரவாமல் தடுக்கமுடியும்.

இந்தியாவில் மதவெறி வகுப்புவாத சக்திகள் மதக் கலவரங்களைத் தூண்டிவருகின்றன. இந்துமத வெறியர்களை எதிர்த்து சுவாமி விவேகானந்தர் சொல்லிய கருத்துக்கள் நூறாண்டுகள் கழித்தும் வலுவானதாக உள்ளன; வழிகாட்டும் பேருரைகளாகத் துணைபுரிகின்றன.

சிகாகோ சொற்பொழிவும், 'எதிர்கால இந்தியா' என்ற தலைப்பில் சென்னை நகரில் பேசிய பேச்சும் இன்றும் நம் நாட்டுக்குப் பொருத்தமான அறிவுரையாக ஒலித்து வருகின்றன.

சிகாகோ சொற்பொழிவில் "பிற சமயக் கொள்கைகளை வெறுக்காது மதித்தல், அவற்றை எல்லோரும் ஏற்றுக் கொள்ளுதல் ஆகிய இரு பண்புகளை உலகத்துக்குப் புகட்டிய சமயத்துக்குரியவன் என்பது குறித்து நான் பெருமை அடைகிறேன்".

அளவுக்கு மீறிய மதப்பற்று, மூடபக்தி, இவற்றிலிருந்து தோன்றிய மதவெறி, இவை இந்த அழகிய உலகை நெடுநாளாக இறுகப் பற்றியுள்ளன; வன்முறையை நிரப்பியுள்ளன; அடுத்தடுத்து உலகை உதிரப்பெருக்கில் மூழ்கடித்து நாகரிகத்தை அழித்து, எத்தனையோ சமுதாயங்களை நம்பிக்கை இழக்கச் செய்துவிட்டன. அந்தப் பயங்கரப் பைசாசக் கொடூரச் செயல்கள் தோன்றாதிருப்பின் **மனித சமுதாயம் இன்றிருப்பதைவிடப் பன்மடங்கு உயர்நிலை எய்திருக்கும்"** என்று பேசியிருக்கிறார்.

(சிகாகோ சொற்பொழிவு)

சிகாகோ மாநாடு விவேகானந்தரை உலகுக்கு அறிமுகப்படுத்தியது. மதங்களைப் பற்றிய அவரின் அணுகுமுறை புதிதாகத் தோன்றியது. மேலை நாடுகளில் பயணத்தை முடித்துவிட்டு தாய்நாடு திரும்பினார். இலங்கை வழியாக இந்திய நாட்டின் எல்லையான ராமேஸ்வரத்தில் வந்திறங்கினார். இந்தியப் பெருமையை உலகுக்கு வெளிப்படுத்திய ஞானச்

செம்மலுக்கு தமிழகமே திரண்டு வரவேற்பளித்தது. 1897-ல் சென்னையில் 'எதிர்கால இந்தியா' என்ற தலைப்பில் பேசினார். இப்பேருரை நூறாண்டுகளுக்குப் பின்னரும் இன்றைய இந்தியாவுக்கு விடப்பட்டுள்ள அறிவுரையாக விளங்குகிறது.

"நமது நாட்டின் எதிர்கால வாழ்க்கைக்கு மத ஒற்றுமை மிக அவசியமானதாகும்... கிறிஸ்தவர்களும், முகமதியர்களும், பௌத்தர்களும் சொல்லுகின்ற பொருளில் ஒருமதமல்ல; நம்முடைய மதப்பிரிவுகள் பல்வேறு விதமான முடிவுகளைக் கொண்டிருக்கின்றன. எல்லோரும் அவர்களுக்கேற்ற முறையைப் பின்பற்றி தங்கள் வாழ்க்கையை நடத்த நம் மதம் எல்லையற்ற சுதந்திரம் அளிக்கிறது - இந்த ஜீவாதாரமான கொள்கைகளை நாம் அனைவருக்கும் உபதேசம் செய்யவேண்டும். இதுதான் நாம் செய்யவேண்டிய முதல் வேலை.

அடுத்த ஐம்பது ஆண்டுகளுக்கு இந்த மகத்தான நம் தாய் நாட்டைப் பற்றியே நாம் நினைப்போமாக. அது ஒன்றே நமது வாழ்க்கையின் முக்கிய அம்சமாக இருக்கட்டும். இக்காலத்தில் மற்றெல்லாத் தெய்வங்களும் நம் மனதைவிட்டு அகலட்டும். நமது தேசம், நமது மக்கள், இவைதான் நம் உயிருள்ள தெய்வங்களாக விளங்குகின்றன. நம்மைச் சுற்றியிருப்பவர்களைத் தெய்வமாக மதித்து வழிபாடு ஆற்றுங்கள்".

"எதிர்கால இந்தியா"

எதிர்காலத்தில் இந்தியநாடு எப்படி இருக்க வேண்டுமென்று விவேகானந்தர் நினைத்தாரோ அந்த நாடு இன்னும் உருவாகவில்லை. மதத்தைப்பற்றி விவேகானந்தர் கூறிய அறிவுரைகளுக்கு விவேகானந்தர் சின்னத்தைச் சுமந்துள்ள விசுவ ஹிந்து பரிசத் போன்ற அமைப்புகளே எதிர்மறையாகச் செயல்படுகின்றன. பி.ஜே.பி., விசுவஹிந்து பரிசத், பஜ்ரங்தள், ஆர்.எஸ்.எஸ், சிவசேனா போன்ற அமைப்புகள் இஸ்லாமியர்களை எதிர்க்கும் மதவெறிக்கு "இந்து ராஜ்ஜியம்"

எனும் இந்துத்துவக் கொள்கையைப் பிரகடனப்படுத்தி வருகிறார்கள்.

விவேகானந்தர் இந்திய நாட்டின் கலாச்சாரத்தை இந்து மதக்கலாச்சாரமாகக் கருதவில்லை. பல்வேறு கூட்டுக்கலாச்சாரமாக - அழகிய கதம்ப மாலையாகச் சித்திரிக்கிறார்.

பல்வேறு உயர்ந்த கலாச்சாரங்களை உள்வாங்கிக் கொண்டு இந்தியக் கலாச்சாரம் வளரவேண்டும். உலகிலிருந்து இந்திய நாடு ஒதுங்கி தனிமைப்பட்டுவிடக் கூடாது என்று விரும்பினார்.

'மிலேச்சன் என்ற வார்த்தையை (இந்து அல்லாதவன்) என்றைய தினம் கண்டுபிடித்தார்களோ, அன்றைய தினமே இந்தியாவின் வீழ்ச்சி ஆரம்பித்துவிட்டது. பிறருடன் தொடர்புகொள்ள முடியாதபடி தடை செய்துவிட்டது' என்று இந்திய நாட்டின் வீழ்ச்சியின் துவக்கத்தை விளக்குகிறார். உலக நிகழ்ச்சிகளோடு இணைந்து நின்று நாடு முன்னேற வேண்டுமென்று கருதினார்.

சுவாமி விவேகானந்தரின் விசாலமான தொலைநோக்கு விமர்சனப் பார்வையை இந்து வகுப்பு வெறி அமைப்புகள் மறுத்துவருகின்றன. விவேகானந்தரின் உயிர்த்துடிப்பான ஒற்றுமைக் கருத்துக்களைத் திட்டமிட்டு மறைத்துவிட்டு, இந்து என்ற சொல்லையே பயன்படுத்தி மக்களிடையே பகைமையைத் தூண்டிவிடுகிறார்கள்.

ஆகவே விவேகானந்தரின் உயர்ந்த கருத்துக்களைப் பரப்பக் கடமைப்பட்டுள்ளோம். குறிப்பாக சிகாகோ சொற்பொழிவின் நூற்றாண்டு விழாவினையொட்டி இதை நினைவு கூர வேண்டியது அவசியமாகும்.

விவேகானந்தர் ஞானியே ஆனாலும் இந்திய விடுதலை இயக்கத்தின் ஞானத்தந்தை. புத்தெழுச்சிக்குப் பூபாளம் இசைத்தவர். அமரர் ஜீவா கூறியதுபோல் காவி உடை உடுத்திய புரட்சிக்காரர்.

விவேகானந்தர் உணர்ச்சிப் பிழம்பாக வாழ்ந்து, முப்பத்தியொன்பதாவது வயதில் உயிர் நீத்தார். அவரின் 131-வது ஆண்டு நினைவைக் கொண்டாடுகிறோம். ஆனால் விவேகானந்தரின் கருத்துக்கள் இன்றும் இளமையாக ஒலித்துக்கொண்டிருக்கின்றன. அவருடைய தோற்றத்தைப் போலவே கருத்துக்களும் இந்திய மக்களை வாழ்விக்க வைக்கும் கருவூலங்களாகத் திகழ்கின்றன.

நோபல் பரிசு பெற்ற உலக முற்போக்கு எழுத்தாளரும் பிரெஞ்சு நாட்டைச் சேர்ந்தவருமான ரோமான் ரோலண்ட் 1928-ல் விவேகானந்தரைப் பற்றி எழுதிய நூலில் "அந்தச் சிதையிட்ட தீ இன்னும் அணையா விளக்காக ஒளிவீசுகிறது. 'பீனிக்ஸ்' என்ற பழங்காலப்பறவை, தன்னைச் சுட்டெரித்த சாம்பலினின்னு இளமைப் பொலிவுடன் வெளிப்போந்து சிறகடித்து சென்றதைப்போல, விவேகானந்தரது சாம்பலினின்று புதிய பிரக்ஞையுடன் கூடிய இந்தியா கிளர்ந்தெழுந்துள்ளது" என்று முடிக்கிறார். **எழுத்தாளர் ரோமான் ரோலண்டில் எதிர்பார்ப்பு இன்னும் நிறைவேறவில்லை. இருபத்தியோராவது நூற்றாண்டுத் துவக்கத்திலாவது புதிய இந்தியாவை உருவாக்க உறுதி கொள்வோம்.**

தாமரை, பிப்ரவரி, **1993.**

> மிகப் பெரும்பாலான மக்களுக்கு எழுத்தறிவு கிடையாது: எனவே அவர்களுக்கு நல்ல இலக்கியங்கள் பற்றித் தெரிந்துகொள்ள வாய்ப்பில்லை. எழுதப் படிக்கத் தெரிந்த சிலரும் மட்டரகமான தரங்கெட்ட கதைகளையே படிக்கிறார்கள்.
>
> -சப்தர் ஹஷ்மி

வேதம் பரப்பிய பாதுஷா

நம் நாட்டில் எல்லாப் பகுதிகளிலும் பண்டைக் காலங்களில் கூட்டம் கூட்டமாக மக்கள் குடிபெயர்தல் நடந்துள்ளது. பிற்காலத்தில் அந்நியப்படையெடுப்புகள் கடல் அலை போல் ஒன்றன்பின் ஒன்றாக நிகழ்ந்துள்ளன.

ஆங்கிலேயர்கள் இருநூறு ஆண்டுகள் நம் நாட்டை ஆண்டார்கள். செல்வாதாரங்கள் அனைத்தையும் பிரிட்டனுக்கு எடுத்துச்சென்றனர். எந்திர வளர்ச்சிக் காலமாக இருந்ததால் அவர்களை அறியாமலேயே சில வரலாற்றுக் கடமைகளைச் செய்யவேண்டியிருந்தது. இதன் விளைவாக ஆங்கிலச் சொற்கள் சாதாரண எழுத்தறிவில்லாத வர்களிடம் கூடப் பழக்கத்தில் வந்துவிட்டன. உடைகளில் கூட மாற்றத்தை ஏற்படுத்திவிட்டது.

ஆங்கிலேயர்களுக்கு முன்பு முகலாயர்கள் அறுநூறாண்டுகள் ஆட்சி நடத்தினார்கள். அவர்கள் பல்வேறு வகைகளில் இன்னல்கள் விளைவித்தாலும் இந்தியாவைச் சுரண்டி வெளிநாடுகளுக்கு அனுப்பவில்லை. இந்திய நாட்டையே தாயகமாகக் கருதித் தங்கிவிட்டனர். நாட்டின் ஏற்றத்தாழ்வுகளிலும் இன்ப துன்பங்களிலும் இரண்டறக் கலந்துவிட்டனர்.

இந்திய சமூக அமைப்பின் காரணமாகச் சாதிக்கட்டுக் கோப்புகளில் அல்லலுற்ற, அடக்கப்பட்ட மக்கள் இஸ்லாம் மதத்துக்கு மாறினார்கள். இன்று நாட்டில் வாழும் இஸ்லாமியர் யாரும் வெளிநாட்டிலிருந்து குடிபுகுந்தவர் களல்ல; இந்துக்களாக இருப்பவர்களின் மூதாதையர்களின் ரத்தக்கலப்புள்ள உறவினர்களேயாவர்.

முகலாய சாம்ராஜ்யங்கள் நிறுவப்பட்ட காலத்திலிருந்து பல்வேறு நிர்வாக முறைகள் அமுலாக்கப்பட்டு வந்துள்ளன. சில மன்னர்கள் காலத்தில் இந்துக்கள் மீது தனி வரியும் போடப்பட்டன; ஆனால் அதே காலத்தில் ஆட்சியை நீடித்துக்கொள்ள, மக்கள் ஆதரவைப் பெற இந்துக்களின் கோயில்களைக் கட்டவும், பொது நலனுக்காகவும் மானியங்களும் அளித்துள்ளார்கள்.

அக்பரும், திப்பு சுல்தானும் இந்து மதத்தினர்களோடு அதிகமான நெருக்கமும் உறவும் கொண்டிருந்தார் களென்பதற்கு ஆதாரங்கள் நிறைய உள்ளன.

இந்தியப் பரம்பரைக் கட்டிட அமைப்பில் மத்திய ஆசியக் கட்டிடக்கலையையும் இந்திய நாட்டில் அறிமுகப் படுத்தினார்கள். தாஜ்மகால் போன்ற கூருருளை வடிவக்கோபுரங்கள் அமைப்புக் கட்டிடங்கள் உருவாக்கப்பட்டன.

எல்லோரா, கஜ்ஜுரோ, மதுரை போன்ற இடங்களில் பண்டைய மரபு வழிக்கட்டிடங்களும் ஓவியமும் சிற்பங்களும் அமைக்கப்பட்டுள்ளன.

இரண்டு கட்டிடக் கலாச்சாரங்களும் இணைந்து, ஆக்ராவிலுள்ள கோட்டை பாத்பூர் சிக்ரி, மத்திய பிரதேசம், ராஜஸ்தான் மாநிலங்களிலும் ஜேசல்மார் கோட்டை போன்ற அழகிய அழியாத நினைவுச் சின்னங்களாகத் திகழ்கின்றன.

பக்தி இயக்கம் பரவிய காலத்தில் ‘சிருங்கார ரசத்தை’ இணைத்ததில் முகலாயக் கலாச்சாரத்துக்கும் பங்கு உண்டு. இசை அமைப்புகளிலும் ‘கஜல்’ என்ற புதிய இசை வடிவம் 18-வது நூற்றாண்டில் உருவாக்கப்பட்டதாகவும் ஆய்வாளர்கள் அறிவிக்கிறார்கள்.

ஔரங்கசீப் பற்றிய எதிர்ப்புக் கருத்துக்கள்தான் அதிகமாகப் பரப்பப்பட்டுள்ளன. ஆனால் அதிகமான இந்து மத அமைப்புகளுக்கு மானியங்கள் கொடுத்ததாக வரலாற்றுக் குறிப்புகள் உள்ளன.

வேதநூல்களைப் பரப்பிய இஸ்லாமிய மன்னர்

ஔரங்கசீப்பின் மூத்த அண்ணன் தாராஷ்கோ. இவர் காசி மண்டலத்தை ஆட்சி செய்துவந்தார்.

"1657-ஆம் ஆண்டில் பல இந்து பண்டிதர்களின் உதவியைக்கொண்டு ஐம்பது முக்கியமான உபநிஷத்துக்களை பார்ஸி மொழியில் முதன் முதலில் மொழி பெயர்த்தார். இந்தப் பார்ஸி மொழி பெயர்ப்பை வைத்துக் கொண்டே 1801-ம் ஆண்டில் லத்தீன் மொழியில் முதன் முதலில் உபநிஷதங்களை மொழிபெயர்த்தார்கள். இதன் பிறகு மேற்கு நாடுகளில் நமது தர்ம நூல்களான வேதம் உபநிஷதம், கீதை முதலியவற்றின் பெருமை பரவத் தொடங்கியது.

இஸ்லாமிய அரசனும், அறிஞனுமாகிய தாராஷ்கோவின் உயர்ந்த பரந்த நோக்கமும் சமஸ்கிருத மொழிப்புலமையும் மேலான குணமுமே நமது தர்ம நூல்கள் உலகம் முழுதும் பரவுவதற்குக் காரணமாக இருந்தது என்பதை நாம் மறந்து விடக்கூடாது.

திரு. கிரிதாரி பிரசாத் எழுதிய கீதைப்பேருரைக்கு டாக்டர் திரு. நா. மகாலிங்கம் எழுதிய முன்னுரையில் இது குறிப்பிட்டுள்ளார்.

குமரகுருபர சுவாமிகளும் பாதுஷாவும்

சுவாமி குமரகுருபரர் காசிக்குச் சென்றார். தாராஷ்கோவின் ஆட்சிக்காலத்தில் தமிழகத்தின் தென்கோடியிலுள்ள தாமிரபரணி நதிக்கரையிலுள்ள ஸ்ரீவைகுண்டத்தில் பிறந்தவர் இவர். குமர குருபரர் வடமொழியில் பெரும் புலவர். தமிழில் புகழ்மிக்க கவிஞர். அவர் பாடியுள்ள பிள்ளைத்தமிழ் தமிழுலகம் இன்றும் போற்றிப் படிக்கும் நூல்.

தாராஷ்கோவின் தர்பாருக்கு அவர் சிங்கத்தின் மேல் ஏறிச்சென்றதாகச் சொல்லப்படுகிறது. முகலாயப் பாதுஷாவின் அரசவையில் சைவ சித்தாந்தத்தைப் பற்றியும் மத நல்லிணக்கத்தைப் பற்றியும் விளக்கிப் பேசினார்.

குமரகுருபரரின் தத்துவச் சிறப்பையும் விவாதத் திறமையையும் கேட்ட பாதுஷா, அனைத்து மதத்தினரையும் அழைத்து மாநாடு நடத்தினார். அந்த மாநாட்டிலும் குமரகுருபரரின் சிறப்பைக் கண்ட தாராஷ்கோ, காசியில் வசிப்பதற்கு நில மானியமும் நன்கொடையும் கொடுத்துப் பாராட்டினார். **"காசியில் குமாரசாமி மடம்"** இன்றும் கங்கைக் கரையில் உள்ளதைப் பார்க்கலாம். காசிவாசி அருள் நந்தித் தம்பிரான் என்ற பெயரில் திருப்பனந்தாள் மடம் திகழ்கிறது.

கேதாரநாத்திலும் தாராஷ்கோவின் நிதி உதவியுடன் கட்டிடங்களைக் குமரகுரு எழுப்பினார். (இது திரு. அருணாசலம் அவர்கள் எழுதிய குமர குருபரசுவாமிகள் ஆங்கில வரலாற்றுக் குறிப்பிலிருந்து எடுக்கப்பட்டது).

மேலே எழுதப்பட்டுள்ள சிறு நிகழ்ச்சி கடந்த கால வரலாற்றில் ஒரு சிறு கூறேயாகும்.

வரலாற்றில் இரு பக்கங்கள் உள்ளன. இந்துக்களுக்கு எதிரான முகலாய மன்னர்கள் சிலரின் நடவடிக்கைகளுக்குப் பழிவாங்க முயற்சித்தால் மனித குல வரலாற்றில் ரத்தக்களறிதான் மிஞ்சும்.

இந்து, சமணம், பௌத்தம், முஸ்லீம், கிறிஸ்தவம், பார்ஸி மற்றும் பல்வேறு மதங்கள் இந்தியாவில் உள்ளன. அனைத்தும் இணைந்து உருவாக்கப்பட்ட கலப்புக் கலாச்சாரம் கதம்ப மலராகக் காட்சி தருகின்றது. ஒவ்வொரு மலருக்கும் தனிச்சிறப்பு உண்டு. நாட்டில் வாழும் தேசிய இனங்கள் அனைத்துக்கும் தனித் தனிச் சிறப்பு இயல்புகள் உள்ளன. இந்தியப் பெருநாடு என்ற முறையில் இணைந்த இந்தியக் கலாச்சாரமாக இமயம்போல் சிறந்து விளங்குகின்றன. இதை மதக்குகைக்குள் சிக்க வைத்து நாட்டைப் பிரிக்க முயற்சிக்கும் மதவெறிக்கு முடிவுகட்ட வேண்டும்! கலாச்சார ஒற்றுமையை ஒருமைப்பாட்டைக் காக்க உறுதி கொள்வோம்.

தாமரை, தமிழ்ப் புத்தாண்டு மலர், ஏப்ரல் 1993)

இராஜாஜியின் சதிராட்டங்கள்

இந்தியா சுதந்திரம் பெற்றபிறகு நேருஜியின் தலைமையில் எந்த வல்லரசு முகாமிலும் சேராமல் நடுநிலைமைக் கொள்கையைக் கடைப்பிடித்து வந்ததால் பாரதத்தின் கௌரவம் உயர்ந்துள்ளது. பொதுத்துறையில் பிலாய், ரூர்கோலா, துர்க்காபூர் உருக்குத் தொழிற்சாலைகளும், நெய்வேலி போன்ற நிலக்கரிச் சுரங்கங்களும் ஏற்பட்டுள்ளன. ஹிராகுட், பக்ராநங்கல், நந்தி கொண்டா, பரம்பிக்குளம், சாத்தனூர். மணிமுத்தாறு அணைக்கட்டுகளும் கட்டப்பட்டுள்ளன. நேருஜியின் தலைமையிலுள்ள இந்திய சர்க்கார், கோஷ்டி சேராத நடுநிலைக் கொள்கை, ஐந்தாண்டுத் திட்டங்கள், பொதுத்துறை ஆகிய கொள்கைகளைக் கடைப்பிடித்திராவிட்டால் நாட்டில் இவ்வளவு பெரிய திட்டங்களைப் பதினைந்து ஆண்டுகளில் கனவிலும் நினைத்திருக்கமுடியாது.

சீனா ஆக்கிரமிப்பினால் இந்தியாவில் நெருக்கடி நிலைமை ஏற்பட்டுள்ளது. எரிகிற வீட்டில் பிடுங்கினது லாபமென்ற முறையில் நாட்டிலுள்ள பிற்போக்குக் கூட்டமெல்லாம் இராஜாஜியின் தலைமையில் கூக்குரல் கிளப்ப ஆரம்பித்து விட்டனர். சீன ஆக்கிரமிப்பை முறியடிக்க ஆயுதம் தருகிற அமெரிக்காவிடம் அடிமை சாசனம் செய்துகொள்ள வேண்டுமென்கிறார் இராஜாஜி. இப்பொழுது குறைந்த விலையில் ஆயுதம் கொடுக்க முன்வரும் அமெரிக்கா சில ஆண்டுகளுக்கு முன்பு இதே ஆயுதங்களுக்குப் பத்து மடங்கு விலை கேட்டதாக நேருஜியே மக்கள் சபைக் கூட்டத்தில் கூறியுள்ளார்.

“மகன் செத்தாலும் பரவாயில்லை, மருமகள் தாலி அறுக்கவேண்டும்” என்று அடம்பிடித்து நிற்பாள் கிழட்டு மாமி. அதுபோலத்தான் இந்தியாவும், மக்களும் என்ன கதி அடைந்தாலும் கவலையில்லை. மத்திய சர்க்காரில் நேருஜியும், மாகாண சர்க்காரில் காமராஜரும் பதவியை இழக்க வேண்டுமென்ற ஒரே குறிக்கோளில்தான் சக்கரவர்த்தி ஸ்ரீ சி. இராஜகோபாலாச்சாரியார் வேலை செய்து வருகிறாரென்பதை முறையே அரசியல் தெரிந்தோர் ஒத்துக்கொள்வார்கள்.

நேருவும், மேனனும் பன்னீராயிரம் மைல் பிரதேசத்தை சீனா ஆக்கிரமிக்க விட்டுவிட்டார்களென்று பிரச்சாரம் செய்துவந்தது இராஜாஜி-கிருபளானி கம்பெனி. அக்டோபர் மாதத்தில் எல்லையில் சீனரின் படையெடுப்பை எதிர்த்து முறியடிக்க நாட்டு மக்களின் ஒத்துழைப்பைக் கோரினார் நேருஜி. மக்களின் ஆர்வம் பொங்கியது. நேருவின் தலைமையில் தேச ஒற்றுமை உணர்வு ஓங்கியது.

நேருஜியின் செல்வாக்கு உயர்வதைக் கண்ட இராஜாஜி திடீரென்று திருவாய் மலர்ந்தார். “**வெறும் எல்லைச்சண்டை**தான். சில நாட்களில் நின்றுவிடும். பெரும் தயாரிப்புகள் தேவையில்லை” என்றார். எல்லைச் சண்டை வலுத்தது. சீன ஆக்கிரமிப்பை முறியடிக்கப் பெரும் தயாரிப்புகளில் இறங்க வேண்டிய நிலை வந்தது. உடனே தீர்க்கதரிசி இராஜாஜி கிளம்பினார். போர்க்குரல் எழுப்புகிறார். “மேனனை வெளியேற்ற வேண்டும். நேருஜியின் கொள்கை மாறவேண்டும். சீனரை முறியடிக்க சீன உள்நாட்டில் விமானத் தாக்குதல் தொடுக்க வேண்டும். கோஷ்டி சேராக் கொள்கையைக் கைவிட்டு அமெரிக்காவுடன் அரசியல் ஒப்பந்தம் செய்துகொள்ள வேண்டுமென்று யுத்த யூகம் சொல்லுகிறார். இராஜாஜி குரலெழுப்ப கிருபளானி, மசானி, வாஜ்பாய் போன்ற பிற்போக்காளர்கள் ஒத்தூதுகிறார்கள். வடபம்பாய்த் தேர்தல் தோல்விக்கு மேனன் பழிவாங்கப்பட்டார்.

மேனன் விலகியது பாரத நாட்டின் பிற்போக்காளர்களுக்கு முதல் வெற்றி. "இப்பொழுது நேருவின் தலைமை மாறவேண்டும். கம்யூனிஸ்ட்களை ஒழித்துக்கட்ட வேண்டும். சீனாவுடன் நீடித்த போர் துவக்க வேண்டுமென்று சீறி விழுகிறார் அமெரிக்க பக்தர் இராஜாஜி.

இராஜாஜியின் அரசியல் வரலாறு நாட்டிற்குத் தெரியாததல்ல. அதிகாரத்தில் இருக்கும் பொழுது ஒன்று சொல்லுவார். அதிகாரத்தில் இல்லாதபோது தான் கொண்டு வந்த சட்டங்களுக்கே நேர் விரோதமாகப் பேசுவார். அரசியல் நேர்மையை அவரிடம் எதிர்பார்க்க முடியாது.

1939-ல் சென்னை இராஜ்யத்தில் ஹிந்தியைக் கட்டாய பாடமாக்கியவர் ஸ்ரீமான் இராஜாஜியே. இப்பொழுது 'ஹிந்தியே கூடாது. ஆங்கிலமே நீடிக்க வேண்டுமென்று' அணி திரட்டியவரும் அவர்தான்.

தமிழில் விஞ்ஞானத்தையும் போதிக்க முடியுமென்று திண்ணை ரசாயனமென்ற நூலை எழுதியவரும் அவரே. போதனா மொழிக்குத் தமிழ் லாயக்கல்ல. ஆங்கிலமே வேண்டுமென்பவரும் அவரே!

1939-ல் இந்தியாவில் யாரும் கொண்டுவரத் துணியாத 'விற்பனை வரி'யைப் புகுத்திய சாணக்கியர் இராஜாஜிதான். விற்பனை வரியினால் சிறு வியாபாரிகள் அனுபவிக்கும் தொல்லைகள் ஏராளம். வியாபாரிகள், தொழிலதிபர்களின் தனிப்பட்ட சுதந்திரத்தில் தலையிடுகிறதென்று சர்க்கார் மீது குறை கூறிக் கண்ணீர் வடிப்பதாகக் காட்சியளிப்பவரும் இராஜாஜியே.

1952-ல் தேர்ந்தெடுக்கப்படாமலேயே கொல்லைப்புற வழியாக முதன் மந்திரியாக வந்தார். கம்யூனிஸ்டுகள் முதல் எதிரி என்றார். தஞ்சாவூரில் விவசாயிகள் கிளர்ச்சி வலுத்தது. சாமபேத தான தண்டங்களைப் பிரயோகித்தும் கிளர்ச்சியை அடக்கமுடியவில்லை. பண்ணையாள் பாதுகாப்புச் சட்டத்தைக் கொண்டுவர வேண்டிய நிர்ப்பந்தம் ஏற்பட்டது. இச்சட்டம்

கொண்டுவரப்படாவிட்டால் கிளர்ச்சி மேலும் வலுவடையுமென்று பண்ணையார்களுக்குப் புத்திமதி கூறிய இராஜாஜிதான் காமராஜின் ஆட்சியில் வந்துள்ள நியாயவாரச் சட்டம், நிலவுடமை வரம்புச் சட்டம் போன்ற அரை குறைச் சட்டங்களையும் எதிர்த்துப் பண்ணையார்களுக்கு ஆபத்பாந்தவனாக, அனாத ரட்சகனாகக் காட்சியளிக்கிறார்.

முதுகுளத்தூர் கலவரத்திற்கு மூலவித்திட்டவர் இராஜாஜி என்று சொன்னால் மிகையாகாது. இவர் முதன் மந்திரியாக இருக்கும்போதுதான் அருப்புக் கோட்டைத் தொகுதியில் இடைத்தேர்தல் நடந்தது. தேர்தலில் சூடேற்றியவர் இராஜாஜிதான். பின்னால் முதுகுளத்தூர் கலவரம் நடந்து வரும் காலத்தில் இராஜாஜி வாய்மூடி மௌனியாக இருந்தார். மோதட்டும் நாடாரும், தேவரும் என்று நரிப்புத்தியில் பதுங்கியிருந்தார், தனது பத்திரிகையான 'கல்கி'யில் ஒருவரி கூடக் கண்டித்து எழுதியது கிடையாது. பிறகு திரு. தேவர் விடுதலையாகி வந்தபிறகு திரு. காமராஜ் நாடாரை எதிர்ப்பதற்கு சரியான சேவலென்று ஸ்ரீ தேவரைச் சந்தித்து தட்டிவிட்டார் இராஜாஜி. ஜனநாயக காங்கிரஸ் சுதந்திரக் கட்சியாக மாறியதற்கு இராஜாஜிதானே சூத்திரதாரி. இச்சூழ்ச்சியைத் தமிழகம் அறியாததல்ல.

மொழிவழி மாகாணங்கள் பிரியவேண்டுமென்று கிளர்ச்சி நடந்த நேரத்தில் 1952-ல் ஹைதராபாத்தில் கூடிய அகில இந்திய காங்கிரஸ் மகாசபைக் கூட்டத்தில் மொழிவழி மாகாணக் கிளர்ச்சி காட்டுமிராண்டிகளின் (Tribal Action) நடவடிக்கை என்று இராஜாஜி கண்டித்தார். இப்பொழுதோ இந்தியாவைத் துண்டாடித் திராவிடநாடு பிரிய வேண்டுமென்று கோரும் அண்ணாத்துரைக்கு அரசியல் குருவாகத் திகழ்ந்து வருகிறார்.

சமாதானத் தூதுவராக வைஷ்ணவ ஆச்சாரியார் கடல் கடந்து அமெரிக்காவுக்குச் சென்றார். கென்னடியைச் சந்திக்கும்பொழுதே அமெரிக்கா அணுகுண்டு சோதனை

செய்தது. இச்சோதனையைக் கண்டித்து ஒரு வார்த்தை சொல்லவில்லை. அமெரிக்காவின் புகழ்பாடி ரஷ்யாவிடம் தர்மமே கிடையாதென்று வசைபாடுகிறார் இராஜாஜி!

சீன ஆக்கிரமிப்பினால் இந்தியாவில் ஏற்பட்டிருக்கும் நெருக்கடியைத் தனக்குப் பயன்படுத்தி சூதாட நினைக்கிறார் இராஜாஜி! நேரம் பார்த்து யுத்தத்தை நீடிக்க வேண்டுமென்று குரலெழுப்பி நாட்டைச் சர்வ நாசப்பாதையில் திருப்ப முயற்சிக்கிறார் இராஜாஜி!

இராஜாஜியை அரசியல்வாதிகளுக்கு நன்கு தெரியும் திறமையிருக்கலாம்; நேர்மை இல்லை, குயுக்தி இருக்கலாம்; நாட்டு மக்களுக்கு நன்மையில்லை. அர்ச்சுனனுக்கு உபதேசிக்கும் கண்ணனாகவும், பிற்போக்குப் பிண்டங்களான தர்மம் கொன்ற துரியோதனக் கும்பலுக்குப் பாதுகாவலனான பீஷ்மனாகவும் ஒரே மனிதன் காட்சியளிக்க முடியாதல்லவா! பாரதப் போரில் துரியோதனக் கூட்டம் வெற்றி கண்டதில்லை, பிதாமகனான பீஷ்மன் கூடப் பத்தாவது நாள் போரில் மாண்டார். அதுபோல நாட்டின் நெருக்கடியை இராஜாஜி அரசியல் சூதாட்டத்திற்குப் பயன்படுத்தினால் பாரதமக்கள் ஏமாளிகளல்ல. சீன ஆக்கிரமிப்பு முறியடிக்கப்படுமென்பது உறுதி! இராஜாஜியின் பிற்போக்குச் சதிகளும் முறியடிக்கப்படும்.

(சாந்தி, 1–12–1962)

அமெரிக்கப் பொதுச்சட்டம் 480 (P.L. 480) பிறந்த கதை

அமெரிக்காவின் தாராளத்தைப் பலர் புகழக் கேட்கிறோம். பால்பவுடரும், உணவுப் பொருட்களும், கோதுமையும் கொடுத்துதவும் தயாள குணத்தைப் பாராட்டி வருகிறார்கள். அமெரிக்க உதவி என்று பறைசாற்று கிறார்களே தவிர, அந்த உதவியின் உள்ளடக்கத்தை, உண்மை சொரூபத்தை யாரும் விளக்குவதில்லை.

அமெரிக்க அரசின் ராஜாங்கச் செயலாளர் டீன் ரஸ்க் என்பவர் அமெரிக்காவின் வெளிவிவகாரக் கொள்கையின் பெருமதியான கருவியாக உணவு உதவித் திட்டம் இருந்து வருகிறதென்பதை வற்புறுத்திக் கூற விரும்புகிறேன். ஏனென்றால், திட்டமிட்ட மாறுதல்களுக்காகவும், ஜனநாயக அரசுகளைப் பலப்படுத்துவதற்காகவும், பொருளாதார, அரசியல் உறுதிப்பாடடைவதற்காகவும், அபிவிருத்தி பெறுவதற்காகவும் - அமெரிக்க உதவி பயன்படுத்தப் படுகிறது" என்று செனட் சபையில் கூறியிருக்கிறார். பிற நாடுகளில் உள் விவகாரங்களில் தலையிட்டு, தங்களுடைய ஆதிக்கத்தை நிலைநிறுத்தச்செய்வதற்கு அமெரிக்க உதவித் திட்டம் பயன்படுகிறது என்பதை மறைமுகமாகக் கூறுகிறார்.

"ஆதாயமில்லாமல் வியாபாரி ஆத்தோடு போகமாட்டார்" என்பது பழமொழி.

தனக்கு லாபமில்லாமல் அமெரிக்கா எதையும் செய்வதில்லை.

பி.எல். 480 பிறந்தது

அமெரிக்கா இரண்டு உலக மகாயுத்தத்திலும் நேரடியாக பாதிக்கவில்லை. உலகம் முழுதும் தாக்குதலினால் அழிவு ஏற்பட்டுவந்த நேரத்தில், அமெரிக்காவில் உற்பத்தி பெருகிவந்தது. நேரடித் தாக்குதல் பிரதேசத்தை விட்டு ஒதுங்கியிருந்தது.

இரண்டாவது உலகப்போர் முடிந்தது. ஐரோப்பா, ஆசிய நாடுகளில் யுத்தத்தினால் ஏற்பட்ட அழிவிலிருந்து மீள்வதற்குப் பல ஆண்டுகள் பிடித்தன. இன்னும் பூரணமாக முன்னேற முடியவில்லை. நாடுகளெல்லாம் புனர் நிர்மாண வேலைகளில் ஈடுபட்டுக் கொண்டிருக்கும்போது, அமெரிக்காவில் உற்பத்தி பெருகியது. பண்ணைகளில் உணவுத் தானியங்களின் இருப்பு அதிகரித்தது. பருத்தியும், இதர தானியங்களும் தேக்கமடைந்தன. 1954-ல் 9030 லட்சம் புஷல் கோதுமையும், 9180 லட்சம் புஷல் இதர தானியமும், 9070 லட்சம் பேல் பருத்தியும் தேங்கிவிட்டன.

இத்தேக்கத்தால் பல புதிய நெருக்கடிகள் ஏற்பட்டன. விலைகள் தலைகீழ் வீழ்ச்சியடைந்தன. ஜாயிண்ட் ஸ்டாக் கம்பெனிகளின் கூட்டுப்பண்ணைகள் நஷ்டமடைய ஆரம்பித்தன. அமெரிக்க சட்டமன்றத்தில் இப்பிரச்சினைகள் கிளப்பப்பட்டன.

இந்தியாவில் புகுந்த கதை

1954-ல் அமெரிக்கப் பொதுச்சட்டம் 480 (Public Law 480) உருவாகியது. அமெரிக்காவில் தேக்கமடைந்திருந்த விவசாய உற்பத்திப் பொருள்களை இச்சட்டத்தின் மூலம் வெளிநாடுகளுக்கு ஏற்றுமதி செய்தனர். உலகிலுள்ள 111 நாடுகளில் பட்டினியால் வாடும் மக்களுக்கு பசிதீர்க்கும் பணியைச் செய்வதாகப் பாசாங்கு செய்தனர். அமெரிக்க உதவித் திட்டம் வெளியானதுதான் தாமதம் இந்திய அமைச்சரவையிலிருந்தவர்கள் தலையசைக்க ஆரம்பித்தனர். பிற்போக்காளர்களான - வாழைப்பழச்சோம்பேறிச் சிந்தனையாளர்கள். அமெரிக்க உதவிக்குக் கையேந்த

தயாராகினர். இந்தியாவில் உற்பத்தியைப் பெருக்கத் திட்டமிடுவதற்கு பதிலாக - நிலச்சீர்திருத்தச் சட்டங்களை அமுலாக்குவதற்கு மாறாக - அமெரிக்காவிடம் காவடி எடுத்து திருவோடு ஏந்தினர். P.L. 480 திட்டத்தை வரவேற்று வாழ்த்துக் கூறினார்கள். இதன்மூல விபரத்தை இந்திய உணவு அமைச்சர் அவையில் உயர் அதிகாரியாக இருந்த திரு. சி.வி.எச்., பதி என்பவர் (சித்திரை புத்தாண்டு மலர் தினமணி 13-4-69) கங்கை-காவிரி இணைப்பு என்ற கட்டுரையில் குறிப்பிட்டுள்ளார்.

"உணவுப் பஞ்சத்தைத் தீர்ப்பது எப்படி என்பது குறித்து ஸ்ரீ ஜெயப்பிரகாஷ் நாராயண் விவரமான அறிக்கை தயாரித்தார். ஆற்றுப்பகுதிகளுக்கு அப்பாலுள்ள நிலங்களிலெல்லாம் பம்ப் செட்டுகள் நிறுவியும், உரங்கள் இட்டும் லட்சோப லட்சம் ஏக்கர் கரம்பு நிலங்களை விளையும் பூமிகளாக மாற்றமுடியும் என்பதையும் அதற்கு சில கோடி ரூபாய்களே செலவாகும் என்பதையும் அதில் அவர் விவரமாகத் தெரிவித்திருந்தார்.

அவருடைய அந்தத் திட்டம் அன்றைய உணவு அமைச்சர் ஸ்ரீ கே.எம். முன்ஷியிடம் சென்றது. அவர் அதைப் பார்த்துவிட்டு 'சில கோடி ரூபாயைக் கொண்டு நாம் அமெரிக்காவிலிருந்து அரிசியையும் கோதுமையையும் இறக்குமதி செய்துவிடலாம். கரடுமுரடான நிலத்தையெல்லாம் 'தாஜா' செய்வானேன்? அவற்றைப் பண்படுத்தும் திட்டத்திற்கு லட்சக்கணக்கில் ரூபாய் செலவழிப்பானேன்?' என்று சொல்லியபடியே அதை உதறிவிட்டார்.

இந்திய உணவு அமைச்சர்களின் துரோகம்

அமெரிக்கக் குபேரர்களின் கொள்ளைக்கு இந்தியாவின் வாயிலைத் திறந்துவிட்டவர் அன்றைய உணவு அமைச்சரும், இன்றைய சுதந்திரக் கட்சியின் தலைவருமான கே.எம். முன்ஷியாகும். அவருக்குப்பின் வந்த எஸ்.கே. படீல் அமெரிக்கர்கள் சொன்ன இடத்தில் கையெழுத்திட்டு

அமெரிக்கர்களுக்குப் பாதுகாவலனாகத் தொடர்ந்து பணியாற்றி வந்தார். உணவு அமைச்சராகப் பணியாற்றிய சுப்பிரமணியமும் அமெரிக்க அடிவருடியாக மாறிவிட்டார். இறுதியாகப் பொறுப்பெடுத்த அசோக் மேத்தா "இந்தியத் தாயையே அமெரிக்காவுக்குக் கூட்டிக்கொடுக்கத் துணிந்தார். 'இந்தியாவின் கர்பப்பை' அமெரிக்க உதவிக்காக எப்பொழுதும் திறந்திருக்கும்" என்று மானமில்லாமல் கூறினார்.

1956-ல் இந்திய அமெரிக்க ஒப்பந்தம் P.L. 480-ன் கீழ் கையெழுத்தாகியது. கடந்த பதின்மூன்றாண்டுகளில் 10 முறை ஒப்பந்தம் புதுப்பிக்கப்பட்டுள்ளது. கடைசியாக 1969 ஏப்ரல் 25-ல் ஒரு ஒப்பந்தம் கையெழுத்தாயிருக்கிறது. புதிய ஒப்பந்தப்படி 1 லட்சம் டன் அரிசியும், 3 லட்சம் டன் சொங்குச் சோளமும், கோதுமையும், 40 ஆயிரம் டன் சோயா பீன்ஸ், 1 லட்சம் பேல் பருத்தி ஆகியவை இறக்குமதியாகும். 1969 ஜூலை 1க்குப் பின் 43 கோடி ரூபாய் பெறுமானமுள்ள பொருள்கள் இறக்குமதியாகும். அமெரிக்காவிலிருந்து சென்ற ஆண்டுகளை விட உணவு இறக்குமதி குறைந்து வருகிறது. இதர பொருள்களின் இறக்குமதி அதிகரித்து வருகிறது.

பி.எல். 480-ன் புதிய உருவம்

அமெரிக்காவில் தானியக் கையிருப்பு குறைந்து விட்டது. அமெரிக்க மக்களுக்குத் தேவையான இருப்பு வைக்க வேண்டியுள்ளது. உணவுப் பொருள்களைவிட, இயந்திர உற்பத்திப் பொருள்களின் தேக்கம் அதிகரித்து வருவதால், அப்பொருள்களை வெளிநாடுகளுக்கு ஏற்றுமதி செய்வதற்கு அமெரிக்கா அக்கறை கொண்டிருக்கிறது. உணவுப் பொருள்களுக்குப் பதிலாக, பால்பவுடர், உர உற்பத்தி சாதனங்கள், இயந்திரக் கருவிகள் மற்றும் பல

பொருள்களை ஏற்றுமதி செய்வதில் கண்ணும் கருத்துமாக இருக்கிறது. P.L. 480-யை புதிய உருவத்தில் திருத்துவதற்கு அமெரிக்கா திட்டமிட்டு வருகிறது.

இந்தியாவிற்கு பருத்தி ஏற்றுமதி செய்கிறது. குஜராத்திலும், விசாகப்பட்டினத்திலும் திராவக அமோனியா (Liquid Ammonia)வை மூலப் பொருளாகக் கொண்டு ரசாயன உரத்தொழிற்சாலை அமைக்க அமெரிக்காவிடம் ஒப்பந்தம் செய்யப்படுகிறது. அமெரிக்காவிலிருந்து இறக்குமதியாகும் திராவக அமோனியாவுக்குச் சுளைசுளையாகப் பணம் கொடுத்தாக வேண்டும். நெருக்கடியான நேரத்தில் மேலும் நெருக்கடி கொடுத்து பணிய வைப்பதற்காக ஏற்றுமதியை நிறுத்தி தொழிலை முடமாக்கவும் அமெரிக்கா தயங்காது.

அமெரிக்கப் பெருமுதலாளிகளுக்கு லாபமாக இருப்பதை அடிப்படையாகக்கொண்டுதான் ஏற்றுமதி இறக்குமதிக் கொள்கை வகுக்கப்படுகிறது. உணவுப்பொருள் தேக்கத்தைக் குறைக்க வெளிநாடுகளுக்கு உணவுப் பொருள்களை ஏற்றுமதி செய்தது; இப்பொழுது இதர இயந்திரப் பொருள்களின் தேக்கத்தைக் குறைக்க - அப்பொருள்களை மற்ற நாடுகளுக்கு ஏற்றுமதி செய்யத் திட்டமிட்டு வருகிறது.

அமெரிக்காவின் P.L.480 உதவித் திட்டத்தின் அடிப்படை இதுதான். நம் நாட்டிலுள்ள பிற்போக்காளர்கள் அமெரிக்கத் திட்டத்தின் அபாயத்தைத் தெரிவிப்பதில்லை.

அமெரிக்க உதவியைப் பற்றிப் பரிசீலனை செய்ய மத்திய அரசிலிருந்து நியமிக்கப்பட்ட பேராசிரியர் திரு.ஏ.எம். குஸ்ரோ என்பவர் P.L.480யைக் கண்டித்திருக்கிறார். நம் நாட்டில் உணவு உற்பத்தியைப் பெருக்க, தன்னிறைவு பெற, முழுமையான நிலச்சீர்திருத்தத்தை அமுல் நடத்த வேண்டுமென்று வற்புறுத்தியிருக்கிறார்.

P.L.480ன் கீழ் இறக்குமதி செய்யப்படும் தானியம் நமது தேவையின் 5 சதவீதத்தைத்தான் பூர்த்தி செய்கிறது.

மீதமுள்ள 95 சதவீதத்தை உற்பத்திசெய்யும் இந்தியர்களுக்கு மிகக்குறைந்த உதவியே செய்து கொடுக்கிறோம்.

தானிய இறக்குமதி மூலம் அமெரிக்கர்களுக்கு 2240 கோடி ரூபாய்க் கடன்பட்டிருக்கிறோம். நமது பேரப்பிள்ளைகளால் கூட இப்பெருங்கடனை திருப்பி அடைக்க முடியாது" என்று ஒரு பேராசிரியர் எச்சரிக்கிறார். இந்திய மக்களை அமெரிக்காவுக்கு கடனாளியாக்கியதற்கு, மத்திய அரசும் பிற்போக்காளர்களுமே பொறுப்பாகும்.

(சாந்தி, 1-7-1969)

குற்றாலத்தைக் குதிரைப் பந்தயக் களமாக்க வேண்டாம்

குற்றாலத்தில் நல்ல சீஸன்; அருவிகளில் தண்ணீர் நிரம்பி விழுந்துகொண்டிருக்கிறது. தட்பவெப்பமும் உடலுக்கு இதமாக இருக்கிறது.

குற்றாலம் அருவிகளில் நீராடிப் பழகியவர்கள் இதன் சுகத்தை மறக்கமாட்டார்கள்.

ஏழைகளுக்கு ஊட்டியாகவும், கொடைக்கானலாகவும் குற்றாலம் பயன்பட்டு வருகிறது. தென்மாவட்டத்திலுள்ள தொழிலாளர்கள் குறிப்பாக மதுரை, கோவில்பட்டி, தூத்துக்குடி, ராஜபாளையம் ஆகிய நகர்களில் வாழும் தொழிலாளர்கள் வார விடுமுறை நாட்களில் 'குழுவாக' குற்றாலத்தில் தங்கி, அருவிகளில் நீராடி, கூட்டுச் சமையல் செய்து உணவருந்துவது வழக்கமாகிவிட்டது. வசதி படைத்தவர்களைப் போல், வாரக்கணக்கில் தங்கி அனுபவிக்க முடியாதவர்கள், மறு பஸ்ஸில் திரும்பி விடுவார்கள்.

தமிழ் வருடப்பிறப்பும் வசந்தத்தின் துவக்க முகமான சித்திரை முதல் நாளிலிருந்து குற்றாலத்துக்கு 'தீர்த்த' மாட நடுத்தர ஏழை இந்துக்கள் வருவார்கள். சங்கரன்கோவில் ஆடித்தவசுக்கு வரும் கிராமப்புற ஏழைகள் குற்றாலத்துக்கும் வந்து ஒருவேளை குளித்துச் செல்வார்கள். பொட்டல் புதூர் தர்க்காவில் கந்திலித் திருநாளையொட்டி வரும் முஸ்லீம்கள் ஆண் பெண்கள் அனைவரும் குற்றாலத்துக்கும் போவார்கள்.

கோடையின் கொடுமையை சகித்த மக்கள், தென்றலுக்குப்பின் வரும் சாரல் இன்பத்தையும் அனுபவிக்க வருவது இயற்கைதானே!

ஊட்டி, கொடைக்கானல் போன்ற குளிர் வாசஸ்தலங்களுக்குச் செல்ல இயலாத ஏழை, நடுத்தர மக்கள் குற்றாலத்துக்குச் சென்று வருகிறார்கள். ஆண்டு தோறும் இக்கூட்டம் பெருகி வருகிறது. இவர்களுக்கு தங்கும் வசதியும், குறைந்த செலவில் உணவு கிடைக்கும் வழிவகைகளைக் காண்பதற்குத் தமிழ்நாடு அரசு முயற்சிக்க வேண்டும்.

ஆனால் தமிழ்நாடு அரசு வருவாய்ப் பெருக்கத்தினை நோக்கமாகக்கொண்டு, குற்றாலத்தில் குதிரைப்பந்தயம் - ரேஸ்கோர்ஸ் அமைக்கப்போவதாகத் தெரிகிறது.

30-06-85 ஆனந்தவிகடனில் பராசக்தி கல்லூரி மாணவி செல்வி. க. செண்பகக் குழல்வாய்மொழி - கீழ்க்கண்ட குறிப்பை எழுதியிருக்கிறார்.

"வேண்டாம் ரேஸ்கோர்ஸ் (ஆனந்த விகடன் 30-06-85)

குற்றாலம் ஐந்தருவி முன்பெல்லாம் அருவி விழும் இடம் குறுகியதாய் இருக்கும். இப்போது கிட்டத்தட்ட இரண்டாயிரம் பேர் ஐந்து அருவிகளிலும் ஒரே நேரத்தில் நின்று குளிக்க வசதி!

வாகனங்களை நிறுத்துவதற்கென்று தனியாக ஒதுக்கப்பட்ட இடம்! இயற்கைக்கு மேக்கப் போட்ட மாதிரி சோடியம் பல்புகளும் ஒளிவெள்ளத்தில் அருவிக்கு அழகு சேர்க்கும் 'ஆர்ச்' புதுசாய்ப் பளபளத்துக் கொண்டிருக்கிறது. 'நா வந்துட்டேன் பயமில்லாம குளிக்க வா' - புதிய பிடிப்புக் கம்பிகளெல்லாம் அழைக்கின்றன. உடை மாற்றும் அறைகளெல்லாம் புதுசாய் எழுந்து நிற்க ஆரம்பித்திருக்கின்றன.

சித்திரசபை பக்கத்திலுள்ள தெப்பக்குளத்தில் ஒரு படகுத் துறை அமைத்து அதில் ஏழு உல்லாசப் படகுகள் விடுவதாக ஒரு புதுத்திட்டம்.

இத்தனை அமர்க்களமான செய்திகளுக்கு நடுவில் அஸ்வரமாய் ஒன்று.

குற்றாலத்தில் 'ரேஸ் கோர்ஸ்' வேறு வரப்போகிறதாம்....?

இதுபற்றி கமிஷனரிடம் கேட்டபோது, 'ஸாரி, நோ காமெண்ட்ஸ்'

ரேஸ்கோர்ஸ் ஏற்படுத்தினால் செல்வந்தர்கள் வந்து குவியத்தொடங்குவார்கள். அப்போது வசதிகளை அதிகரிக்க வேண்டிய கட்டாயம் ஏற்படும். தானாகக் குற்றாலம் ஒரு பெரிய நகரமாகிவிடும் என்ற நினைப்பு ரேஸ்கோர்ஸ் ஏற்படுத்தக் காரணமாக இருக்கலாம். ஆனால்... இதன் பின் விளைவுகளைப் பலர் நினைத்துப் பார்க்கத் தவறிவிட்டார்கள் என்று தோன்றுகிறது!

. . . .

ரேஸ்கோர்ஸ் வந்துதான் குற்றாலம் பிரபலமாகப் போகிறதா என்ன?

- க. செண்பகக்குழல் வாய்மொழி

இச்செய்தி உண்மையாக இருக்குமானால் தமிழ்நாடு அரசின் முடிவு குற்றாலத்தின் பெருமையைச் சீரழிப்பதாகும்.

ரேஸ்கோர்ஸ் அமைப்பதாக இருந்தால் குற்றாலத்திலுள்ள நிலங்களை அரசு கையகப்படுத்த வேண்டியிருக்கும். விவசாயிகள் நிலம் இழப்பார்கள், குதிரை சூதாட்டத்துக்காகக் குற்றாலம் வருபவர்களின் நோக்கமும் வேறாக இருக்கும். அவர்களோடு சேர்ந்து அழிச்சாட்டங்களும் அதிகரித்துவிடும். ஏழைகள் குற்றாலத்தை அனுபவிக்க முடியாத தடையேற்படும்.

இயற்கை எழிலும் இதமான தென்றலும் சுகமான சுனைநீரும் நிறைந்த குற்றாலத்தை - ஏழைகளின்

சுகவாசஸ்தலத்தை - பணக்கார சூதாடிகளின் கூடாரமாகத் தமிழ்நாடு அரசு திட்டமிட்டிருப்பதாகத் தெரிகிறது.

தெய்வ பக்தியுடன் திருநாவுக்கரசர் தேவாரத்தைப் பாடினாலும்,

குற்றாலக் குறவஞ்சி பாடிய திரிகூடராசப்பக் கவிராயர்:

வானரங்கள் கனி கொடுத்து
மந்தியொடு கொஞ்சும்
மந்திசிந்து கனிகளுக்கு
வான்கவிகள் கெஞ்சும்
தேனருவித் திரையெழும்பி
வானின்வழி ஒழுகும்
செங்கதிரோன் பரிக்காலும்
தேர்க்காலும் வழுகும்!

என்று குற்றாலத்தின் இயற்கைச் சிறப்பைச் சிறப்பாகப் பாடியிருக்கிறார்.

குற்றால மலையில் மட்டும் இரண்டாயிரத்துக்கும் அதிகமான மூலிகைகள் இருப்பதாகச் சித்த வைத்திய நிபுணர்கள் தெரிவிக்கிறார்கள்.

'தேனருவி, செண்பகாதேவி, குற்றாலம் நீர்வீழ்ச்சி (Main Falls), ஐந்தருவி, சிற்றருவி, புலியருவி' ஆகிய அருவிகள்தான் மக்கள் குளிக்கும் அருவிகளாக இருந்து வந்தன. முதல்வராக இருந்த காமராஜர் பழைய குற்றாலம் என்ற இடத்தில் உள்ள அருவியிலும் - மக்கள் குளிப்பதற்கான வசதிகளைச் செய்துகொடுத்தார்.

அமரர் ஜீவா அவர்கள் ஆண்டுதோறும் குற்றாலத்துக்குச் செல்வார். நவீனப்படுத்துவது என்ற பெயரால் இயற்கை அழகைச் சீர்குலைத்துவிடக் கூடாதென்று அதிகாரிகளிடம் அவ்வப்போது தெரிவிப்பார்.

தமிழ்நாடு அரசுக்கு - குற்றாலத்தில் விளையாடக் கூடாதென்பதற்கு சில சரித்திரச் சான்றுகளை எடுத்துக் கூறக் கடமைப்பட்டுள்ளோம்.

வெள்ளையர் கறுப்பர் வேற்றுமை

ஆங்கிலேயர் ஆட்சியில் குற்றாலம் மலையில் காபித்தோட்டங்களை ஏற்படுத்தினார்கள். கோக் என்ற வெள்ளைக்கார முதலாளியும் மற்றும் பல வெள்ளைக்காரக் குடும்பங்களும் தேயிலைத் தோட்டங்களில் தங்கியிருந்தார்கள், இவர்கள் குளிக்கும் நேரத்தில் அருவியில் இந்தியர்கள் குளிக்கக் கூடாதென்று கட்டுப்பாடு இருந்ததாம்.

1892-ல் மைசூரிலிருந்து சிலர் குடும்பத்தோடு வந்திருக்கிறார்கள். அவர்கள் குளித்துக்கொண்டிருக்கும் போது வெள்ளைக்காரன் வந்துவிட்டானாம். அவனைக் கண்டும் வெளியேறவில்லை என்பதற்காக, குளித்துக் கொண்டிருந்த இந்தியப் பெண்ணை அடித்துத் தள்ளிவிட்டான். இதைப் பார்த்து ஆத்திரம் அடைந்த ஆண்கள் அந்த ஆங்கிலேயனை நையப்புடைத்துவிட்டார்கள். இந்தியர்கள் மீது வழக்குத் தொடரப்பட்டது. ஹென்றி என்ற ஐசிஎஸ் நீதிபதி ஐந்து பேருக்கு சிறைத்தண்டனை விதித்தான். தண்டனையை எதிர்த்து மக்களிடையே கொந்தளிப்பு ஏற்பட்டதால், உயர் நீதிமன்றத்தில் தண்டனை ரத்துச் செய்யப்பட்டதாம்.

வெள்ளைக்காரர்களின் அதிகாரத்தின் பிந்திய காலத்தில் ஜமீன்தாரர்களின் ஆதிக்கம் நிலவியது. அதையும் மக்கள் எதிர்த்து வெற்றியடைந்தார்கள்.

குற்றாலம் அருவியில் தாழ்த்தப்பட்ட மக்கள் குளிக்கத் தடையிருந்தது. விடுதலைப் போராட்டக் காலத்தில் எதிர்ப்பு வலுத்ததினால், அத் தடையும் படிப்படியாக நீங்கியது.

இயற்கைச் செழிப்பையும் சுகத்தையும் எல்லா மக்களும் அனுபவிக்கத் தடையாக இருந்த ஆதிக்கங்களை எதிர்த்துப்

போராடி வெற்றி பெற்ற தமிழ் மக்கள் குற்றாலத்தைச் சூதாட்ட மனையாக குதிரைப் பந்தயக் கூடாரமாக ஆக்கும் தமிழ்நாடு அரசின் திட்டத்தையும் எதிர்த்து முறியடிக்க முன்வர வேண்டும். குறிப்பாகத் தென் மாவட்ட மக்களும் அனைத்து அரசியல் கட்சியினரும் எதிர்ப்புக் குரலைக் கிளப்ப வேண்டும்.

(தாமரை, ஆகஸ்ட் 1985)

உரிமைகளைப் பெறவில்லை - பறித்தோம்!

1930-ம் ஆண்டுகளில் தேசிய இயக்கப் பிரச்சாரம் பட்டிதொட்டிகளெங்கும் பரவலாக இருந்தது. நாட்டின் தென் கோடியிலுள்ள தூத்துக்குடி, நெல்லை போன்ற நகரங்களும் போராட்டக் களங்களாக விளங்கின. இந்த இரு நகர்களுக்கும் எல்லாத் தலைவர்களும் வருகை தருவார்கள். நெல்லையிலிருந்து தூத்துக்குடி செல்லும் தலைவர்களுக்கெல்லாம் ஸ்ரீவை குண்டத்தில் வழிமறித்து வரவேற்புக் கொடுப்பது பழக்கம்.

1936-ல் மகாத்மா காந்தி தூத்துக்குடிக்குச் சென்றார். ஸ்ரீவைகுண்ட நிகழ்ச்சி, பட்டியலில் இடம் பெறவில்லை. இருப்பினும் ஆயிரக்கணக்கில் திரண்டு வழிமறித்து நிறுத்தினார்கள். அரிஜன சேவாநிதி கொடுக்கப்பட்டது.

மாதம் இரு பொதுக்கூட்டங்கள் நடைபெறும். ஒலிபெருக்கியோ, மின்விளக்கோ கிடையாது. பெட்ரோமாக்ஸ் விளக்கைத் தலையில் சுமந்து நிற்போம். மேஜைகளில் ஏறி நின்று தலைவர்கள் முழங்குவார்கள்.

ஜீவானந்தம், முத்துராமலிங்கத்தேவர், சோமயாஜுலு, அண்ணாமலைப்பிள்ளை ஹாலாஸ்யம் பொ. திரிகூடசுந்தரம் பிள்ளை போன்றோர் சிம்மக்குரலில் முழங்குவார்கள். இந்நினைவெல்லாம் பசுமையாகவுள்ளன.

ஜனவரி 26 அப்போது சுதந்திர தினமாகக் கொண்டாடப்படும். ஜாலியன் வாலாபாக் படுகொலை நினைவு நாள். அந்நாள்களில் தெருப்பிரச்சாரமும் பொதுக்கூட்டமும் நடைபெறும். ஸ்ரீவைகுண்டம் தாலுகா கமிட்டிச் செயலர்

தியாகி திருவேங்கடம்பிள்ளை எங்களைப் போன்ற சிறுவர்களிடம் மூவர்ணக் கொடியைக் கொடுத்து விடுவார். பாரதியார் பாடலைப் பாடுவார். குரல்வளம் இல்லாவிட்டாலும் நாட்டுப்பற்றோடு பாடுவதால், கேட்போரையும் சிந்திக்க வைக்கும்.

"பகதூர் பகவத் சிங்கம்
பாஞ்சாலம் தந்த சிங்கம்
பகல் நாலு மணிக்குத் தூக்கிலிட்டது
தர்மமோ - இது நியாயமோ"

என்ற பாடலைக் கேட்டால் மயிர்க் கூச்செறியும்.

"என்று தணியும் எங்கள் சுதந்திர தாகம்
என்று மடியும் எங்கள் அடிமையின் மோகம்"

என்ற பாரதியின் பாடலைத் தவறாமல் பாடுவோம்.

தனிமையில் இருக்கும்போது இப்பாடல் முழுவதையும் வரி பிசகாமல் உச்சரிக்கும்போது, கண்ணீர் தாரைதாரையாக வடித்திருக்கிறேன். இப்பாட்டுக்கு இவ்வளவு வலு இருக்கிறதென்பதைத் தெரிந்துதான் பிரிட்டிஷ் ஆட்சி பாரதி பாடல்களுக்குத் தடை விதித்தது.

தூத்துக்குடியில் கோரல் மில் பஞ்சாலை, ஹார்வி என்ற வெள்ளைக்காரனுக்குச் சொந்தமாக இருந்தது. ஒரு மாதம் வேலை நிறுத்தம் நடைபெற்றது. தொழிற்சங்கத் தலைவர்கள், காங்கிரஸ் தலைவர்கள் எல்லாரும் சேர்ந்து ஊர் ஊராக நிதி வசூல் - தானியமாகவும் வசூலித்தார்கள். வெள்ளை முதலாளிகளை எதிர்த்துப் பாடல்களைப் பாடுவார்கள். வீடு வீடாக வசூல் செய்வதில் முனைப்பாக இருந்தோம்.

இரண்டாவது உலகப்போரில் இந்தியாவையும் பிரிட்டிஷ் ஆட்சி இணைத்தது;

"யுத்தத்துக்கு ஆள் உதவியோ, பண உதவியோ செய்யக்கூடாதென்று காங்கிரஸ் மகாசபை சார்பில் கேட்டுக் கொள்கிறேன்" என்று சத்தியாக்கிரஹி சொல்லுவார். கைது

செய்து தண்டனை வழங்கும் வரை நூற்றுக்கணக்கான மக்கள் கூடியிருப்பார்கள். அப்போது கோஷம் போடுவோம்! காவல்துறை விரட்டினாலும் திரும்பத் திரும்ப கோஷம் போடுவோம்.

பழைய சம்பவங்கள் நினைவுக்கு வரும்போது இன்னும் செய்யவேண்டிய கடமைகள் முன்னுக்கு வருகின்றன. 1940-களில் தமிழ்த்தென்றல் திரு.வி.க.வின் பேச்சுகளும், வெ. சாமிநாத சர்மாவின் எழுத்தோவியங்களும், காண்டேகர் நாவல்களின் தமிழாக்க நூல்களும் புதிய கண்ணோட்டத்தைக் கொடுத்தன.

இந்திய தேசிய ராணுவத்தினரை விடுதலை செய்ய வேண்டுமென்ற இயக்கத்தில் கல்லூரி மாணவர்களெல்லாம் ஈடுபட்டோம். காஷ்மீருக்குள் நுழையவிடாமல் நேரு தடுக்கப்பட்டதைக் கண்டித்து நடந்த போராட்டங்களில் கலந்துகொள்வோம்! பம்பாய் கப்பல்படை வீரர்கள் போராட்டம் இவைகளெல்லாம் விடுதலைப் போராட்டத்துக்குப் புதிய அர்த்தத்தைக் கொடுத்தன.

இரண்டாவது உலகப்போரில் பாசிஸ வீழ்ச்சியும், சோவியத் செஞ்சேனையின் வீரமும் காலனி நாடுகளில் புதிய நம்பிக்கையை ஏற்படுத்தியது. இந்தியா விடுதலை யடைவது உறுதி என்றாகிவிட்ட நேரம்!

மகாத்மா காந்தி - கிராம ராஜ்யம் பற்றிக் கனவு கண்ட லட்சியங்களை அறிவித்தார். இந்து - முஸ்லீம் ஒற்றுமையை வலியுறுத்தினார்.

கம்யூனிஸ்டுகளான எங்களைப் போன்றோர், விடுதலை இந்தியாவில் வறுமை ஒழிக்கப்பட வேண்டுமென்று விரும்பினோம். அந்நிய அதிகாரிகளுக்கு அடுத்தபடியாக மக்களை அடக்கி வந்த ஜமீன்தார்கள், மிராசுதாரர் களிடமிருந்து கிராமப்புற ஏழை எளிய மக்களுக்கு விடுதலை கிடைக்க வேண்டுமென்று கருதினோம். ஜமீன்தார்களையும் மிராசுதார்களையும், மடாதிபதிகளையும் எதிர்த்து உழவர்களை ஒன்றுதிரட்டினோம்!

அணு அணுவாய்ப் போராடி உரிமைகளைப் பெற்றோம் என்பதைவிட, உரிமைகளைப் பறித்தோம் என்றால் மிகையாகாது!

நெல்லை மாவட்டம் ரயில் பாதையில்லாத நான்குநேரி தாலுகாவில் விவசாயிகள் மத்தியில் வேலை செய்து வந்தேன். தாழ்த்தப்பட்ட விவசாயிகளையும் பிற்படுத்தப்பட்ட சமூகங்களைச் சேர்ந்த விவசாயிகளையும் சங்கமாகத் திரட்டினோம். உழைக்கும் விவசாயிகளுக்கும் புத்தெழுச்சி! ஆண்டாண்டுக்காலமாக அடிமைப்படுத்தி வந்த ஆதிக்கக்காரர்களுக்கு அதிர்ச்சி!

தங்கம் செய்யாததைச் சங்கம் செய்து முடிக்கும் என்ற நம்பிக்கை பிறந்தது!

இத்தருணத்தில்தான் 1947 ஆகஸ்ட் 15 சுதந்திர நாள் வந்தது: யூனியன் ஜாக் கொடி அகற்றப்பட்டது. தேசியக்கொடி ஏற்றப்பட்டது.

நாடெங்கும் தேசியப் பாடல்கள் முழங்கின!

நான்குநேரித் தாலுகா திருக்குறுங்குடி ஆற்று மணலில் மாபெரும் பொதுக்கூட்டம் நடந்தது! ஆயிரக்கணக்கான விவசாயிகள் திரண்டிருந்தனர்!

கூட்டத்தில் பாரதியின் பாடல்களைக் கூறினேன்.

> ஆடுவோமே பள்ளுப் பாடுவோமே
> ஆனந்த சுதந்திரம்
> அடைந்துவிட்டோமென்று,
>
> விழலுக்கு நீர்ப்பாய்ச்சி
> மாயமாட்டோம்!"

என்ற பாடல்கள் எங்கும் முழங்கின.

> பறையருக்கும் இங்கு தீயர்
> புலையருக்கும் விடுதலை

> பரவரோடு குறவருக்கும்
> மறவருக்கும் விடுதலை!

என்ற பாடல் சுதந்திர இந்தியாவில் சாதிக்கொடுமைகள் ஒழியும் என்று நம்பிக்கை அளித்தது.

சுதந்திர நன்னாளில் பாரதி பாடல்கள்தான் சொல்லத் தகுதியாக இருந்தன. இவ்வரிகளே அன்றைய நேரத்தின் லட்சியமாக இருந்தன. ஆனால் 50 ஆண்டுகளாகியும் லட்சியக் கனவாகவே நீடிக்கிறது. வெள்ளை ஏகாதிபத்தியம் வெளியேற்றப்பட்டதைப் போல சாதீயக் கொடுமைகளும் வேற்றுமைகளும் நிச்சயம் அகற்றப்படும் என்பதில் ஐயமில்லை!

தினமணி சுதந்திரப் பொன்விழா மலர் (ஆகஸ்ட் 1997)

இரு உலகங்கள்

கடல் சூழ்ந்த உலகம் ஒன்றாக இருந்தாலும், உலகில் வாழும் மக்கள் இரு பிரிவுகளாக வாழ்கின்றனர். மானிட சாதி ஒரே இனமாகக் கருதப்பட்டாலும் இருவிதமான வாழ்க்கை முறை, வாழ்வு நெறி, அரசியல் அமைப்புகள் உலகில் இருக்கின்றன. ஒன்று சோஷலிச அமைப்பு, இரண்டாவது முதலாளித்துவ அமைப்பு. சோஷலிச வாழ்க்கைக்கு எடுத்துக்காட்டாக அமைந்துள்ள அரசு சோவியத் ரஷ்யா. முதலாளித்துவ வாழ்க்கைக்கு எடுத்துக் காட்டாக உள்ளது அமெரிக்கா.

"எல்லோரும் எல்லாச் செல்வமும் எய்தலாலே, இல்லாரும் இல்லை எடுப்பாரும் இல்லை" என்று சமூக அமைப்பைக் கனவு கண்டான் கவிச்சக்கரவர்த்தி கம்பன். "இல்லை என்ற கொடுமை உலகில் இல்லை எனச் செய்வோம்" - "ஏழை என்றும் அடிமை என்றும் எவனுமில்லை சாதியில்" என்று கொள்கை முழக்கம் செய்தான் - புரட்சிக் கவி பாரதி. கவிஞர்களெல்லாம் கனவு கண்ட இன்பபுரியாகத் திகழ்கிறது சோவியத் யூனியன்.

அமெரிக்கா

"நினைத்ததையெல்லாம் ஒரு சிலரால் பெறமுடியும்; அவர்களால் அந்நாட்டின் அரசியலையே நிர்ணயிக்க முடியும் என்று கோடீஸ்வரர்களுக்குத் தனிமனித சுதந்திரம்" வழங்கியுள்ள குபேரபுரி அமெரிக்கா.

இரு நாடுகளிலும் உள்ள அரசியல் அமைப்பு, வாழ்க்கை முறை, வாழ்வு நெறி, பொருளாதார அமைப்பு ஆகிய எல்லாமே நேர்மாறானவை. இன்று இந்த இரு

அமைப்புகளில் எது சிறந்தது? எந்த அமைப்பு உலகில் அமைதியை நிலைநாட்டும்? எந்த தத்துவம் மானிட சமுதாயத்தில் நோய் நொடி நீங்கி, வறுமை ஒழிந்து, நிரந்தர சமாதானத்தை நிலைநிறுத்தும் என்பதை உலக மக்கள் சொந்த அனுபவத்தில் பார்த்துத் தேர்ந்து வருகிறார்கள். தங்கள் நாடுகளிலும் எம்முறையைக்கொண்டுவந்தால், பிரச்சினைகள் தீரவழி ஏற்படும் என்பதையெல்லாம் சிந்தித்துச் செயலாற்றும் காலம் நெருங்கிவிட்டது.

இந்திய நீதிதேவர்களின் பொய்மைக் கூற்று

நம் நாட்டில் அமெரிக்க குபேரபுரி வாழ்க்கையின் சிறப்பு பற்றித்தான் தினத்தாள்களில் சிலாகித்துச் சொல்லப் படுகின்றன. நாட்டில் நீதியை நிலைநிறுத்தத் துடியாகத் துடிக்கும் பெருநீதிமன்ற (Supreme Court) தர்ம பூபதிகள் அண்மையில் சென்னை நகரில் நடைபெற்ற அறிஞர் பெருமக்களின் கூட்டத்தில் பேசினர், "உலகில் ஜனநாயக அமைப்பு சிறப்பாக இருக்கும் முதல் நாடு அமெரிக்கா, இரண்டாவது நாடு பிரிட்டன், மூன்றாவது நாடு கனடா" என்று பேசினார் ஒரு நீதிபதி. பூனை கண்ணை மூடிக்கொண்டு 'சிவசிவா' என்று சைவமந்திரம் ஜெபித்து ரத்தம் குடிக்கக் காத்திருந்ததாம்! அதைப்போல இருக்கிறது நீதிமகனாரின் பேருரை! பூனை கண்ணை மூடிவிட்டால் உலகம் இருண்டுவிடுமா? அறிவு ஒரு சிலருக்குப் பட்டா பாத்தியதை அல்ல; பூர்வீகச் சொத்துமல்ல.

ஜனநாயகம் தழைத்து ஓங்குவதாக பறைசாற்றும் அமெரிக்காவில் நீக்ரோக்களின் உரிமைக்கு செவிசாய்த்த ஜனாதிபதி ஜான் கென்னடி அமெரிக்க முதலாளிகளால் சுட்டுக்கொல்லப்பட்டார். அமெரிக்காவின் காந்தி - நீக்ரோக்களின் தலைவன் - மார்ட்டின் லூதர்கிங்கைச் சுட்டுக் கொன்றார்கள். லூதர்கிங் அரசியல்வாதியல்ல; கிறிஸ்துவ மதப் பாதிரியார் ஜனாதிபதித் தேர்தலுக்கு அபேட்சகராக நிற்கத் தயாராக இருந்த ராபர்ட் கென்னடியும் - வியத் நாம்

பிரச்சினையில் ஜான்சனுக்கு விரோதமாகப் பிரச்சாரம் செய்தாரென்பதற்காக அவரை வன்கொலை செய்தனர்.

உலகைக் குலுக்கிய இக்கொலைகளைச் செய்தவர்கள் சாதாரண - படித்தறியாதவர்களல்ல. இக்கொலைகளுக் கெல்லாம் சூத்ரதாரிகளாக இருப்பவர்கள் அமெரிக்க குபேரர்கள் - உலக எண்ணெய் அரசர்கள் - ராக்பெல்லர் போன்ற டெக்சாஸ் முதலாளிகள் என்பதை உலகம் அறியும்.

நாள் தவறாமல் கொலைகளும், கொள்ளைகளும் நடந்துவரும் அமெரிக்க "பண நாயக அமைப்பு முறையை மனமாரப் புகழ்ந்துரைக்கும் பெரிய மனிதர்கள் கையில்தான் - 50 கோடி இந்திய மக்களின் நீதித்தராசு கொடுக்கப் பட்டிருக்கிறது - நீதித் தராசு நேர்மை தவறாது என்பதற்கு என்ன உத்தரவாதம்? ஓரஞ்சாயாது நிற்குமா என்பதே சந்தேகமாக இருக்கிறது.

ஒலிம்பிக்கில் அமெரிக்காவுக்கு அவமானம்

உலக விளையாட்டுப் போட்டி ஒலிம்பிக் மெக்ஸிகோவில் நடைபெறுகிறது. அமெரிக்காவிலிருந்து கலந்து கொண்டிருப்பவர்களில் பலர் நீக்ரோக்கள். முதலில் நீக்ரோ வாலிபர்கள் அமெரிக்கா சார்பில் கலந்துகொள்வது பற்றி சந்தேகம்கொண்டனர். உலகப் போட்டியில் ஈடுபட்டு பரிசுகளைப் பெற்றுத்தரும் எங்களுக்கு - அமெரிக்காவில் சம உரிமை இல்லையே என்ற வேதனையைத் தெரிவித்தனர்.

200 மீட்டர் ஓட்டப் பந்தயம் நடைபெற்றது. அதில் தாமிஸ்மித் என்ற அமெரிக்க நீக்ரோ வாலிபர் தங்கப் பதக்கம் பெற்றார். ஜான்கார்லோஸ் என்ற மற்றொரு அமெரிக்க நீக்ரோ இளைஞர் வெண்கலப் பதக்கம் பெற்றார். பரிசு பெற்ற மூவர்களையும் மேடையில் ஏற்றி அவரவர்களின் தேசியகீதம் பாடப்பட்டது. அமெரிக்க தேசியகீதம் பாடும்பொழுது இந்த இரு இளைஞர்களும் தலையைச் சாய்த்தனர். கறுப்பு உறையணிந்த கைகளை உயர்த்தி முஷ்டி

மடக்கி நீக்ரோ (Black Power Salute) வணக்கம் செலுத்தினர். இந்நிகழ்ச்சி தொலைதூரக் காட்சிகளில் காட்டப்பட்டுவிட்டன. உலக அரங்கில் அமெரிக்காவிற்கு அவமரியாதை செய்தனர் என்பதற்காக இரண்டு அமெரிக்க நீக்ரோ இளைஞர்களையும் ஒலிம்பிக் குடிசையிலிருந்து அமெரிக்கக் குழு வெளியேற்றிவிட்டது.

குபேரபுரியில் கொல்வறுமை

அமெரிக்க வாழ்க்கைக்கு வருவோம்! வறுமை கொழிக்கும் குபேரபுரிக்கு வருவோம்! கடந்த ஆகஸ்டு மாதத்தில் ஏழைகளின் அணிவகுப்பு நியூயார்க் நகரத்தில் நடைபெற்றது! லட்சக்கணக்கான ஏழைகள் கலந்துகொண்டனர்.

அமெரிக்காவில் 5 கோடி ஏழைகள் இருக்கிறார்கள் என்று அமெரிக்கப் பத்திரிகை ஆசிரியர் ஹாரிங்டன் என்பவரே கூறுகிறார். அமெரிக்க ஜனாதிபதி கென்னடி 1 கோடி 70 லட்சம் அமெரிக்கர்களுக்குப் போதுமான ஆகாரம் கிடைப்பதில்லை' என்று ஒத்துக்கொண்டார்.

50 லட்சம் பேருக்கு வேலை கிடைக்காமல் தெருச் சுற்றித் திரியும்போது, அதே நாட்டில் 120 குபேரர்கள் ஆண்டொன்றுக்கு லட்சோபலட்சம் டாலர் வருமானத்தைப் பெறுகிறார்கள். மலையும் மடுவுமான ஏற்றத் தாழ்வு மிகுந்த சமுதாயத்தில் - நீதி நடக்குமா? நேர்மை இருக்குமா? துப்பாக்கி உற்பத்தி செய்யும் பெருமுதலாளி - துப்பாக்கி லைசென்ஸ் முறையைக் கொண்டுவராமல் தடுக்கும் சக்தி படைத்திருக்கிறான். ஜனாதிபதி கென்னடியைக் குறி தவறாமல் சுட்ட துப்பாக்கி பற்றிப் பெருமையாக விளம்பரப்படுத்தும் முதலாளிகள் வாழும் அவர்களின் தனிமனித சுதந்திரத்தை அனுமதிக்கும் பணநாயக நாடு அமெரிக்கா? கொடிய ஆயுதங்களைத் தயாரிக்கும் முதலாளிகளைப் பாதுகாக்கவே, இளம் வாலிபர்களை அவர்களுடைய விருப்பத்திற்கு மாறாக வியத்நாமிற்கு அனுப்பிக் கொடுமை செய்யும் அமெரிக்கா!

சோவியத் ரஷ்யா!

புதிய உலகம்! புதிய அமைப்பு! புதிய நாகரிகம்! பண்பாடுள்ள பழக்க வழக்கங்கள் சிசுவிலிருந்தே சிறந்த கல்வி முறை! சாதி, மத நிற, பால் வேறுபாடற்ற மனோபாவம்! உழைப்பிற்கே சிறப்புக் கொடுக்கும் அரசியல் அமைப்பு, வாலண்டினாவையும், ககாரினையும் உருவாக்கிய சோவியத்தில் மத்திய ஆசியப் பகுதி பின் தங்கிய இடமாக இருந்தது. இப்பொழுது அங்கே 10 ஆயிரம் மக்களில் 88 பேர் பல்கலைக் கழகத்தில் படிக்கும் மாணவர்களாக இருக்கிறார்கள். பிரான்சில் 10 ஆயிரத்தில் 40 பேர்தான் பல்கலைக் கழக மாணவர்கள். இத்தாலியில் 34; மேற்கு ஜெர்மனியில் 31; மத்திய ஆசியப் பகுதியிலேயே மேற்கத்திய முதலாளித்துவ நாடுகளைவிட அதிகமான மாணவர்கள் படிக்கிறார்கள்.

முதலாளித்துவமும் சோஸலிசமும் உருவாக்கும் இரு வேறு இளைஞர் உலகம்

மேற்கத்திய முதலாளித்துவ நாடுகளில் வாலிபர்களிடம் ஒழுக்கம் சீர்குலைந்து இருக்கிறது. ஆண்-பெண் உறவிலேயே அதிக கவனம் செலுத்திக் காமக் களியாட்டங்களில் அதிகமாக ஈடுபடுகிறார்கள். ஒரு சிலரைத் தவிர பெரும்பகுதி வாலிபர்கள் - இளைஞர்களும் - இளம் பெண்களும் - மேலோட்டமாகத் தெரியும் பொய்மையான வாழ்வைப் போற்றிக் கையாண்டு வருகிறார்கள். காய்ந்த வைக்கோலில் சிறு பொறி விழுந்து தீப்பற்றி விடுவதைப் போலுள்ள நிலையில் - பீதியில் வாழ்கிறார்கள்" என்று மேற்கு ஜெர்மனியிலுள்ள கல்வி நிபுணர் ஹெயின்ஸ் கிராப்னர் தனது "புதல்வர்களும் புதல்விகளும்" (Sons and Daughters) என்ற நூலில் குறிப்பிடுகிறார்.

அமெரிக்காவில் 17 வயதுக்குட்பட்ட இளைஞர்களில் 100-க்கு 12 பேர் குற்றவாளிக்கூண்டில் விசாரணைக்கு நிறுத்தப்படுகிறார்கள்! இது உலகில் ஒரு புறம் குபேரபுரி வாழ்வின் லட்சணம்!

உலகில் - நவம்பர் புரட்சிக்குப் பின் புதிய வாழ்வு மலர்ந்துள்ள சோவியத் ரஷ்யாவில்

1961-ல் காம்சோமால் பத்திரிகை மாணவர்களிடையே விபரம் சேகரித்தது, 17446 பேர்களிடம் கேள்வி அனுப்பியதில் 96 சதவீதம் பேர் பதில் கொடுத்தார்களாம். உங்கள் தலைமுறையில் என்ன நினைக்கிறீர்கள்? உன் தனிவாழ்வில் எதாவது குறிக்கோள் இருக்கிறதா? என்பதே கேள்வி.

மக்களுக்கு சேவை செய்வது! குறிப்பிட்ட தொழிலில் முன்னேறுவது, மகிழ்ச்சிகரமான குடும்பத்தை நடத்துவது புதிய கண்டுபிடிப்புகளை ஏற்படுத்துவது, எல்லா வகைகளிலும் முன்னேற்றம் காண்பது வெகுதூரம் உள்ள ஸ்டெப்பி, துந்தரா பனிக்காடுகளுக்கும், வனாந்தரமான தைகா காடுகளுக்கும், பாலைவனங்களுக்கும் சென்று கன்னி நிலங்களைத் திருத்தி கழனிகளாகச் செய்வேன்" என்றெல்லாம் தங்கள் லட்சியங்களைத் தெரிவித்தார்களாம்!

சோவியத் இளைஞர்கள் 'நான்', எனது என்பதற்கே புதிய பொருளைக் கொடுத்துள்ளனர். எனது வீடு, எனது தொழிற்சாலை எனது அரசு என்றே அனைத்தையும் கருதி, நாட்டையும், அங்கு வாழும் மக்களையும் தன்மயமாகக் கருதி அனைவரும் ஒவ்வொருவருக்குள் ஐக்கியமாகிக் காணும் - ஒரு சிறந்த சமூக அமைப்பை - புதிய உலகை - நவம்பர் புரட்சி உருவாக்கித் தந்துள்ளது!

'மனிதனின் குணங்கள் சூழ்நிலையால் உருவாக்கப் படுகிறது! சூழ்நிலை மனிதத் தன்மை நிறைந்ததாக மாற்றப்பட வேண்டும்' என்றார் மாமேதை மார்க்ஸ். மனிதத் தன்மை நிறைந்த சமூகத்தை நவம்பர் புரட்சி ரஷ்யாவில் சிருஷ்டித்திருக்கிறது.

வாழ்க நவம்பர் புரட்சி!
வாழ்க சோவியத் யூனியன்!

சாந்தி, 1-11-1968.

கலைகளைக் காத்த செஞ்சேனை

இரண்டாவது உலகப்போரை துவக்கிய ஹிட்லரையும், அவனது பாசிசப் படைகளையும் சோவியத் செஞ்சேனை முறியடித்தது.

1945 மே முதல் நாள் செஞ்சேனை வீரர்கள் பெர்லினில் ஹிட்லரின் தலைமையகமான ரீச்ஸ்டாக்கின் மீது செங்கொடி ஏற்றினர். 1945 மே 9-ல் நாஜி படைகள் சோவியத் தளபதியிடம் சரணாகதியடைந்தன. பாசிசம் முறியடிக்கப்பட்டது. ராணுவாதிக்க ஜப்பானை நேசநாடுகளின் உதவியுடன் செஞ்சேனை வீரர்கள் தாக்கினர். அன்றைய அமெரிக்க ஜனாதிபதியின் உத்தரவின்படி தேவையற்று, அணுகுண்டை ஒன்றுமறியாத ஹிரோஷிமா, நாகசாகி மக்களின் மேல் வெடித்து களப்பரிசோதனை நடத்தியது. அமெரிக்கா: ஆயிரக்கணக்கான மக்கள் கொல்லப்பட்டனர். பல்லாயிரக்கணக்கானோர் உடல் ஊனமுற்றனர். அதன் தாக்குதலின் கொடுமை இன்றும்கூட தொடர்கிறது. 1945 செப்டம்பர் 2-ம் நாள் ஜப்பானிய படைகள் சரணாகதி யடைந்தன. சோவியத் மக்களும், செஞ்சேனையும் மனித குலத்தை போரிலிருந்து காக்கத் தங்களது இன்னுயிரை ஈந்தனர். சோவியத் தேசபக்தி யுத்தமும், இரண்டாவது உலகப் போரும் முடிவுக்குக் கொண்டுவரப்பட்டது.

பாசிஸம் முறியடிக்கப்பட்ட 40-வது ஆண்டுவிழாவை உலகமெங்கும் கொண்டாட வேண்டும் என்று சமாதானக்குழு வேண்டுகோள் விடுத்திருக்கிறது.

பாசிஸ ஹிட்லரின் பாதையில் ரீகனும் போர் வெறித்திட்டங்களை போட்டுவருகிறார். அணு ஆயுதப்போரும்

விண்வெளிப் போரும் நடத்துவதற்கு முனைப்புக் காட்டி வருகிறார்.

அணு ஆயுதப்போர் நடக்குமானால் மனித இனமே பூண்டோடு அழிந்துவிடும் என்று உலகப் பேரறிஞர்களெல்லாம் எச்சரித்து வருகிறார்கள். சமாதானப் பேரியக்கம் ஐரோப்பிய நாடுகளில் வேகமாகப் பரவிவருகிறது.

இரண்டாவது உலகப்போரில் ஏற்பட்ட அழிவின் கோரத்தை மக்களுக்கு நினைவுபடுத்த வேண்டும். மக்களின் ஒன்றுபட்ட சக்தியின் மூலமே போர் வெறியைத் தணிக்க முடியும்.

இரண்டாவது போரில் ஐந்து கோடி மக்கள் மாண்டனர். எத்தனையோ எழில்மிகு நகரங்கள் அழிக்கப்பட்டன. இத்தனையிலும் சோவியத் யூனியனே பெரும் சேதத்துக்குள்ளாகியது. வீட்டுக்கு ஒருவர் பலியானார்கள். மொத்தம் இரண்டு கோடிப் பேரை பாசிஸ ஹிட்லரின் வெறிப்படைக்கு பலி கொடுத்திருக்கிறார்கள்.

போரில் மடிந்த மக்களுக்கு ஒவ்வொரு நகரிலும் அழியாத நினைவுச் சின்னங்கள் அமைத்திருக்கிறார்கள்.

"இரண்டாவது உலகப்போரில் சோவியத் மக்களும், செஞ்சேனையும் காட்டிய வீரமும் தியாகமும் உலகம் உள்ளவரை மக்களின் இருதயத்தில் ஈரம் இருக்கும்வரை பாராட்டப்படும்" என்று தமிழறிஞர் வெ. சாமிநாத சர்மா 1946-ல் "சோவியத் ரஷ்யா" என்ற நூலில் எழுதினார்.

பாசிஸத்தை வெற்றி கண்ட நாற்பதாவது ஆண்டுவிழா உலகெங்கும் கொண்டாடப்படுகிறது. இதே நேரத்தில் சோவியத் யூனியனைச் சிறுமைப்படுத்தும் சரித்திரப் புரட்டுக்களையும் அமெரிக்கா பரப்பி வருகிறது.

சோவியத் செஞ்சேனை கிழக்கு ஐரோப்பிய நாடுகளை அடிமைப்படுத்தி சோஷலிஸ அமைப்பைத் திணித்ததாகவும்

அமெரிக்க ஆதரவுப் பிரச்சாரகர்கள் அவதூறுகளைக் கிளப்பி வருகிறார்கள்.

பாசிஸப்படைகளை சோவியத் மண்ணிலிருந்து விரட்டியடிப்பதில் செஞ்சேனை வீரதீரமாகப் போராடியது; வெற்றியும் கண்டது. தோற்றுப் பின் வாங்கிய பாசிஸப் படைகளை ஜெர்மன் மண்ணிலும் விரட்டியடித்து 1945 மே 9-ல் பெர்லின் ரீச்ஸ்டாக் பாராளுமன்றக் கட்டிடத்தில் செங்கொடி ஏற்றப்பட்டது.

போலந்து, யுகோஸ்லேவியா, பிரான்சு போன்ற நாடுகளில் சோவியத் செஞ்சேனைக்கு உறுதுணையாக - அந்த நாடுகளின் பாசிஸ எதிர்ப்புப் படையினரும், பொதுமக்களும் அணிதிரண்டனர். லட்சக்கணக்கில் உயிர்ப்பலி கொடுத்தே, தங்கள் நாடுகளின் சுதந்திரத்தைப் பாதுகாத்தார்கள்; புதிய அமைப்பை உருவாக்கினார்கள்.

செஞ்சேனையைப் பற்றி அமெரிக்க ஏகாதிபத்தியமும், சி.ஐ.ஏ., அமைப்பும் இன்றும் அவதூறுப் பிரச்சாரத்தைப் பரப்பிவருகின்றன.

செஞ்சேனையின் தீரமிக்கப் போராட்டங்களையும், தியாகங்களையும் மனிதப் பண்பாட்டையும் விளக்கும் காவியங்கள், திரைப்படங்கள் ஏராளமாக வெளியாகியுள்ளன.

பாசிஸம் தோன்றிய ஜெர்மன் மண்ணிலும் அந்த மக்களிடம் செஞ்சேனை எவ்வளவு சிறந்த மனிதாபிமானத்துடன் நடந்து கொண்டது என்பதற்கு பல எடுத்துக்காட்டுக்களைக் கூறமுடியும்.

கலைச் செல்வங்களைப் பாதுகாத்த - செஞ்சேனை

1970-ல் ஜெர்மன் ஜனநாயகக் குடியரசுக்குச் செல்லும் வாய்ப்புக் கிடைத்தது. உலகப் போரில் சேதம் அடைந்த பல நகர்களைப் பார்த்தோம். பாசிஸ வெறியர்களால் உயிரோடு கொளுத்தப்பட்ட கொலைக்களங்களைக் கண்டோம்.

லட்சியப்படையும் கூலிப்பட்டாளமும்

பாசிஸ ஆட்சி நடந்த ஜெர்மனியில் சோவியத் செஞ்சேனை நுழைந்து பாசிஸப் படைகளை முறியடித்தது; அமெரிக்க முதலாளித்துவப் படையும் சென்றது.

இரண்டு படைகளும் தன்மையிலும் செயல்பாட்டிலும் வேறானவை. அமெரிக்கப்படை கூலிப்படைகளாகவே சென்றது; சோவியத் செஞ்சேனை லட்சியப் படையாகப் போரிட்டது. செஞ்சேனை மனிதாபிமானத்துடன் நடந்து கொண்டது; இரண்டு படைகளின் செயல் தன்மைகளை ஜெர்மனியில் பார்க்க முடிந்தது.

'டிரெஸ்டன்' நகரில்

ஜெர்மன் ஜனநாயக குடியரசின் கலைக்கேந்திரமான 'டிரெஸ்டன்' நகருக்குச் சென்றோம். செழிப்பான கிராமங்கள் சூழ்ந்துள்ள அழகிய நகரம். 'சுவிங்கர்' கலை அரங்கமும், அரண்மனையும் இருக்கின்றன. இந்நகரை ஆண்ட 'டியூக்' இத்தாலியிலிருந்து சிறந்த கட்டிடக் கலைஞர்களைக் கொண்டு வந்து நகரை உருவாக்கியிருக்கிறார். கட்டிட வேலைக்காரர்களை நதிக்கு அக்கரையில் குடியமர்த்தினார். இவர்களெல்லாம் இத்தாலியிலிருந்து வந்ததால் இப்போதும் அந்த கிராமத்தை இத்தாலி என்றே அழைக்கிறார்கள்.

இரண்டாவது உலகப் போரில் "டிரெஸ்டன்" நகரை அமெரிக்கப்படைகள் குண்டு போட்டுத் தகர்த்துவிட்டனர். பகலில் சுற்றுவட்டக் கிராமங்களிலிருந்து வந்தவர்கள் மாலை வேளையில் ஊர்களுக்குத் திரும்பும் முன்னே நகரிலேயே மாண்டுவிட்டனர். மறுநாள் வந்த கிராமத்து மக்களுக்கு இனம் காண முடியாதவாறு நகரமே அழிந்து கிடந்ததாம். அழிவின் கோரத்தை இன்றும் பார்க்கலாம், கிறிஸ்தவ தேவாலயம் பாதியாக உடைந்துகிடக்கிறது. சிலைகள் தலைவேறு, உடல் வேறாக முண்டங்களாகக் கிடக்கின்றன. இவ்வளவு கொடுமைகளையும் செய்தது - அமெரிக்கப்

படைகளே! சோவியத் செஞ்சேனை ஐம்பது மைலுக்கு அப்பால் வருவது தெரிந்ததே, நேசப்படையாக இருந்தாலும், செஞ்சேனை பிடித்ததாக இருக்கக் கூடாதென்பதற்காக முன் கூட்டியே திட்டமிட்டு அமெரிக்க விமானப்படை குண்டு வீசி சேதத்தை உண்டாக்கியது, நகரே அழிந்தது.

செஞ்சேனை இரண்டு நாட்கள் கழித்து வந்தது. கலை நகரின் அலங்கோல நிலை கண்டு வருந்தினர். எதிரி நாடாக இருந்தாலும், எழில்மிக்க கலைச் செல்வங்கள் அனைத்தும் மனித சமுதாயத்தின் படைப்பல்லவா, ஓவியக் கலையரங்கிற்குச் சென்று பார்த்தனர். இடிபாடுகளுக் கிடையே கிடந்த கலைச் செல்வங்களைக் கண்டெடுத்து, சேகரித்து வைத்தனர். உயிருக்காகப் போராடும் போர்க் களத்திலும் கலைக்களஞ்சியங்களைப் பத்திரமான இடங்களில் பாதுகாத்து வைத்தார்களாம். அக்டோபர் புரட்சியில் பீட்ரோக் காட் மாளிகைக்குள் நுழையும்போது கட்டிடத்துக்கோ, கலைத் தூண்களுக்கோ சேதம் வராமல் பாதுகாக்க வேண்டுமென்று கட்டளையிட்ட மாமேதை லெனின் வகுத்த பாசறையில் பயின்றதல்லவா செஞ்சேனை!

போர் முடிந்தது; சர்வதேச ஒப்பந்தங்கள் மூலம் அமைதி நிலவியது. நாஜிகள் ஒழிக்கப்பட்டனர். கிழக்கு ஜெர்மனியில் மக்களாட்சி மலர்ந்ததும், சோவியத் செஞ்சேனை டிரெஸ்டன் நகரில் எடுத்து வைத்த ஓவியச் செல்வங்கள் அனைத்தையும் ஜெர்மன் ஜனநாயகக் குடியரசிடம் ஒப்புடைத்தனர்.

செஞ்சேனையின் பண்பாடுள்ள நடவடிக்கை, மனித வரலாற்றில் கண்டிராத நிகழ்ச்சியாகும்.

வெற்றி பெற்ற நாடு, தோல்வியடைந்த நாட்டிற்குத் திரும்ப கொடுத்த பெருமையைப் பாராட்டி செஞ்சேனையின் சிறப்பைப் புகழ்ந்து ஜெர்மன் ஜனநாயகக் குடியரசின் கலைத்துறை அமைச்சர் பாராட்டியிருக்கிறார்.

மயிலாசனமும் கோஹினூரும் எங்கே?

இந்திய நாட்டில் முகலாய சாம்ராஜ்யத்தில் - ஷாஜகான் உருவாக்கிய மயிலாசனம், விலை உயர்ந்த கோஹினூர் வைரம் இன்னும் இவை போன்ற எண்ணற்ற கலைப்பொருள்களை பிரிட்டிஷ் ஆட்சி டெல்லி செங்கோட்டையிலிருந்து எடுத்துச்சென்றது. இந்திய நாடு விடுதலை பெற்ற குடியரசான பின்னரும், பலமுறை கேட்டும் இன்னும் தரப்படவில்லை, லண்டன் மாநகரின் (மியூசியத்தில்) அருங்காட்சியகத்தில் வைக்கப்பட்டுள்ளன இவை.

அமெரிக்கக் கண்காட்சியில் நடராஜர் சிலை

தமிழ் நாட்டுக் கோயில்களின் சிற்பங்களும், தெய்வச் சிலைகளும் களவாடப்பட்டு - அமெரிக்காவுக்கு ஏற்றுமதி செய்யப்பட்டுள்ளன. தஞ்சை மாவட்டத்திலுள்ள சிவபுரம் நடராஜர் சிலை, திருடப்பட்ட நடராஜர் சிலையை நார்மன் என்ற அமெரிக்கர் விலைகொடுத்து வாங்கிவிட்ட காரணத்தால் திரும்பத்தரமுடியாது என்று மறுத்து விட்டார். இந்திய அதிகாரிகள் சென்று முறையிட்டுக் கெஞ்சிக் கேட்டுக்கொண்டதன் பேரில், அமெரிக்க நகர்களில் கண்காட்சிகளில் வைத்து வருமானம் தேடிக் கொண்ட பின்னர் தனக்குள்ள பணமும் கொடுத்து விட்டால் திருப்பித் தருவதாகக் கூறியிருக்கிறாரென்று தெரிகிறது.

இதுதான் ஏகாதிபத்தியத்தின் கொள்கை; பண்பாடு; நாகரிகம்.

செஞ்சேனையின் சிறப்பு

ஜெர்மன் நாட்டில் செஞ்சேனை திருப்பிக் கொடுத்த கலைச் செல்வங்களை ஜெர்மன் ஜனநாயகக் குடியரசு அப்படியே பேணிப்பாதுகாத்து வருகிறது, 'டிரெஸ்டன்' நகரில் இடிந்த கட்டடங்களை பழைய அமைப்பு

முறையிலேயே புதுப்பித்திருக்கிறார்கள். இத்தாலி, பிரான்ஸ், பிரிட்டன், ஹாலந்து, போலந்து, ஜெர்மனி, ரஷ்யா போன்ற நாடுகளில் வாழ்ந்த உலகப் புகழ்பெற்ற ஓவியர்களின் விலையுயர்ந்த தைல வண்ணப்படங்கள் பார்வைக்கு வைக்கப்பட்டுள்ளன. அதிகாலை சூரிய ஒளிக்கிரணமும் தைல வண்ண ஓவியத்தில் இன்னும் அப்படியே மங்கா ஒளி வீசிக்கொண்டிருக்கிறது.

டிரெஸ்டன் நகரிலுள்ள வண்ண ஓவியங்கள் நிறைந்த கலைக்கேந்திரத்தின் பெருமையும் புகழும், சோவியத் செஞ்சேனையின் பெருந்தன்மையும் மனித நேசமும் கலைப் பண்பாடும் மனித நாகரிகத்துக்கு எடுத்துக்காட்டாக விளங்குகின்றன.

ஒழிக போர்வெறி!
வாழ்க சமாதானம்!

(தாமரை, மே 1985)

ரகுநாதனின்
சமுதாய இலக்கியம்

புராண, இதிகாசங்களெல்லாம் அழியாமலிருந்தாலும், சமுதாயச் சிக்கல்களைப் பற்றியும், ஆதிக்கத்திலுள்ள கருத்துக்களை எதிர்த்தோ, கண்டித்தோ, விமர்சித்தோ எழுதிய நூல்கள் வேண்டுமென்றே மறைக்கப்பட்டுள்ளன. பல நூல்கள் மறைந்துவிட்டனவென்றும் ஆராய்சியாளர் பலர் கூறுகிறார்கள். சமூகச் சூழ்நிலைகளைக் களனாக வைத்து எழுதப்பட்ட ஐந்து நூல்களைப் பற்றிய அறிமுகமாக இப்புத்தகத்தைத் தமிழ்நாடு கலை இலக்கியப் பெருமன்றத் தலைவர் திரு. ரகுநாதன் எழுதியிருக்கிறார்.

தந்திவிடு தூது, பணவிடு தூது, டம்பாச்சாரி விலாசம், காந்திமதி அந்தாதி, பஞ்சலட்சணம் ஆகிய நூல்கள் அறிமுகப்படுத்தப்பட்டுள்ளன. அறிமுகமாக எழுதியிருந்தாலும், தூது, நாடகம், இலக்கியத்தில் புதிய பார்வை, பற்றிய ஆராய்ச்சிக் கட்டுரைகளாகத் திகழ்கின்றன.

முன்னுரையிலேயே இந்நூலின் தன்மையை விரிவாகக் கூறியிருக்கிறார். "இந்தத் தொகுதியில் நான் அறிமுகம் செய்துவைக்க முனைந்துள்ள நூல்கள் அனைத்தும் ஒரு குறிப்பிட்ட தகுதியை உரைகல்லாகக்கொண்டு அதாவது சென்ற நூற்றாண்டுகளின் சமுதாயச் சூழ்நிலை, சரித்திர நிகழ்ச்சிகள், சமுதாய சம்பந்தப்பட்ட இலக்கியப்படைப்பு, சமுதாய சம்மந்தமான கருத்துக்கள் முதலியவற்றைப் பிரதிபலிக்கும் தகுதியைக் கணக்கிலெடுத்துத் தேர்ந்தெடுக்கப் பட்டவை. இவற்றில் இருநூல்கள் சென்ற நூற்றாண்டின் தமிழ் நாடகத்துறையின் நிலைமையை புலப்படுத்துவன; இரண்டுமே ஒவ்வொரு விதத்தில் புதுமையான இலக்கியங்களுங் கூட.

இவ்விரண்டில் ஒன்று தமிழ்நாட்டின் சமூக நாடகங்களுக்கே முதற்பெரும் வழிகாட்டியாக நின்றநூல். மேலும் இரு நூல்கள் சென்ற நூற்றாண்டில் நாட்டையே உலுக்கிக் குலுக்கி மக்கள் மனதில் வடுப்பாய்ந்ததுபோல் பதிந்துவிட்ட மாபெரும் பஞ்சத்தைக் கருப்பொருளாகக் கொண்டவை. மற்றும் ஒரு நூல் பணத்தின் - பொருளாதாரத்தின் வலிமையைக் குறித்து முன்னூறு ஆண்டுகளுக்கு முன்பே திறம்பட எழுதப்பட்ட நூல். எனவேதான் இந்நூல்களை அறிமுகப்படுத்தும் முயற்சிக்கு 'சமுதாய இலக்கியம்' என்ற பொதுத்தலைப்பை வழங்கியுள்ளேன்" என்று குறிப்பிடுகிறார். இதைவிட விளக்கம் தேவையில்லை.

டம்பாச்சாரி விலாசம்

டம்பாச்சாரியின் நாடகத்தையும், திரைப்படத்தையும் பலர் பார்த்து ரசித்திருக்கிறோம். இருப்பினும் இக்கதையை எழுதத் தூண்டிய சம்பவங்களையும், உயர் குடும்பத்தினர் வாழ்க்கை முறைகளையும் இடித்துக்காட்டும் ஆசிரியரின் திறனையும் திரு. ரகுநாதன் அவர்கள் சொல்லும்பொழுது தமிழகத்தின் சென்ற நூற்றாண்டிற்கே வாசகர்களை அழைத்துச்செல்கிறார்.

டம்பாச்சாரி விலாசத்தின் ஆசிரியர் சைதாப்பேட்டை காசி விஸ்வநாத முதலியார். ஆங்கிலேயருக்கு துபாஷியாக (மொழி பெயர்ப்பாளராக) இருந்தபோதிலும் பிரமஞான சமாஜத்தில் சேர்ந்திருந்ததால் சீர்திருத்தக் கருத்துக்களைக் கொண்டிருந்தார். 'காட்சியினாலும் கேள்வியினாலும் எனக்குண்டாகிய அபிப்ராயத்தை நான் வெளியிடத் துணிகிறேன்.

துர்நடத்தைகளை விவரமாகவும், அந்த நடத்தையினால் வரும் துன்பத்தை வெளிப்படையாகவும், அனுபவமாகவும், காட்சியாகவும் எடுத்துக்காட்டி ஒருநூல் செய்ய வேண்டுமென்று சில கனவான்கள் கேட்டுக்கொண்டபடியால் இந்நாடகம் செய்தேன்" என்று நாடக ஆசிரியரே கூறியிருக்கிறார்.

இந்த அறிமுகத்தில் தமிழ் நாட்டில் நாடகத் துறையின் வரலாற்றைப் பற்றி ஆராய்ந்திருக்கிறார். தொல்காப்பியத்திலும், பெரும்பாணாற்றுப் படையிலும், நாடக வழக்கு 'நாடக மகளிர்' என்று கூறப்பட்டுள்ள ஆதாரங்களைக்கொண்டு, நாடகத்துறை தமிழில் தொன்மையுடையது என்ற கருத்து கொண்டுள்ளவர்களுக்குப் பல்வேறு எடுத்துக்காட்டுகள் மூலம் பதில் கூறியிருக்கிறார். "நாடகம் என்ற சொல்லுக்கு இன்றுள்ள அர்த்தபாவம் வேறு. களம், காலம் ஆகியவற்றின் பொறுத்த அமைதியோடு குறிப்பிட்ட கதையொன்றை நடிகர்களைக்கொண்டு சொல்லாலும் செயலாலும் நடித்துக் காட்டப்படுவதற்காக எழுதப்படும் இலக்கியத்தையே நாடகம் என்று சொல்லிவருகிறோம். ஆங்கிலத்தில் Drama என்று வழங்கப்பெறும் சொல்லின் அர்த்தபாவத்தையே இன்று நாம் கையாண்டு வருகிறோம். நாடகம் என்ற சொல்லுக்கு அன்று இருந்து வந்த அர்த்தம் நாட்டியம் என்பதுதான் (பக்கம் 114) என்று அறுதியிட்டுக் கூறியிருக்கிறார்.

தந்திவிடு தூது

நாடகக் குழுவை நடத்தி வந்த ஒருவர் பணத்தையும் இழந்து திண்டாடுகிறார். சொந்த ஊரில் இருக்கும் மனைவிக்குத் தன்நிலை குறித்து தந்தி அனுப்புகிறார். பிரிந்திருந்த குடும்பத்திற்குத் தொடர்பேற்படுத்தும் தந்தியைத் தூதுப் பொருளாகப் பாவித்து எழுதப்பட்ட கதைக்குத் தந்திவிடு தூது என்று பெயரிட்டிருக்கிறார். நாடகக் கம்பெனி நொடிந்த நேரத்தில் படும் இன்னல்கள் விளக்கப்படுகின்றன.

பண்டைக்காலந்தொட்டே தூது நிகழ்ச்சி தமிழ் இலக்கியத்தில் இடம்பெற்று வந்திருக்கும் விபரத்தைத் தெளிவாகக் கூறியிருக்கிறார். தூது இலக்கியத்தின் வளர்ச்சியை ஆராய்ந்திருக்கிறார். இலக்கியத்தின் புதிய பார்வையை விளக்கிக் கூறுகிறார்.

அன்னம், கிளி, மேகம் போன்ற இயற்கைப் பொருள்களையே தூது அனுப்பிய தொன்மை மரபுகளுக்குப் புறம்பாகத் தந்தியைத் தூதாக வைத்து சிருஷ்டிக்கப்பட்டுள்ள இலக்கியம் தந்திவிடு தூது.

தென்றலையும் நிலவையும் பாடுகின்ற அளவுக்கு ஒரு அணைக்கட்டையோ, நிலக்கரிச் சுரங்கத்தையோ மின்சார நிலையத்தையோ கவிப்பொருளாக்கி அழகுறப் பாடமுடியுமா? என்று ஒரு நண்பர் கேட்டதாகக் கூறி திரு. ரகுநாதன் அவர்களே அதற்குப் பதிலும் சொல்லுகிறார். இலக்கியத்துறையில் புதிய கண்ணோட்டத்துடன் சிருஷ்டியிலிறங்கும் இளம் எழுத்தாளர்களுக்கு இப்பகுதி தெளிவைக் கொடுக்கும் என்பதில் ஐயமில்லை.

'பாரதி பழகிப்போன பல்வேறு சந்தங்களைக் கையாண்டான்; ஆனால் அவற்றில் புதிய விஷயங்களையும் புதிய கருத்துக்களையும் அல்லவா தந்தான்! ஓர் உண்மையை மறந்துவிடக்கூடாது. இயற்கை, செயற்கை எந்தப் பொருளானாலும், அது மனித வர்க்கத்தோடும், மனித உணர்ச்சிகளோடும் கொள்கின்ற உறவுகள் ஏற்படுத்துகின்றன உணர்ச்சிகள் முதலியவற்றின் மூலமே முக்கியத்துவம் பெறுகின்றன. உதாரணமாகக் காதலன் அருகிலிருக்கும்போது தண்ணென்றிருக்கும் நிலா, காதலன் பிரிந்துசென்றபோது தணலாய்க் காய்கிறது. ஆனால் உண்மையில் நிலவு நிலவாகத்தான் இருக்கிறது. அது மனித உணர்ச்சியோடு பங்குபெறும்போதுதான் கவிப்பொருளாகிறது. எனவே இந்த உறவையும் உணர்ச்சியையும் புரிந்துகொள்ளத் திராணிவாய்ந்தவனுக்கு எந்தவொரு பொருளையும் கவிப்பொருளாக்கிவிட முடியும். மகாபலிபுரச் சிற்பத்தையும் மதுரை கோபுரத்தையும் கவிப்பொருளாக்கிவிட முடியுமென்றால் மணிமுத்தாறு அணையையும் நெய்வேலி நிலக்கரிச் சுரங்கத்தையும் கவிப்பொருளாக்க முடியும். இவை எல்லாமே மனிதன் படைப்பு சக்தியின் சாதனைகள்தானே. பாரதி அதைத்தானே செய்தான். 'காசி நகர்ப் புலவர் பேசும்

உரைதான் காஞ்சியிற் கேட்பதற்கோர் கருவி செய்வோம்' என்றும் 'வெட்டுக்கனிகள் செய்து தங்கம் முதலாம் வேறுபல பொருளும் குடைந்து எடுப்போம்' என்றும் அவன் அன்று பாரத தேசத்தைப் பாடியவைதானே இன்று நமது நாட்டின் விஞ்ஞான வெற்றிகளாகவும், பொருளாதாரத் திட்டங்களாகவும் நம்முன் காட்சி தருகின்றன. அவனைப்போல் நாமும் காண முடியாதா என்ன? - சைக்கிள் வண்டியைப் பற்றிப் பாடி, சைக்கிள் சக்கரங்களை 'அக்காவும் தங்கையையும்போல் அவை போகும் அழகைப்பார்' என்று வியந்துபோற்றி அதிலும் மனித உணர்ச்சியோடு சம்பந்தப்பட்ட கவித்தையழகையும், நயத்தையும் வெளிப்படுத்திவிட்டார் தேசிகவிநாயகம் பிள்ளை. எனவே எந்த ஒரு பொருளைப் பற்றியும் கற்பனை நயமும் அழகுணர்ச்சியும் தோன்றப் பாட முடியாதென்பதல்ல" (புக்கம் 23) என்று திரு. ரகுநாதன் அவர்கள் தனக்கே உரித்தான உறுதியான தெளிந்தநடையில் கூறியிருப்பது சிந்தனைக்கு விருந்தாக இருக்கிறது; இலக்கிய எதிர்காலத்திற்கு ஒளிகாட்டுகிறது.

பணவிடு தூது

முன்னூறு ஆண்டுகளுக்கு முன்பு இயற்றப்பட்டது. மதுரை மன்னன் முத்துவீரப்ப நாயக்கனின் பிரதானியாக நெல்லைச் சீமையை ஆண்டுவந்த வெங்கடேசப்பையனைப் பாட்டுடைத்தலைவனாகக்கொண்ட நூல். பரிசில் பெற்ற புலவர் கோயில் தாசியின்மேல் மோகங்கொள்கிறார்; அவளை அடைய விரும்புகிறார். அதற்குப் பணம் தேவை. பணத்தை தூதுவிடுகிறார். கதைத் தன்மை சுருக்கமாக இருந்தாலும் 744 பாடல் வரிகளில் 490 வரிகள் தூதுப் பொருளான பணத்தின் பல்வேறு சக்திகளையும், தன்மைகளையும் புலப்படுத்துவதற்கே பயன்படுத்தப்பட்டுள்ளன. வெங்கடேசப் பையனின் செல்வச் செழிப்பும், ஆட்சி முறைகளும், கிராமக் கணக்கர்களின் கள்ளக்கணக்குகளும் கூறப்பட்டுள்ளன.

கட்டுரையில் பணத்தின் பலத்தைப் பற்றி தமிழ் இலக்கியங்களிலிருந்து சான்றுகளைக் கூறியிருக்கிறார் கட்டுரை ஆசிரியர். பணத்தின் மகிமையைப் பற்றிக் கார்ல் மார்க்ஸ் எழுதிய நூலிலிருந்து மேற்கோள் காட்டியிருப்பது பணத்தைப் பற்றிய கட்டுரையை மிகவும் சிறப்பிக்கிறது. 'ஷேக்ஸ்பியர் நாடகமான 'ஏதென்ஸ் நகரத்து டைமன்' கதையில் பணத்தைப் பற்றிக் கதாநாயகன் வாயிலாகக் கூறப்பட்டுள்ளதை மார்க்ஸ் எடுத்துக்காட்டித் தன் கருத்தையும் வெளியிட்டிருப்பதை இக்கட்டுரையில் திரு. ரகுநாதன் குறிப்பிட்டிருக்கிறார்.

ஏழைகளின் ஏக்கமெல்லாம் பணத்திற்கே செல்வந்தர்களின் வீடுகளுக்குச் சென்றலைவதும் பணத்திற்கே என்று கூறி விட்டு, வசதி படைத்தவர்களின் வாழ்வும் பணத்தின் பெருமையை வைத்தே என்பதைப் பணவிடு தூதில் விளக்கப்பட்டுள்ளது.

> கட்டப்புடவையின்றி
> கந்தையுமாய்ச் சென்றுசெல்வர்
> கிட்டப்பலகாலும் கெஞ்சிபோய் கிட்டமுட்டத்
> தாங்குவாரற்று, தடுமாறி, இராப்பகலாய்
> ஏங்குவார் ஏக்கமும் உன் ஏக்கமே!
> சாவடியும், வீடும் தலைவாசலும் சதங்கையும்
> சேவடியும் மைந்தர்களும்,
> தேவியரும்-பாவடியிட்டு
> ஏறும்கடும்பரியும் எச்சேவையும் அவைகளை
> ஆறும்கலந்த அமுதுணவும் ஐயன் (பணம்)
> பெருமையே!

ஏழைகள் படும்பாட்டை விவரிக்கிறார்.

> நட்ட நடுக்காடுதொறும்
> ஆயத்துறைகாத்து அலைவாரும் காயத்தில்
> நூலைத்தரித்து, நூறுமலையேறி நித்தம்
> சேலைச் சுமடு சுமப்பாரும்....

ஒற்றைமரமேறி, ஒலிகடலில் மீன்பிடித்து
விற்று நரகில் வீழ்வாரும்
வல்லமைகள் சொல்வதென்ன!
மானிடரெல்லாம்
உன்னை அல்லது தேடும்
பொருள் ஏது ஆண்டவனே!
என்றும்
மூக்கறையர் ஆனாலும்,
மொண்டி குருடு ஆனாலும் - நோக்கமுன்
ஆக்கமுள்ள சாதிஇழுக்கு ஆனாலும்
கண்ணார உன்னையங்கு கண்டுவிட்டால்
இங்குவர
ஒண்ணாதோ? கூத்திமார் ஒட்டாரோ'

என்று பணத்தின் மகிமையை விவரிக்கிறார். பணத்தின் மகிமையைப் பற்றி இத்துணை விரிவாகவும், ஆணித்தரமாகவும் வாழ்க்கையனுபவத்தையொட்டி வருணித்த வேறு எந்தவொரு நூலையும் தமிழ் இலக்கியத்தில் காண்பதற்கில்லை என்றே சொல்லலாம் என்று கூறிப் பணவிடு தூதின் சிறப்பை விளக்குகிறார்.

காந்திமதி அந்தாதி

நெல்லைக்கு அருகிலுள்ள தச்சநல்லூரில் பிறந்த அழகிய சொக்கநாதப்பிள்ளை அவர்கள் இயற்றியது. தாதுவருஷப் பஞ்சத்தில் மக்கள் பட்ட கஷ்டங்களைத் தத்ரூபமாக விளக்குகிறார். பஞ்சநிலை பற்றி நெல்லை காந்திமதி அம்மையிடம் முறையிடுகிறார்.

பரிசுற்ற காந்திமதி அம்மையே!
இந்தப் பன்னிரண்டு
வருசத்துப் பஞ்சத்தை நீக்கி, அன்பாய் எமை
வாழ்விப்பையே!

என்று வேண்டுகிறார்.

நாளுக்குநாள் விலைஏறுதம்மா!
கடன் ஆகுதம்மா!
தேளுக்கு நேர் இந்தப் பஞ்சத்திலே
என்ன செய்வம் அம்மா!
"கொண்டாடுவார் இந்தப் பஞ்சத்தை
நெல் கட்டிக்கொண்டு விற்போர்,
திண்டாடினோம்; புகல்வேறே
இடமின்றி
செல்வரைப் போய்க்
கண்டாலும் பேசிலர்"

இவ்வாறு தாதுவருடப் பஞ்சத்தில் பாடியதில் சில இன்றும் உண்மையாக இருக்கின்றதைப் பார்க்கிறோம். பஞ்சம் பாரதத்தை விட்டபாடில்லை. வெள்ளையர் ஆட்சிக்காலத்தில் ஏற்பட்ட பஞ்சங்களைப்பற்றி வெள்ளையர்களே எழுதி வைத்துள்ள குறிப்புகளை எடுத்துக்காட்டுகிறார் திரு ரகுநாதன் - ஒரு இடத்தில் மயிர்க் கூச்செறிகிறது.

"பஞ்சத்தினால் வாடி பிழைப்பை நாடிச்சென்ற ஒரு கணவனும் மனைவியும் களைத்துப்போய் பாதையோரத்தில் படுத்துறங்கினார்களாம், இடையிலே விழித்தெழுந்த கணவன் எவனோ ஒரு வழிப்போக்கனிடம் சிறிது அரிசியை வாங்கிக் கொண்டு, விலையாகத் தூங்கிக்கொண்டிருந்த மனைவியை விற்றுவிட்டு ஓடிவிட்டானாம். விழித்தெழுந்த மனைவி.... கேட்ட மாத்திரத்திலேயே அவமானமும் அதிர்ச்சியும் தாங்கமாட்டாமல் அங்கேயே செத்து விழுந்து தன்மானத்தைக் காப்பாற்றிக்கொண்டாளாம் (மதுரை மிஷனரி 1709-ம் ஆண்டு அறிக்கை).

பல்வேறு பஞ்ச விபரங்களையும் அந்நிய ஆட்சி கையாண்ட முறைகளையும் பஞ்சகாலத்தில் எழுதப்பட்ட உள்ளம் உருக்கும் இலக்கியங்களையும் பற்றி விபரமாகக் குறிப்பிடப்பட்டுள்ளது.

பஞ்சலட்சணத் திருமுக விலாசம்

தாதுவருஷப் பஞ்சத்தால் வாடிய மக்கள் மதுரை சோமசுந்தரக் கடவுளிடம் முறையிட்டு அவரிடமிருந்து சிவகங்கை ஜமீன்தாருக்கு சிபாரிசுக் கடிதம் வாங்கி வந்து கொடுப்பதாகப் பாடும் பிரபந்தம் வில்லியப்பிள்ளை என்பவர் இயற்றியது.

பஞ்சத்தின் கொடுமைகளைக் கிண்டலாகக் கூறினும் பரிதாபத்துடன் கண்ணீர்விடும்படி விளக்குகிறார் பஞ்சலட்சண ஆசிரியர்.

ஆடவர்கள் மங்கையரை
நாடுதற்கும், மங்கையர்கள் ஆடவரின்
சங்கமத்தை நாடுதற்கும் சத்து
விட்டு பொங்கியெழும்
காமைய நாயக்கர் கனகுதிப்
பெல்லாம் ஒடுங்கி
ஆமையப்பர்போலாய் அடங்கினரே!
பாவை நல்லார்
சாந்தணிந்து, கச்சைத்
தடாரித்து வீங்கியிறு
மாந்து பூரித்த வனமுலைகள்
-தேய்ந்துவற்றிப்
பட்டமரப் பொந்தினிலும்,
பாழ்மண்டபத்தினிலும்
ஒட்டிய வௌவால்போல்
உறங்கினவே!

என்று பசியினால் வாடி வதங்கிய மனித உருவங்களைச் சித்திரித்திருக்கிறார்.

சமூகத்தின் ஊழல்களைக் கண்டறிந்து அவற்றைக் கூடுதலான முறையில் கண்டிப்பதே நையாண்டி (Satire) யாகும். இத்தகையதொரு கருமத்தில் அந்தரங்கமான அனுதாபத்தோடும் பரிவோடும்தான் அவர் எழுத

முனையவேண்டும். இவ்வாறு எழுதுவதை ஆங்கிலத்தில் (Benovlent Satire) நன்மை பயக்கும் நையாண்டி என்பார்கள். இத்தகைய நையாண்டிச் சுவையை மேலை நாட்டில் பலர் வழங்கியுள்ளார்கள். தமிழ்நாட்டில் இம்மாதிரியான நையாண்டி இலக்கியம் குறிப்பிடத்தக்கதாக எதுவும் தோன்றவில்லை. இத்துறையில் பஞ்ச லட்சணம்தான் முதற்பெரும் நூலாகவும் முன்னோடியாகவும் விளங்குகிறது என்று சொல்லலாம். இதற்கு அடுத்தபடியாகச் சொல்லக்கூட தமிழ்நாட்டில் ஒரே ஒரு நூல்தான் உள்ளது. அதுதான் கவிமணி தேசிகவிநாயகம் பிள்ளை எழுதியுள்ள நாஞ்சில் நாட்டு மருமக்கள் வழி மான்மியம்' தமிழ் இலக்கியத்தில் புதுமையொளி வீசும் இரு தீபஸ்தம்பங்களாக இவ்விரு நூல்களும் விளங்குகின்றன என்று பஞ்சலட்சணத்தை அறிமுகப்படுத்துகிறார். தமிழ் இலக்கியத்திலுள்ள குறைகளைப் பற்றிச் சிந்திக்கத் தூண்டுகிறது.

தமிழ் ஆர்வம் உள்ள மக்கள் அனைவரும் படிக்க வேண்டியது அவசியம். சமுதாய இலக்கியத்தில் கூறப்பட்டுள்ள மூலநூல்களைத் தனித்தனியாகப் பிரசுரித்து அத்துடன் இந்த அறிமுகக் கட்டுரையையும் சேர்த்தால் வாசகர்களுக்கு படித்துணர உதவியாக இருக்கும்.

சாந்தி, 15-06-1966.

சிவகாமியின் 'பழையன கழிதலும்'

தமிழ் நாட்டின் கிராமிய வாழ்வில் நிகழ்ந்து வரும் புதிய சிக்கல்களைப் படம் பிடித்துக் காட்டும் புதினமாகும் இது.

கரிசல் கிராமங்களின் வாழ்க்கைச் சித்திரங்களாக நாவல்களும், சிறு கதைகளும் ஏராளமாக வெளிவந்துள்ளன. கி. ராஜநாராயணன், பொன்னீலன், பூமணி, மேலாண்மை பொன்னுசாமி, தனுஷ்கோடிராமசாமி, சதாசிவம் ஆகியோரின் படைப்புகள் 'கரிசல் இலக்கியம்' எனப்பெயர் பெற்று, தமிழின் தற்கால இலக்கியத்தில் நிலையான இடத்தைப் பெற்றுள்ளது.

குறிஞ்சி நில மக்களின் வாழ்க்கைச் சிக்கலில், இயற்கையோடு மோதியும் பணிந்தும் வாழும் மக்களைப் பற்றி ராஜபாளையம் கொ.மா. கோதண்டம் சிறுகதைகளை எழுதிவருகிறார்.

நெல்லை மாவட்டத்தில் தென்காசி, அம்பைத் தாலுகாக்களிலுள்ள செவல் மண் நிறைந்த புஞ்சைப் பிரதேசத்திலுள்ள சிற்றூர்களில் வாழும் மக்களிடையே சிக்கல் நிறைந்த வாழ்க்கைகளைப் படம் பிடித்துக் காட்டி வரும் திரு. சமுத்திரம் அவர்களின் நாவல்கள் வெளிவந்துள்ளன.

நஞ்சை நிலம் சார்ந்த மக்களின் வாழ்க்கையை அடித்தளமாகக்கொண்டு, தஞ்சை மாவட்டத்தில் ஏற்பட்டு வரும் மாற்றங்களை விளக்கும் "சேற்றில் மனிதர்கள்" என்ற புதினத்தை திருமதி ராஜம் கிருஷ்ணன் அவர்கள் படைத்துத் தந்துள்ளார்.

வறட்சிக் காடாகக் காட்சி தரும் கோவை மாவட்டம் அவினாசி வட்டாரத்திலுள்ள மக்கள் நவீன பகீரதர்களாக முயற்சித்து பாறையை உடைத்து, படுபாதாளத்தில் தண்ணீரைத் தேடும்போதே, வானத்தையும் அண்ணாந்து பார்த்து ஏங்கிநிற்கும் காட்சிகளை உருக்கமாக விளக்கும் 'மானாவாரிமனிதர்கள்' எனும் நாவலை உருவாக்கித் தந்திருக்கிறார் திரு. சூர்யகாந்தன்.

சிவகாமி அவர்களின் "பழையன கழிதலும்" எனும் புதினம் இந்த ஆண்டில் தமிழ் நாவல் இலக்கியத்திற்குப் புதிய வரவாகும். தோட்டப் பயிர்கள் விளைவிக்கும் மின் இறவைப் பாசனம் நிறைந்த மேட்டுப் புஞ்சை நிலங்களில் வாழும் மக்களிடையே சாதி மோதல்கள் எவ்வாறு அன்றாட வாழ்க்கையைப் பாதித்து வருகின்றன என்பதை எதார்த்தமாக அப்படியே கண் முன்னால் நிறுத்திக் காட்டுவதில் ஆசிரியை வெற்றி பெற்றுவிட்டார் என்று சொல்லலாம்.

சாதிகளைப் பற்றி எழுதுவது, "சுருள்வாள்" வீச்சு விளையாட்டைப் போன்றது. எதிர்பாராத விளைவுகளை உருவாக்கி, தன்னையும் தாக்கும். பரம்பரைப் பழக்கத்தால் தன்னுணர்வுகொண்டு எதிர்க்கும் போக்கைத் தூண்டிவிடும். ஆனால் ஆசிரியர் சிந்தனை வேகம் தடைப்படாமல் அதே போக்கில் நிதானமாகக் கையாண்டிருக்கிறார்.

திருச்சி தென்னாற்காடு மாவட்டங்களில் மேட்டுப் புஞ்சை நிலங்களில் ஏற்பட்டுவரும் உற்பத்தி மாற்றங்கள் விவரிக்கப்பட்டுள்ளன. தனி நபர்களின் வக்கிரமான நடவடிக்கைகள், சாதிகளிடையே எவ்வாறு மோதல்களை உருவாக்குகின்றன என்பதை ஆசிரியர் ஊன்றிக் கவனித்து வந்திருக்கிறார்.

ஒவ்வொரு கதாபாத்திரத்தின் உள்ளுணர்வுகள், நாடி நரம்பு, இதயத்துடிப்புகளைத் துல்லியமாகத் தெரிந்து எழுத்தில் கையாண்டிருக்கிறார்.

நிலச்சுவான்தாரான உடையாரின் காமப்பசி, தாழ்த்தப்பட்ட விதவைப்பெண் தங்கம் மீது பாய்கிறது. இந்த இடத்தில் உடையாரின் மனைவியின் உழைக்காத உடம்பையும், தங்கத்தின் உழைத்த உடம்பின் கட்டமைப்பையும் வேற்றுமைப்படுத்திக் காட்டுவதில் சிறிது விரசம் தோன்றுகிறது. கல்தூணில் புடவை சுற்றியிருந்தாலும் கட்டி அணைக்கும் காமுகனுக்கு உடல் கட்டுள்ள பெண்தான் வேண்டுமென்பதல்ல. ஏழையாக இருப்பதும், தாழ்த்தப்பட்ட பெண், அதிலும் இளம் விதவையான தங்கத்தை அனுபவிப்பதில் துணிச்சல் வந்துவிடுகிறது.

நிலச்சுவான்தாரின் இச்சைக்கு ஆளான தங்கம், நிலச்சுவான்தார் மனைவி தூண்டுதலால் நடுத்தெருவில் தாக்கப்படுகிறாள். தங்கத்துக்கு ஆதரவாக தாழ்த்தப்பட்ட வகுப்பைச் சேர்ந்த காத்தமுத்து உதவுகிறார். ஆனாலும் அவரும் விதவை தங்கத்தை அவமானமாகத்தான் பேசுகிறார் "சரி, போனதுதான் போனியே.... நம்மாளுவ எவனாவது பார்த்து போவ வேண்டியதுதானே?.... நம்மாளுன்னா உனக்கு கசக்குதா?" என்று காத்தமுத்து கூறியதாக சொல்வது சாதித்தலைவனின் ஊறிப்போன குணாம்சத்தை நன்கு வெளிப்படுத்துகிறது.

தாழ்த்தப்பட்டவர்களுக்கு சாதிக்காரன் என்ற உருத்தோடு உதவி செய்யும் காத்தமுத்து பழைய தலைமுறையைச் சேர்ந்தவன். அவனுடைய குடும்ப வாழ்க்கையை, மகள் கௌரியே வெறுக்கிறாள்.

காத்தமுத்து குடும்பத்திலேயே அண்ணன் மகன் சந்திரன் புதிய தலைமுறையாகத் தலையெடுக்கிறான். அரிசி ஆலைத் தொழிலாளர் சங்கம் வைக்கிறான். தொழிலாளர் சங்கத்தில் தாழ்த்தப்பட்டோர், வன்னியர் மற்றும் இதர சாதிகளைச் சேர்ந்தவர்களெல்லாம் உறுப்பினராகியிருக் கிறார்கள்.

அதே ஊரில் வன்னியர் சங்கத்தை அமைத்த நல்லசிவத்தின் சாதி வெறியை எதிர்த்து "சிறுகச் சிறுக வெடிப்புகள் தோன்றுகின்றன. திரௌபதி ஆடையைப்

போல் பெருகிக்கொண்டே வருகிறது என்று குறிப்பிடுவதும் சிறப்பாக அமைந்துள்ளது.

அடுத்த பயிரை அழித்துவரும் கள்ளிச் செடியை காத்தமுத்துவுக்கு ஒப்பிடுவது போல், தானும் வளர்ந்து, தனக்குக் கீழே உள்ள கன்றுகளையும் வளர்க்கும் வாழை மரத்துக்கு சந்திரனை ஒப்பிட்டுக் கூறியிருப்பது புதிய தலைமுறைக்கு இலக்கணமாக அமைந்துள்ளது.

பழையன கழிதலோடு, புதியன புகுதலும் காலத்தின் கட்டாயம் என்ற நம்பிக்கை கொடுக்கும் நல்ல நாவலாகும்.

தமிழினத்தை அலைக்கழித்து வரும் சாதி மோதல்களின் உள்கூறுகளை, மிகவும் கவலையோடு உன்னிப்பாகக் கவனித்து உள்வாங்கிக்கொண்டு, சமூகப் பொறுப்புடன் ஆசிரியர் படைத்திருப்பதைப் பாராட்டுகிறோம்.

தாமரை, ஜூன் 1990.

சு. சமுத்திரத்தின் 'நிழல் முகங்கள்'

நாவலாசிரியர் சு. சமுத்திரம் அண்மையில் எழுதி வெளியிட்டுள்ள 'நிழல் முகங்கள்' நூலைப் படித்தேன். இதுவரை வந்த புதினங்களில் காணாத முற்றிலும் புதிய கதாபாத்திரங்களைப் படைத்திருக்கிறார்.

நாகப்பூர் ரயில் நிலையத்திலிருந்து நாவல் தொடர்கிறது. நெடுந்தூர ரயில் பயணிகள் அன்றாடம் சந்தித்து, வெறுப்புணர்ச்சியோடு, புறக்கணிக்கப்படும் ரயில் துப்புரவுப் பணியாளர்கள், கிழிந்த உடைகளோடு காணப்படும் அனாதைச் சிறுவர்கள், சமுதாயக் கொடுமைகளுக்குள்ளாகி ஒதுக்கித்தள்ளப்பட்ட அபலைப் பெண்கள் ஆகியோர்களிடையே உள்ள உறவுகளைப் படம் பிடித்துக் காட்டியிருக்கிறார். வெளியுறவுகளை மட்டுமல்லாது அவர்களின் நெஞ்சில் ஆழமாகப் புதைந்து குடிகொண்டுள்ள மனித நேயத்தை எடுத்துக்காட்டும் உத்தி பாராட்டுக்குரியது.

மலேசியாவில் பிறந்து படித்து வளர்ந்த பெண் தமிழ்ச் செல்வி, மலேசியாவில் துணிக்கடை வியாபாரம் செழிப்பாக நடத்திவந்த தந்தையின் அகால மரணத்தால், தாயுடன் தாயகம் திரும்பி நெல்லை மாவட்டத்திலுள்ள பூர்வீக ஊரான முடிதீர்த்தான் குளத்துக்குச் செல்கிறாள். உடன் பிறந்த அண்ணன் தம்பி பாசத்தோடு, மலேசிய வருமானத்தில் பெரும்பகுதியை ஊருக்கு அனுப்பி வைத்ததில், சகோதரிக்கு வஞ்சகம் செய்து தன் பெயருக்கே பத்திரம் செய்துகொண்ட அண்ணனின் சூழ்ச்சியைக் கண்டு பூவம்மாள் வெதும்பித் துடித்துப் பேசாமடந்தையாகி ஊர்மாடு மேய்க்கும் ஊமைக் கிளவியாகிவிட்ட காட்சிகள் நெஞ்சை உலுக்குகின்றன.

'நாங்கள் போகிற இடத்தில் புல் முளைக்காதாம், மலேசியாவில் நாங்கள்' எவன் கூட எல்லாமோ போய்விட்டு இப்போது இருக்க முடியாமல் துடிக்கிறோமாம். இவ்வளவு பேச்சையும் என் அத்தைகள் நாங்கள் கொடுத்த சேலைகளைக் கட்டியபடியே திட்டினார்கள் என்று தமிழ்ச்செல்வி வாயிலாகப் பேசும் போது, நல்ல தங்காள் கதையே நினைவுக்கு வருகிறது. அண்ணன் மனைவி, மூளி அலங்காரி, நல்லதங்காளுக்குச் செய்த அநியாயத்தில் சிறிதும் குறையாது. காலத்துக்கேற்ற புது வகையான கொடூரமும், சேர்ந்திழைத்திருப்பதைக் காட்டுகிறது.

குக்கிராமம் ஆனாலும் சொந்த பந்தமானாலும், சொத்துக்களை அபகரிப்பதில் கையாளும் சூழ்ச்சிகளை ஆசிரியர் அடி ஆழம் வரை புரிந்திருப்பதனால்தான் சேத்தனத்தை அப்பட்டமாக நிர்வாணப்படுத்திக் காட்ட முடிந்திருக்கிறது.

மோசடி செய்த அண்ணன் மீது வழக்குத் தொடுக்க முயற்சித்தால், இது காவல் துறை சட்ட ஒழுங்குக்குள் வராது. சிவில் உரிமை நீதிமன்றத்துக்கு செல்ல வேண்டுமென்று காவல்துறை சொல்லுகிறது. மோசடிக்காரனோடு துணைபோகிவிட்ட காவல்துறை அதிகாரிகள், சிவிலுக்குச் செல்வதென்றால் ஆயிரக்கணக்கில் அமவுண்ட் கட்டக் கதியில்லாத நிலை. அரசின் நிர்வாக வளையம் சமுதாயத்தில் வஞ்சிக்கப்பட்டவர்களை மேலும் இறுக்கிப் பிழிந்து உமிழும் விஷச்சக்கரம் என்பதை சமயம் கிட்டும்போதெல்லாம் கதாபாத்திரங்களின் மூலம் பேச வைக்கிறார். வழக்கறிஞர், உறவினர், காவல்துறையினர், ரயில் நிர்வாகம், மேல்தட்டு சமூகப்பணியாளர் அனைவரின் போலிமுகத்திரையை 'நிழல் முகங்களில்' கிழித்தெறிந்து, மனித நெஞ்சமில்லாத மனித மிருகங்களைப் படம் பிடித்துக் காட்டியிருக்கிறார். சமூகத்தின் பல்வேறு பிரிவினரையும் குணப்பண்பாடுகளையும் குறிப்பிட்டு காட்டியிருக்கிறார்.

சமுதாயத்தில் தொன்றுதொட்டுப் புறக்கணிக்கப் பட்டவர்களின் பக்கம் நின்று மனிதநேயமிக்க எழுத்தாளர் என்ற முறையில் கதாபாத்திரங்களின் மூலம் சமூகக் கொடுமைகளைச் சாடியிருக்கிறார்.

நாட்டில் நியாயமோ நீதியோ இல்லாமல் போயிட்டுப் பார்த்தியா... பாவம் இந்தப் பொண்ண என்ன படுத்தியிருக்காங்க பாரு... இந்தப் பொண்ணுக்கு இவ்வளவு நடந்த பிறகு நாம மனுஷங்கன்னு சொல்லிக்க நியாயமே இல்ல... தமிழ் நாடாம்... தமிழாம்... தமிழர்களாம்... இதற்கெல்லாம் சமூக அமைப்புதான் காரணம். நம்மோட சமூக அமைப்பு ஒரு வியாபாரத்தனமான அமைப்பு என்று கமலாகரன் எனும் ஈழத்தமிழனின் பாத்திரம் பேசுகிறது.

ஒரு பெண்ணையே கலாட்டா செய்தாலும், அந்தப் பெண்ணாலேயே கலாட்டா வாரதாய் நினைக்கிற உலகம் இது... அதனாலதான் -- இந்திரன் கெட்டதும் பெண்ணால -- சந்திரன் கெட்டதும் பெண்ணாலன்னு கெடுக்கப்பட்ட பெண்களைக் கெட்டுப்போனவர்களாய் இப்பவும் பேசுகிறோம்' என்று பெண்களைப் பற்றிய சமூகக் கண்ணோட்டம் குறிப்பிடப்பட்டுள்ளது.

பெற்றெடுத்த தாயைத் தெரியாது இன்னும் தேடிக்கொண்டிருக்கும் 'ரயில் பயல்' அவனைப் போல் பல குழந்தைகளைக் கண்டெடுத்துக் காப்பாற்றும் ரயில் இன்ஸ்பெக்டர் மணி, ரயில் பயல்மீது பாசம் வைத்துள்ள மெக்கானிக் சுந்தரம், துப்புரவுத் தொழிலாளிகள் பலராமன், நவாப்ஜான் மற்றும் ரயில்வே தொழிலாளர்களை இணைத்துள்ள சிறந்த மனித நேயம் நெஞ்சை உலுக்குகிறது. ரயில் பயலைத் தன் பிள்ளையைப் போல் பாசமாக வளர்க்கும் தந்தைகளாகக் காட்சி தரும் கதாபாத்திரங்கள். இவர்களின் சிறந்த மனிதபாசம் தமிழ்ச் செல்வியையும் காப்பாற்றி வாழவைக்கிறது. உறவினர்கள் ஒதுக்கி ஊரைவிட்டு விரட்டுகிறார்கள். ஆனால் எந்தவித சம்பந்தமுமில்லாத

ரயில்வே தொழிலாளர்கள் தமிழ்ச்செல்வியைச் சபலமற்ற முறையில் சகோதரியாகப் பாவித்துக் காப்பாற்றி அவளுடைய வாழ்வில் புதிய திருப்பத்துக்கும் இசைவு தருகிறார்கள்.

ரயில் பயணத்தில் ஏற்படும் உள்ளத்தை உருக்கும் நிகழ்ச்சிகள் பொறுப்பற்ற மனிதர்களிடையே நிலவும் சபலங்கள், கிராமங்களில் சூழ்ச்சிகள் அனைத்தும் இன்றைய இந்திய சமுதாயப் பிரச்சினைகளை எடுத்துக் காட்டுகின்றன. கதை உயிரோட்டமாகச் செல்லுகிறது. சலிப்புத் தட்டாமல் படிக்கத் தூண்டும் சரளமான நடை. அங்கங்கே எழுத்துப் பிழைகளைத் தவிர்த்திருக்க வேண்டும்.

காலத்துக்கேற்ற சமூக நாவலைப் படைத்தளித்த திரு.சு. சமுத்திரத்துக்கு மனம் நிறைந்த பாராட்டுகள்.

தாமரை, ஆகஸ்ட் 1992.

கலைஞரின் 'தாய் காவியம்'

'மாக்சிம் கார்க்கி'யின் 'தாய்' நாவல் கவிதை வடிவில் 'குங்குமம்' இதழில் தொடராக வெளியிடப்பட்டு வந்தது.

புயலாக வீசிய அரசியல் நிகழ்வுகளுக்கு மத்தியிலும், கவிதைத்தொடர் தொய்வில்லாமல் வெளிவந்து கொண்டிருந்தது. நாள்தோறும் முரசொலியில் கலைஞரின் கடிதம், பத்திரிகையாளர் சந்திப்பு, அரசியல்வாதிகளுடன் உரையாடல், பொதுக்கூட்டங்கள் - இத்தனை அன்றாட நிகழ்ச்சிகளிலும் ஈடுகொடுத்துவரும் கலைஞர் அவர்கள் 2002-இல் 'தொல்காப்பியப் பூங்கா'வை எழுதினார். 2004-இல் 'தாய்' நாவலைக் கவிதைக் காவியமாகப் படைத்தளித்திருக்கிறார். 80 வயதிலும் 'நமக்குத் தொழில் கவிதை. இமைப்பொழுதும் சோராதிருத்தல்' எனும் பாரதியின் பாடலுக்கு எடுத்துக்காட்டாக விளங்கிவருகிறார். சோர்வறியாத முதுபெரும் அரசியல் தலைவரின், இலக்கிய ஈடுபாட்டுடன் இணைந்த அரசியல் வாழ்க்கை இளைஞர்களுக்கு வழிகாட்டியாக அமைந்துள்ளது.

'பாரதியைப்பற்றி ஒரு எழுத்தாளர் என்ன கருத்துக்களைக் கொண்டிருக்கிறார் என்பதைக் கொண்டே அந்த எழுத்தாளரின் இலக்கிய நோக்கைப் பற்றி வரையறுத்துவிடலாம்' என்று பொதுவுடைமை இயக்கத் தலைவர் அமரர் ஜீவானந்தம் கூறியிருக்கிறார்.

கார்க்கியின் 'தாய்' நாவலைப் படித்து, உள்வாங்கிக் கொண்டு எத்தனையோ ஆண்டுகள் சிந்தனையில் தேக்கி வைத்து, கவிதைக் காவியமாகப் படைத்திருக்கிறார் என்பதை, 'தாய்' காவியத்தின் சிறப்புப் பாயிரத்தில் குறிப்பிட்டிருக்கிறார்.

‘இருட்டுக்குள் இரஷ்யப் பூமி
இடர்ப்பட்டுக் கிடந்தபோது
ஏறனைய லெனின் ஸ்டாலின்
இருதலைவர்களுடன் இணைந்து
எழுச்சி முரசு கொட்டி
எத்தனை முறையோ சிறைப்பட்டு
எழுத்து வடிவிலும் பூத்த புரட்சிப்பூ ஒன்று;
என் நெஞ்சில் எப்போதும் மணம் வீசும் பூ!
மாக்சிம் கார்க்கியாம் மனிதநேய மாண்பு
மன்பதைக்குத் தந்திட்ட சிவப்புப் பூ! செம் பூ!
‘அன்னை’யென்றும் ‘தாய்’ என்றும்
அழைக்கப்படும் அற்புதப் பூ!
பல மொழிகளில் மணம் பரப்பும் அப்பூவைக்
கலைவண்ணமுடன்
கவிதை நடையில் வழங்குகின்றேன்’

இதுவே கார்க்கியின் ‘தாய்’ கலைஞருக்கு ஏற்படுத்திய தாக்கத்தை வெளிப்படுத்துகிறது.

கம்பன் - இராமாயணத்தைக் காவியமாகப் படைத்ததை, “ஆசை பற்றி அறையலுற்றேன்” என்று வைணவத்தின்பால் கம்பனுக்குள்ள பற்றுதலைக் கோடிட்டுக் குறிப்பிட்டிருப்பதைப் போலுள்ளது.

மாக்சிம் கார்க்கி இருபதாம் நூற்றாண்டின் துவக்க காலத்தில் ருஷ்யாவில் வாழ்ந்தவர். ருஷ்யப் புரட்சியில் ஈடுபட்டவர். ஜார் சக்கரவர்த்தியின் கொடுங்கோன்மை ஆட்சியில் ‘இம்’ என்றால் சிறைவாசமும், ‘ஏனென்றால்’ வனவாசமும் தண்டனையாகும்; ரஷ்புடின் சதியாட்டததோடு, பொய்யைத் தொழுதடிமை செய்தவர்கள் செல்வர்களாக வாழ்ந்தார்கள். செம்மையெலாம் பாழாகிக் கொடுமையே ஆட்சி முறைமையாகியது.

'ஜார்' சக்கரவர்த்தி - ஆசியக் கண்டத்திலுள்ள ஜப்பான் நாட்டின்மீது படையெடுத்து தோல்வி கண்டான்; இக்கொடிய சூழலில்தான் ருஷ்ய நாட்டில் - 1904-05-ல் முதல் ருஷ்யப் புரட்சி நடந்தது; புரட்சிக்குப் பின்னணியாக அமைந்த மக்களின் வாழ்க்கையைப் படம்பிடித்துக் காட்டக்கூடிய சிறுகதைகளையும் நாவல்களையும் மாக்சிம் கார்க்கி எழுதினார். சீரழிந்த சமுதாயத்தில் வாழும் ஏழை எளிய மக்களை நாகரிகமற்றவர்கள், பண்பாடற்றவர்கள் என்றெல்லாம் எள்ளி நகையாடிய மேட்டுக்குடி சிந்தனையாளர்களுக்கு எதிராக - எதார்த்த இலக்கியப் படைப்புகளை - 'மனிதன் பிறந்தான்', 'சிகப்பன்', 'தோழன்' போன்ற மாக்சிம் கார்க்கியின் சிறுகதைகள் உலகத்தரம் வாய்ந்த உயர்ந்த படைப்புகள் என்று பாராட்டப்பட்டவை.

எதார்த்தவாதம் (Realism) என்று இருப்பதை அப்படியே புகைப்படம் எடுத்துக்காட்டுவது மட்டுமல்ல; அழியக்கூடிய தீய சக்திகளை அம்பலப்படுத்துவதும், ஆலமரம் போல் நீடித்து வளரும் நல்வித்து எது என்று கண்டுபிடித்து - நம்பிக்கையூட்டுவதுமாகும். மறைந்து கிடக்கும் மானிட மாண்புகளையும் - வீரிய சக்தியை வெளிப்படுத்தும் முற்போக்கு இலக்கியப் படைப்புகளையும் கார்க்கி எழுதினார். அவைகளில் முத்தாய்ப்பானது 'தாய்' நாவல்.

கார்க்கி 1904- 1907 ஆண்டுகளில் 'தாய்' நாவலை எழுதினார்; தொழிலாளர்களின் போராட்டத்தில் உருவான தலைவர்களே, கதைநாயகர்களாகப் படைக்கப்பட்டிருக்கிறார்கள்; தாயாகிய 'நிலோவ்னாவும்', மகனான 'பாவெல்' இருவரும் உண்மையான இயக்கத் தலைவர்களின் புனைபெயர்களே! இச்சம்பவங்கள் அனைத்தும் உண்மை நிகழ்ச்சிகள் என்றும், கதாபாத்திரங்கள் மாறுவேடங்களே என்றும் கார்க்கியே குறிப்பிட்டிருக்கிறார்.

1940-களில் கார்க்கியின் புதினத்தை 'அன்னை' என்ற தலைப்பில் விடுதலைப் போராட்ட இலக்கியவாதி ப. ராமசாமி தமிழாக்கம் செய்தார். முற்போக்கு இலக்கியப் படைப்பாளி தொ.மு.சி. ரகுநாதன் 'தாய்' என்று தமிழாக்கம் செய்தார்.

இந்நூலைப் பல புகைப்படங்களுடன் மாஸ்கோ முன்னேற்றப் பதிப்பகம் 1970-இல் வெளியிட்டது.

கார்க்கியின் படைப்புகளை டால்ஸ்டாய், பெர்னாட்ஷா, ரொமேன் ரல்லான் போன்ற உலகப் புகழ்பெற்ற எழுத்தாளர்கள் புகழ்ந்து பாராட்டியிருக்கிறார்கள். கார்க்கியின் 'தாய்' மற்றும் படைப்புகள் வாழ்க்கையில் நம்பிக்கையூட்டுகின்றன என்று பெர்னாட்ஷா பாராட்டியிருக்கிறார்.

"பனிக்காலத்தின் அழிவிலே, வசந்தப் பிறப்பின் எல்லையிலே, பகல் இரவு சமநாள் நெருங்கும் நேரத்திலே நீங்கள் பிறந்திருக்கிறீர்கள் - பழைய உலகத்தின் அழிவுடனும், புயலிடைப் பிறந்த புத்துலகத்துடனும் இணைந்த உங்கள் வாழ்க்கையைக் காட்டும் ஒரு அறிகுறியாகும்" என்று நோபல் பரிசு பெற்ற உலகப் புகழ்பெற்ற எழுத்தாளர் ரொமேன் ரல்லான் கார்க்கிக்கு எழுதிய கடிதத்தில் பாராட்டியிருக்கிறார்.

இந்திய முற்போக்கு எழுத்தாளர் கிருஷ்ணசந்தர் 'புதிய இலக்கியத்தின் பாதாகையில் ஒளிவீசுகிறது கார்க்கியின் இதயம்; இந்த இதயத்திற்குள்ளே உலகு தழுவிய அமைதி கொலுவிருக்கிறது' என்று கூறுகிறார்.

மனிதநேயம் கொண்ட முற்போக்கு எழுத்தாளர்கள், சிந்தனையாளர்கள் அனைவரின் பாராட்டுக்களைப் பெற்ற மாக்சிம் கார்க்கியின் படைப்புகளில் கலைஞர் அவர்களுக்குள்ள ஈர்ப்பும் உள்ளார்ந்த ஈடுபாடுகளின் வெளிப்பாடாகவே 'தாய்' கவிதைக் காவியம் உருவாகியிருப்பதை உணர்த்துகிறது.

தாய் நிலோவ்னா, தந்தை தொழிலாளி மைக்கேல் இருவருக்கும் பிறந்த மகன் பாவெல். குடிகாரத் தந்தையின் குடிவெறித் தாக்குதலால் தாய் படும் வேதனையை உணர்ந்தவனாக இருந்தாலும், தந்தையின் மரணத்துக்குப் பின் மகன் பாவெலும் ஒருநாள் குடித்துவிட்டு வீட்டுக்கு வருகிறான். இக்கட்டத்தில் தாயின் வெதும்பலைப் படம்பிடித்துக் காட்டுகிறார்.

> "உனக்கு என்னடா ஆச்சு" என்று
> ஊமை மொழி ஜாடைப் பேச்சால் அவனை
> உற்றுப்பார்த்துக் கண்ணீர்விட்டாள்"

என்று கலைஞர் குறிப்பிடுகிறார். தாயின் இத்துயரக் காட்சியே மகனைத் திருத்துகிறது.

தொழிற்சங்கத்தில் சேர்ந்து தீவிரமாகச் செயல்படுகிறான்; தோழர்கள் வீட்டில் கூடுகிறார்கள்; பல நூல்களைப் படிக்கிறார்கள்; காரசாரமாக விவாதிக்கிறார்கள். படித்த இளம் பெண்களும் இக்கூட்டத்தில் கலந்துகொள்கிறார்கள். 'மாற்றம் ஒன்றுதான் மாற்றமற்றது' என்பது மார்க்ஸ் உரைத்த பொருளாகும் என்று சொல்லும் மகனை நினைத்து, பெருமை கொள்கிறாள்.

மகன் படிக்கும் புத்தகங்களைப் பற்றிய விவரங்களைத் தாய் கேட்டு வருகிறாள்:

> "பாடுபடும் பாட்டாளிகள்
> ஊமைகளாய் இருக்கின்றார் - அந்த
> ஊமைகளைப் பேசவைக்கத்தான்
> இப்புத்தகங்கள் - அவர்கள்
> பேசிவிடக்
> கூடாதென்பதற்காகத்தான்
> பேயாட்சி விதிக்கின்ற தடை"

என்று பாவெல் விளக்கம் கொடுப்பதாகக் குறிப்பிட்டிருப்பதைக் கேட்ட தாய் - இதெல்லாம் அழிவு காலத்தின் அறிகுறி என்று பேசுகிறாள்; படிப்பறிவில்லாத தாயையும் பேச வைக்கிறது பாவெலின் சோஷலிசத் தத்துவம். இதைக் கலைஞர் தனது கவிதை நடையில் தெளிவாக எடுத்துக்காட்டியிருக்கிறார்.

மகன் மீதுள்ள பாசப் பிடிப்பால் உழைக்கும் மக்களை எல்லாம் மகனாகக் கருதுகிறாள். மகனோடு சேர்ந்து போராட்டங்களிலும் கொடிபிடித்துச் செல்கிறாள்; உயர்ந்த

கொள்கைக்காக மகன் சிறைப்பட்டாலும், கண்டித்து நடக்கும் போராட்டத்திலும் ஜார் படையின் தாக்குதலில் சுருண்டு விழுகிறாள்!

‘குருதி வெள்ளத்தில் எங்களை
மிதக்கவிட்டாலும் - எங்கள்
கொள்கையைக் குலைக்க முடியாது’

என்று தாய் நிலோவ்னா வீரமுழக்கம் செய்கிறாள்.

தொழிலாளர் குடும்பத்திலுள்ள ஒரு தாயை மையப்படுத்தி - எதார்த்த வாழ்க்கையில் புதைந்துகிடக்கும் புரட்சிக் கனலை எரியச் செய்திருக்கும் கார்க்கியின் மூலக் கதையின் கருப்பொருளை உயிரோட்டத்துடன் கவிதை வடிவில் காவியமாகப் படைத்துத் தந்திருக்கிறார் கலைஞர்.

ருஷ்ய இலக்கியமானாலும், உழைப்பாளர் சம்பந்தப்பட்ட போராட்டக் களத்தில் பிறந்த கதையாக இருப்பதால், உலகெங்கும் எல்லா நாடுகளிலும் வாழும் உழைக்கும் மக்களின் உணர்வுகளுக்கும் பொருந்தியுள்ளது. சோஷலிசக் கருத்து தமிழ் மண்ணுக்கும் கருத்துக்கும் புறம்பானதல்ல என்பதைக் கலைஞர் பல்வேறு உத்திகள் மூலம் எடுத்துரைக்கிறார்.

பாவெல் சிறையிலிருந்தபோது, தாயான நிலோவ்னா, கொடிபிடித்து ஊர் ஊராகச் சுற்றுகிறாள்; தடை செய்யப்பட்ட துண்டுப் பிரசுரங்களை இரகசியமாக எடுத்துச்செல்கிறாள்; விநியோகிக்கிறாள்.

‘முதுகிலே சிறு மூட்டையுடன்
கையிலே ஒரு தடிக்கம்புடன்
சங்ககால ஔவை’

- போல் நிலோவ்னா ஊர் ஊராகச் சுற்றியதாகக் குறிப்பிடுகிறார்.

உலகெங்கும் பரவிக்கிடக்கும் உழைப்பாளர்களின் உரிமைக் குரல் ஒன்றுதான். அது சுரண்டலை எதிர்த்துத்தான் என்பதைத் தெளிவாக எடுத்துக்காட்டியிருக்கிறார்.

உலக நாடுகளில் ஆங்காங்கு அரசியல் வேறாயினும் உழைப்பு ஒன்றேதான்;

உழைப்போர் குலமும் ஒன்றே ஒன்றுதான்!

என்று சொல்லிவிட்டு -

புரட்சிக்கவி பாரதிதாசனின் கவிதையை எடுத்துக்காட்டிப் பெருமிதம் கொள்கிறார்.

'சித்திரச் சோலைகளே! உமைநன்கு
திருத்த இப்பாரினிலே - முன்னர்
எத்தனை தோழர்கள் ரத்தம் சொரிந்தனரோ
உங்கள் வேரினிலே'

"இந்தப் பாடலுக்கு இசையமைத்துப் பாடினால் இப்பாட்டு இந்த உலகில் எந்தக் கோடியில் இருக்கும் உழைக்கும் தோழர்களையும் ஒன்றுசேர்க்குமே; நம் எண்ணம் நன்கு பலிக்குமே" என்று உறுதிபடக் கூறுகிறார். முத்தமிழறிஞர் கலைஞர் எனும் இலக்கியப் படைப்பாளியின் எண்ணம் நிச்சயம் ஈடேறும்! சோஷலிசக் கருத்துக்கள் அந்நியமானதல்ல; உலக மக்களின் வாழ்வில் ஒளியேற்றும்; சமுதாய மாற்றத்துக்கும் நல்வாழ்க்கைக்கும் அடித்தளமாக அமையும். சோஷலிசம் என்பது தமிழ் இலக்கியத்தின் இலட்சிய நோக்குக்கும் இசைவானதே என்பதை 'தாய்' கவிதைக் காவியத்தின் மூலம் கலைஞர் தெளிவுபடுத்தியிருக்கிறார்.

கார்க்கியின் 'தாய்' நாவலின் நூற்றாண்டு நினைவாகவும், தமிழ்க் கவிதைக் காவியமாக மலர்ந்துள்ளதாகக் கருதலாம்.

பன்முகக் கலாச்சாரமும், பல மதங்களும் மொழிகளும் கொண்ட இந்திய நாட்டில் மத நல்லிணக்கத்தையும், ஒற்றுமையையும் அடிச்சரடாகக் கொண்ட மதச்சார்பற்ற கொள்கையை அமலாக்கும் அரசியல் மாற்றத்துக்கு மூதறிஞர் கலைஞருக்குப் பெரும் பங்கு உண்டு! அதைப்போல், தமிழ் இலக்கியப் படைப்புகளில் 2004-இல் 'தாய்' கவிதைக்

காவியமும் தமிழகத்தில் முற்போக்கு இலக்கியத்தின் முத்தாரமாக விளங்கும்; புதிய தாக்கத்தை உருவாக்கும் என்று நம்புகிறேன்.

எண்பது வயதிலும் புயலாக வீசும் அரசியல் இயக்கங்களுக்கு மத்தியிலும் கார்க்கியின் தாய் நாவலை - கவிதைக் காவியமாகப் படைத்தளித்த முத்தமிழறிஞர் கலைஞர் அவர்களுக்கு நன்றியைத் தெரிவித்துக்கொள்கிறேன்.

> மாக்சிம் கார்க்கியின் தாய் நாவலைக் கலைஞர் தாய் காவியமாக வெளியிட்ட நூலுக்கு ஆர். என். கே. அவர்கள் எழுதிய அணிந்துரை.
>
> தமிழ்ச் சான்றோர் பேரவை, டிசம்பர்–2004

தொ.மு.சி. அவர்கள் பல்லாண்டு வாழ்க

தமிழறிஞர் தொ.மு.சிதம்பர ரகுநாதன் அவர்களுக்கு வயது 75 ஆகிறது. வயது எழுபத்தைந்து ஆனாலும், உடலில் முழுமை தோன்றினாலும் உள்ளத்தில் தெளிவும், உறுதியும் கொண்டிருப்பது, அவரைச் சந்திக்கும் எல்லோரையும் வியப்பில் ஆழ்த்துகிறது. கிட்டத்தட்ட கடந்த அறுபதாண்டுகளில் தமிழகத்தில் எழுந்த தத்துவார்த்தம், அரசியல், இலக்கியம், வரலாறு சம்பந்தப்பட்ட அனைத்துப் பிரச்சினைகளிலும் தனது ஆழ்ந்த ஆய்வுக் கருத்துக்களை வெளியிட்டு, முத்திரை பதித்திருப்பவர்.

தமிழ்ப்பற்றும், இலக்கிய ஆர்வமும் தொ. மு. சி. அவர்களின் குடும்பப் பரம்பரையின் வழிவந்த தொடர்ச்சியானதாகும்.

தொ. மு. சி. அவர்கள், நெல்லை சந்திப்பில் உள்ள, மதுரை திரவியம் தாயுமானவர் இந்துக் கல்லூரியில் படித்துக்கொண்டிருக்கும்போதே விடுதலைப் போராட்டத்தில் ஈடுபட்டார். நெல்லை நகரிலுள்ள முற்போக்குச் சிந்தனையுள்ள இளைஞர்களைத் திரட்டினார். அரசியலோடு, இலக்கியத்திலும் புதிய கண்ணோட்டத்தையும் சமூகப் பார்வையையும் புகட்டி வந்தார்.

தமிழில் சிறுகதை வடிவத்தில் எதார்த்த இயல்போடு சிறந்த படைப்புகளைத் தமிழுக்குத் தந்த புதுமைப்பித்தனோடு நெருங்கிய தொடர்புகொண்டிருந்தார். அரசியலிலும்

இலக்கியத்திலும் அமரர் ஜீவா அவர்களோடு இணைந்து நின்றார்.

தமிழ் இலக்கியத்தில் சங்க இலக்கியம் தொடங்கி, இடைக்காலத்தில் தோன்றிய பிள்ளைத்தமிழ், பள்ளு, உலாக்கள் போன்றவைகளையும் கற்றுத் தேர்ந்தவர். நவீன இலக்கியத்திலும் ஆழம் கண்டவர். இலக்கியத்துறையில் அனைத்துப் பிரிவுகளிலும் சிறந்த பங்காற்றியிருக்கிறார். ஒவ்வொரு துறையிலும் தனது முத்திரையைப் பதித்திருக்கிறார். அனைத்துத் துறைகளிலும் சிறப்பு விருதுகளும் பெற்றவர்.

சிறுகதை எழுத்தாளர்

நீயும் நானும் - சிறுகதைத் தொகுப்பு மிகப்பெரிய விவாதத்தைக் கிளப்பியதாகும்.

பத்திரிகை ஆசிரியர்

தினமணி துணை ஆசிரியராகவும், சாந்தி மாத இதழின் ஆசிரியராகவும் திகழ்ந்தார்.

கவிதை

கவிதைத்துறையில் திருச்சிற்றம்பலக் கவிராயராகப் புகழ் பெற்றார்.

நாவலாசிரியர்

"பஞ்சும் பசியும்" நாவல் சோஷலிச நாடுகளில் லட்சக் கணக்கில் விற்பனையாகியது. தமிழகத்தில் முற்போக்கு நாவலின் முன்னோடியாகப் பாராட்டப்பட்டது.

மொழிபெயர்ப்பாளர்

மாக்சிம் கார்க்கியின் "MOTHER" நாவலைத் "தாய்" என்ற தலைப்பில் மொழிபெயர்த்தார். சிறந்த மொழிபெயர்ப்புக்காக சோவியத் நாடு பரிசு வழங்கப்பட்டது.

"லெனினுக்குக் கவிதாஞ்சலி" -மயாகோவஸ்கியின் கவிதைகளை - மூலக்கவிதைக்கு ஈடாகத் தமிழில் படைத்துக்கொடுத்திருக்கிறார். இதற்கும் விருது கிடைத்தது.

நாடக ஆசிரியர்

சிவகங்கை ராணி, "வேலு நாச்சியார்" -நாடகம் மிகவும் சிறப்பானது. ஆங்கிலேயர் ஆட்சி - இந்திய மக்களிடையே நிலவும் சிறிய முரண்பாட்டையும் பயன்படுத்திப் பிளவுபடுத்தும் பிரித்தாளும் சூழ்ச்சியை அம்பலப்படுத்தும் சிறந்த வரலாற்று நாடகமாகும்.

இந்த நாடகத்தை - பல்வேறு அமைச்சூர் நாடக மன்றங்களும் அரங்கேற்றின. தமிழ் மக்களிடையே நல்ல வரவேற்பு கிடைத்தது.

கட்டுரையாளர்

தினமணி, சக்தி, சாந்தி, தாமரை, தூத்துக்குடியிலிருந்து தோழர் முருகானந்தம் நடத்திய சாந்தி - பேராசிரியர் நா. வானமாமலை நடத்திய ஆராய்ச்சி மற்றும் ஏடுகளில் சிறந்த கட்டுரைகளை எழுதியிருக்கிறார்.

அரசியல் விமர்சகர்

தமிழ்நாட்டில் நடைபெற்ற பல்வேறு அரசியல் நிகழ்ச்சிகள் பற்றி சாந்தியில் கேள்வி - பதில் மற்றும் அரசியல் விமர்சனக் கட்டுரைகள் வெளியாகியுள்ளன.

இலக்கியத் திறனாய்வாளர்

சமுதாய இலக்கியம் என்ற நூலில் - இலக்கியத்தைச் சமுதாய நிகழ்வோடு இணைத்துப் பார்க்க வேண்டுமென்ற கருத்தை வலியுறுத்தி - புதிய பார்வையைக் கொடுத்தவர்.

வாழ்க்கை வரலாறு

'புதுமைப்பித்தனின் வாழ்க்கை வரலாறு' எனும் நூல் - ஒரு சிறந்த இலக்கியவாதியின் வாழ்க்கையைச் சிறப்பாக

எழுத முடியும் என்பதற்கு எடுத்துக்காட்டாக அமைந்த நூலாகும். எல்லோராலும் பாராட்டப்படுகிறது.

சமுதாய இலக்கியஆய்வாளர்

"பாரதியின் காலமும் கருத்தும்", "இளங்கோவடிகள் யார்?" இரு நூல்களும் மிகச்சிறந்த படைப்புகளாகும்.

சரித்திரவியல்

"சமூகவியல் கண்ணோட்டத்தையே துணைகொண்டு, கேள்விகளுக்கெல்லாம் ஒரு புதிய கோணத்தில் விடை கண்டிருக்கிறேன்" என்று இளங்கோவடிகள் யார்? என்ற நூலின் முன்னுரையில் குறிப்பிட்டிருந்தார்.

"பாரதியின் காலமும் கருத்தும்"

"இளங்கோவடிகள் யார்?" ஆகிய நூல்களை எழுதி முடிப்பதற்கு இருபதாண்டுகளுக்கு மேலாக ஆய்வு செய்திருக்கிறார். பல்வேறு பிரச்சினைகளுக்கு ஆதாரபூர்வமான விடை கண்ட பின்னரே, எழுதத் தொடங்கினார்.

தமிழகத்தின் அரசியல், இலக்கிய வாழ்வில் ஒளி விளக்காகத் திகழ்ந்து வரும் தொ.மு.சி. அவர்களின் படைப்புகள் அனைத்தும் அறிவுக் களஞ்சியமாகப் பாதுகாக்கப்பட வேண்டியவையாகும். புதிய படைப்புகளைத் தமிழகத்தின் அறிவுலகத்துக்கு அள்ளித்தரும் வகையில் தொ.மு.சி. அவர்கள் ஆயிரம் பிறைகண்டு பல்லாண்டு வாழ்க!

தாமரை, அக்டோபர் **1998**